வேரும் விழுதும்

க. சுப்ரமணியன்

பரிசல்

♦ வேரும் விழுதும் ♦ ஆசிரியர்: க. சுப்ரமணியன் ♦ முதல் பதிப்பு: பிப்ரவரி 2022 ♦ பக்கங்கள்: 214 ♦ வெளியீடு: பரிசல் புத்தக நிலையம் 235, P. பிளாக் MMDA காலனி, அரும்பாக்கம், சென்னை – 600 106. பேச: 9382853646, 8825767500 மின்னஞ்சல்: parisalbooks2021@gmail.com ♦ அச்சாக்கம்: கம்ப்யூ பிரிண்டர்ஸ், சென்னை – 600 086.

♦ Verum Viluthum ♦ Author : K. Subramanian ♦ First Edition: February 2022 ♦ Pages: 214 ♦ Published by Parisal Putthaga Nilayam, No. 235, 'P' Block MMDA Colony, Arumbakkam, Chennai - 600 106. Mobile: 93828 53646, 8825767500 ♦ Email: parisalbooks2021@gmail.com ♦ Printed at: Compu Printers, Chennai - 86.

Rs. 240

ISBN: 978-93-91949-81-5

முன்னுரை

1960 – 70 கள் காலப்பகுதியில் தமிழில் வெளியான சில நூல்கள் குறிப்பிடத் தகுந்தவையாக வாசக வரவேற்பைப் பெற்றன. இன்று அவை குறிப்பிடத் தகுந்தவை மட்டுமல்ல; முன்னோடியானவை என்பதும் நிரூபணமாகியுள்ளது. குறிப்பாக வாசகர் வட்டம், சென்னை வெளியிட்ட சில நூல்கள் அன்று நடைமுறையிலிருந்த பதிப்புலகச் செயல்பாடுகளிலிருந்து முற்றிலும் மாறுபட்ட முயற்சிகளாக இருந்தன. எழுத்தாளர்களை அழைத்துப் புதிய படைப்புகளை உருவாக்கித் தரச் செய்தும் புதிய எழுத்தாளர்களின் படைப்புகளைக் கவனத்துக்குரிய வகையில் வெளியிட்டும் மாறுதலைக் காட்டியது. வாசகர் வட்டம் பதிப்பித்த மூன்று நாவல்கள் வெளியானபோது இருந்த பொருத்தப்பாட்டை விட இன்று காலத்துடன் மிகுந்த இயைபைக் கொண்டிருக்கின்றன. ஆ.மாதவனின் *புனலும் மணலும்*, சா.கந்தசாமியின் *சாயாவனம்*, க.சுப்ரமணியனின் *வேரும் விழுதும்* ஆகியவையே அந்த நாவல்கள்.

புழக்கத்திலிருந்த எழுத்துக்கு மாறான ஆக்கங்களாக இருந்த நாவல்கள் என்பதே அவை வாசக கவனத்துக்கு உள்ளாகக் காரணம். இன்று இந்தக் காரணத்தைத் தாண்டியும் முக்கியத்துவம் பெறுகின்றன. இந்த நாவல்கள் வெளிப்படுத்திய முன்னுரைப்பு அல்லது தீர்க்க தரிசனம் அன்று துலக்க மாகவில்லை. இந்தப் படைப்புகள் கதையாடல்கள் என்பதையும் மீறி ஆவணப் பதிவுகளாக இன்று நிலைபெறுகின்றன. கதையாடலை முன்னிட்டு மூன்றையும் எதார்த்தவாதப்

படைப்புகளாகக் குறிப்பிடலாம். ஆனால் இன்றைய வாசிப்பில் இன்னொரு தளத்திலும் இவை பொருள் படுகின்றன. எனினும், இந்த நாவல்களை இன்று கவனத்துக்குரியவையாக்குவது இந்த இன்னொரு தளமே.

இயற்கையைப் பேணுவோம் என்ற முழக்கம் உச்சரிக்கப்படுவதற்கும் சூழியல் என்ற சிந்தனை அறிமுகம் ஆவதற்கும் அது ஒரு கோட்பாடாக நிலைகொள்வதற்கும் வெகு முன்பே இந்த நாவல்கள் அந்த அக்கறைகளை வெளிப்படுத்தின. ஏறத்தாழ அரை நூற்றாண்டுக்கு முன்னர் இலக்கிய வாதிகள் இந்தப் பிரச்சனைகளை முன்னுணர்ந்திருப்பதும் முன்னுணர்த்தி யிருப்பதும் வியப்பளிக்கிறது.

புனலும் மணலும் நாவலின் கதை அங்குசாமி மூப்பனையும் அவரது தீரா வெறுப்புக்குரியவளான அழகற்ற மகள் பங்கியையையும் மையமாகக் கொண்டது. அந்தப் பின்புலத்திலேயே மூப்பனின் தொழில் பற்றியும் விவரிக்கிறது. திருவனந்தபுரம் நகரத்துக்குள் ஓடும் கரமனை ஆற்றிலிருந்து மணல் வாருவதுதான் அவரது தொழில். அந்தத் தொழில் எப்படி நதியின் வளத்தை அழிக்கிறது, சுற்றுச் சூழலைப் பாதிக்கிறது என்பவற்றை எடுத்துக் காட்டுகிறது. "வரவர இந்தக் கடவிலே மணல் அடியுது கொறஞ்சுதான் வருது. காலக்கேடுண்ணல்லாம வேறே என்ன சொல்ல" என்று குறிப்பட்டுக் கொள்ளும் கூலியாள் பார்க்கவனுக்கு அங்குசாமி மூப்பன் சொல்லும் பதில் கவனத்துக்குரியது. "ஒரு காலக்கேடும் இல்லே எல்லாம் நாமளாயிட்டுக் காணிக்கக் கூடிய காரியங்கதான்".

வெளி நாட்டில் பாடுபட்டு ஈட்டிய செல்வத்தை முதலீடாக வைத்து சொந்த ஊரில் தொழில் தொடங்க முற்படும் சிதம்பரத்தின் நடவடிக்கைகள்தான் சாயாவனம் நாவலின் முதன்மையான கதையாடல். இயற்கை செழித்திருந்த ஒரு காடு மனிதனின் பொருளாதார வேட்கையால் எப்படி வெந்து காணாமற் போவதுதான் நாவலின் பேசுபொருள். காட்டை வாங்கிய சிதம்பரம் தனது நோக்கத்தைச் சொல்லுகிறான்.

"ஆலை வைக்கலாம்னு உத்தேசங்க மாமா."

"ஆலையா? அந்தக் காட்டுலேயா! என்ன தம்பி, வேடிக்கை பண்ணுறீங்களா? அட அப்பா . எம்மாம் பெரிய காடு, வனம்

மாதிரி மனுஷன் அழிக்க முடியுமா அழிக்க முடியுமுன்னு நினைப்புத்தான் தோணுமா?"

"நான் சீக்கரத்தில் அழிச்சுடுவேங்க, மாமா."

"கையில் நாலு காசு சேர்ந்துட்டா அதான். தலையும் காலும் தெரிய மாட்டேன்கிறது."

வேரும் விழுதும் நதியை மறித்துக் கட்டப்படும் அணையால் நூற்றுக் கணக்கான மனிதர்கள் வேரற்றுப் போவதைப் பற்றிப் பரிதவிக்கிறது.

நூற்றைம்பது கிராமங்கள் தேக்கத்தில் அழிந்து போகலாம். அந்த ஜனங்களை என்ன செய்வது? என்பதே கதையாடலின் முதல் இழை.

நீர்த் தேக்கத்தில் மூழ்கி வேரற்றுப் போவது வெறும் நிலப்பரப்பு அல்ல; மனிதர்களின் உயிரும் அவர்கள் வாழ்ந்து ஊன்றிய கலாச்சாரமும் என்பதை நாவல் விரிவாகப் பேசுகிறது.

நதி நீர்ப் பாதுகாப்பு, கானகப் பாதுகாப்பு என்ற அக்கறைகள் பொதுப் புத்திக்கு எட்டும் முன்பே எழுதப்பட்டவை இந்த மூன்று நாவல்களும். இவை எழுதப்பட்ட காலத்தில் சுற்றுச் சூழல் பாதுகாப்பு ஒரு சமூகப் பிரச்சனையாகப் பேசப்படவில்லை. சூழியல் என்ற தனித்துறையும் உருவாகியிருக்கவில்லை. எனினும் இந்தப் படைப்புகள் தீர்க்க தரிசனத்துடன் இந்த விஷயங்களைக் கையாண்டிருப்பது வியப்பையே அளிக்கின்றன. படைப்புக்கு நிமித்திகப் பார்வையும் உண்டுபோல. காலத்தைக் கடந்து நிலைத்திருக்கும் தகுதியை முன்னிருத்தி இவற்றை செவ்விலக்கியப் படைப்புகளாகவும் ஏற்கலாம்.

இங்கே குறிப்பிட்டுள்ள மூன்று நாவல்களில் *புனலும் மணலும், சாயாவனம்* இரண்டும் வாசகர் இடையே கவனம் பெற்றன. பின்னாட்களில் பல பதிப்புகளைக் கண்டன. அதன் ஆசிரியர்கள் முக்கியமான இலக்கிய வாதிகளாக மதிப்புப் பெற்றனர். ஆனால் *வேரும் விழுதும்* நாவலும் அதன் ஆசிரியரும் பிற இரு நாவல்களுக்குக் கிடைத்த கவனத்தைப் பெறவில்லை. இதன் இரண்டாம் பதிப்பே ஏறத்தாழ ஐம்பது ஆண்டுகளுக்குப் பின்புதான் வெளியாகியிருக்கிறது. சிறுவாணி வாசகர் மையம், கோவை, புதிய பதிப்பை 2021 இல்

வெளியிட்டது. நாவல் வெளியான தருணத்தில் ஆசிரியர் க. சுப்ரமணியனின் பெயர் குறிப்பிடப்பட்டது. அதன் பின்னர் அவர் இலக்கியச் சூழலில் பேசப்பட்டதாகத் தெரியவில்லை. நாவலே கிடைத்தற்கு அரியதாக மாறிய பின்னணியில் அதன் ஆசிரியர் மறக்கப்பட்டதிலும் வியப்பில்லை.

இரண்டாம் பதிப்புக்கு எழுதிய முன்னுரையில் க.சுப்ரமணியன் தமது இலக்கிய வாசிப்பு, பாதிப்பு, எழுத்து முயற்சிகள் பற்றி விரிவாகவே சொல்லுகிறார். *கலைமகள், தினமணி கதிர்* ஆகிய இதழ்களில் ஆரம்பக் காலக் கதைகள் வெளிவந்தன என்றும் *ஆல்பெர் காம்யூவின் அந்நியன், பிளேக்* ஆகிய நாவல்கள் உத்வேகம் அளித்தன என்றும் பிற்காலத்தில் வாசித்த *கொள்ளை நோய்* நாவலைப் போல ஒன்றை முன்பே எழுத ஆசைப்பட்டதாகவும் குறிப்பிடுகிறார். இலக்கியப் பரிச்சயமும் பரந்த வாசிப்பும் கொண்ட ஒருவராகவே அவர் அறிமுகமாகிறார். இந்த இலக்கிய அறிமுகமே நாவல் வெளியீட்டுக்கும் துணைபுரிந்திருக்கிறது, தில்லியில் மத்திய நிதி அமைச்சகத்தில் பணியாற்றிய சுப்பிரமணியனின் சக குடியிருப்பாளரான தி.ஜானகிராமன் நாவலை வாசித்துப் பார்த்தும் ஆலோசனைகள் தெரிவித்தும் இருக்கிறார். அவரே செம்மைப்படுத்திய நாவலை சிட்டி மூலம் வாசகர் வட்டம் வெளியீடாகப் பிரசுரம் காண உதவியிருக்கிறார். இடையீடாக எம்.வி.வெங்கட்ராமின் நாவல் *வேள்வித் தீ* யின் வெளியீட்டுக்கும் தி.ஜானகிராமனே துணைபுரிந்திருக்கிறார் என்பதும் நினைவுக்கு வருகிறது.

தன்னுடைய எழுத்து முயற்சிகள் தனித்தன்மை கொண்டவையாக அமைய வேண்டும் என்று விரும்பியவர் க.சுப்பிரமணியன் என்பதை இரண்டாம் பதிப்புக்கான அவரது முன்னுரையிலிருந்து ஊகிக்க முடிகிறது. அந்த எண்ணத்தை *வேரும் விழுதும்* நாவலில் நிறைவேற்றிக் கொண்டுமிருக்கிறார். அதுவே இந்த நாவலின் வெற்றிக்கும் தோல்விக்கும் அடிப்படை. ஆவணத்தின் இயல்புள்ள கதை மையம். அதை மானுட நாடகமாக்குவதே நாவலின் தேவையாக இருந்திருக்கிறது. அந்தத் தேவையை முழுமையாகப் பூர்த்தி செய்வதற்காக நாவலாசிரியர் வெவ்வேறு உத்திகளைக் கையாளுகிறார். நாவலின் முதல் இரண்டு பாகங்களும்

தன்மைக் கூற்றாக அமைகின்றன. கதையின் முதன்மைப் பாத்திரமும் கதை சொல்லியும் ஒருவரே. அந்தப் பாத்திரத்தின் பெயர் சொல்லப்படுவதில்லை .நாவலின் பிற்பகுதியில் இந்த உத்தி மாற்றமடைகிறது. முதன்மைப் பாத்திரங்களின் மிச்சக் கதை , கதை சொல்லியின் குறிப்புகள் மூலமாகவும் மீதிக் கதை அணைக்கட்டுத் திட்டத்தில் பணியாற்றும் ஒரு குமாஸ்தாவின் டயரிக் குறிப்புகள் வாயிலாகவும் முன்வைக்கப்படுகிறது. நாவலின் இறுதிக் கட்டத்தில் முதன்மைப் பாத்திரமான கதை சொல்லியே காணாமற் போகிறார். அவர் உயிருடன் இருக்கிறாரா இல்லையா என்ற ஐயம் நிலவும் பின்னணியில் இந்த உத்தி பலனளிக்கிறது.

வேரும் விழுதும் நாவல் ஒரு தனி மனிதச் சிக்கலைப் பொதுவாக்கிய படைப்பல்ல; நூற்றுக் கணக்கில் எண்ணிக்கை கொண்ட மானுடத் திரளின் பொது இடரை ஒவ்வொரு தனி நபரும் எவ்வாறு உணர்கிறார்கள் என்பதைச் சொல்லும் படைப்பு.

நூற்றைம்பது கிராமங்களுக்கு நீராதாரமாக ஓடும் பரலியாறு வெள்ளப் பெருக்கில் தனது பாதையை மாற்றிக் கொண்டு விடும். அதன் விளைவு கரை வாசிகளுக்கு ஓயாத துன்பம். விளை நிலங்கள் அழியும். இருப்பிடங்கள் அடித்துச் செல்லப்படும். ஆடு மாடுகள் அடித்துச் செல்லப்படும். ஆற்றின் இந்த விபரீதப் போக்கை மாற்ற உள்ளூர் வாசிகள் அரசிடம் ஒரு கால்வாய் வெட்டும்படிக் கோருகிறார்கள். ஆனால் அரசின் திட்டம் பரலியாற்றின் கரையிலுள்ள மேக்கூரில் அணி கட்டுவது. மேக்கூரின் அணையிட்டால் பரலியின் கொட்டம் அடங்கி விடும். அணை எழுப்புவதற்கு முன்பு கண் துடைப்பாகக் கால்வாயை வெட்டுகிறது அரசு. மக்களின் நம்பிக்கைக்கு மாறாக அணையையும் கட்ட ஆயத்தமாகிறது. இந்த இரண்டு திட்டங்களிலும் கணிசமான பங்கேற்கும் எஞ்சினியரே கதையின் முதன்மைப் பாத்திரமும் கதை சொல்லியும். அணைகட்டும் பொறுப்புக்கும் அணைவந்தால் அழியப் போகும் மனிதர்களின் இழப்பு தரும் குற்ற உணர்வுக்கும் இடையில் அரற்றிக் கொண்டிருக்கும் மனச்சான்று அவர். எல்லாருக்காகவும் இரங்கும் அவரது பார்வையில்தான் கதை நிகழ்கிறது. வேறு கிளைக் கதைகளுக்கும் எஞ்சினியர்

பாத்திரமாகிறார். இருந்தாலும் நாவல் முழுவதும் அணை கட்டும் அரசாங்க அலுவலையும் அதன் உணர்வுப்பூர்வமான மானுட விளைவு களையும் பற்றியே கரிசனம் கொள்கிறார். ஆல்பெர் காம்யுவின் பிளேக் நாவலின் மையப்பாத்திரமான டாக்டர். ரியூவை இந்த எஞ்சினீயர் நினைவு படுத்துகிறார். இந்த நோக்கில் நாவலை ஓர் இலட்சியவாதப் படைப்பாகவும் முன் வைக்கலாம்.

கதைசொல்லியான எஞ்சினீயர் பெரியப்பாவின் ஆதரவில் வளர்ந்து ஆளானவர். ஆசிரியரான பெரியப்பாவுக்கு எதை விடவும் ஊர் முக்கியம். அவர் அப்படிப் பற்றுக் கொள்ளும் ஊரே அழியவிருக்கிறது என்ற 'ரகசியத்தை' வெளியிட முடியாமல் எஞ்சினீயர் குமைவதுதான் கதையின் ஆதார உணர்வு. அந்த உணர்வைப் பின் தொடர்ந்தால் வாசிப்பின் சுவாரசியத்தை அடைய முடியும். அது ஒரு துப்பறியும் கதையின் புலனாய்வு போலவும் பரவசமூட்டலாம். நாவல் வெளிப்படும் முறையில் கொண்டிருக்கும் சில கேள்விகளுக்கு விடை காண முயல்வது வாசிப்பை மேலும் தீவிரப் படுத்தும் என்று தோன்றுகிறது. இதில் சொல்லப்படும் பரலியாறு உண்மையில் எது? மேக்கூரில் கட்டப்பட்ட அணை எதன் புனைவடிவம்? நீரில் மூழ்கிக் காணாமற்போன குழுமணி கிராமத்தின் உண்மைப் பெயர் என்ன? வாசித்து முடித்த பின்னும் மனதில் எதிரொலிக்கும் இந்தக் கேள்விகள் நாவலின் இலக்கிய வாழ் நாளை நீட்டிக்கின்றன. எழுதப்பட்ட காலத்தில் வேர் பிடித்து நின்று பிந்தைய காலத்தில் விழுதுகளை ஊன்றுவது செவ்வியல் நாவலின் இயல்பு. அதன் சான்று க.சுப்பிரமணியனின் *வேரும் விழுதும்*.

கோயம்புத்தூர்
15 ஜூன் 2023 **சுகுமாரன்**

பீடிகை
புதிர்

அந்த ஆற்றுக்கும் மரத்திற்கும் இருந்த தொடர்பு எந்த மனிதனுக்கும் தெரியாது. அவர்களின் பாஷையே தனி. வருடத்தில் மூன்று மாதம் ஆறு மணற் பரப்புதான். மரம் இலையை உதிர்த்து ஏக்கமாக நதியின் வரவை நோக்கித் தவங் கிடக்கும். வெள்ளம் வருவதற்குமுன் மரத்தில் புள்ளினங்கள் இசை பாடும். மரம் உள்ளம் பூரித்துப் பூத்துக் குலுங்கும் அப்பொழுதுதான்.

"வந்து விட்டாயா? மனம் புழுங்கி, கண்கள் பூத்து விட்டன உன் வரவை எதிர் நோக்கி" — மரம்.

"மனிதர்கள் போலப் பேசுகிறாயே! வருவதற்கோர் காலம், வளர்வதற்கோர் காலம், மறைவதற்கோர் காலம்" – நதி.

"ஆரம்பித்து விட்டாயா உன் பேச்சை? இத்தனை நாட்கள் கேட்காமல் எப்படியோ இருந்தது" – மரம்.

எங்கிருந்தோ திரட்டிவந்த திரவியங்களையெல்லாம் காணிக்கையாக மரத்தின் காலடியில் கொட்டும் நதி. மரத்தின் கிளைகள் நதியைத் தொட்டுக் கொண்டிருந்தன.

மௌனம்.

ஆயிரம் ஆயிரம் ஆண்டுகளாக அந்த கிராமத்துப் பரம் பரைகளைக் கவனித்திருக்கின்றன அந்த இரண்டுமாக.

மௌனத்தைக் கலைத்தது எங்கோ கிளம்பிய அழுகுரல்.

"யார் அழுவது? ஏதோ கேட்ட குரலாக இருக்கிறதே!" – நதி.

"மறந்து விட்டாயா மூன்று மாதத்திற்குள்? வருடக் கணக்காக என்னைச் சுற்றிச் சுற்றிச் சுற்றிக் குழந்தைக்காகப் பிரார்த்தனை செய்தாளே அவள் தான்" – மரம்.

ஏன்?"

"குழந்தை தவறிவிட்டது."

"கஷ்டம்தான்."

நதி மரத்தைச் சற்று கூர்ந்து கவனித்தது.

"எங்கே? உன் வலப்புறம் எப்படியோ இருக்கிறதே!" – நதி.

"அதுவா? போன மாதம் புயல் ஒன்று அடித்ததே ஞாபகம் இருக்கிறதா?"

"நான் மைசூரில் இருந்தேன். அப்பா! ஒரு நிமிஷம் என் ஓட்டத்தையே நிறுத்திவிட்டது."

"அதன் அருள் தான்."

"மிகவும் வலித்திருக்குமே!"

"வலியா? காலத்தில் அழுந்தியிருந்தால்தானே வலியெல்லாம்! அதைத் தாண்டிவிட்டால்?" – மரம்.

"என்னைச் சொன்னாயே, உனக்கே இந்தப் பைத்தியம் பிடித்துவிட்டதா?"

மீண்டும் மௌனம்.

"அதோ அங்கு ஜபித்துக் கொண்டிருக்கிறானே அவன் யாரென்று தெரிகிறதா?" – மரம்.

'மூசுடன் அல்லவா? இப்படிக் கிளம்பிவிட்டானா?'

'அண்ணனையும் தம்பிகளையும் மோசம் செய்து அத்தனை சொத்து சேர்த்தானே, எல்லாம் புயலில் போய் விட்டன.'

அதன்பின் இப்படி ஆரம்பித்துவிட்டானா?

"மனிதன் போலப் பேசுகிறாய். போன வருடம் ஓடின ஆறுதானா நீ? என்னையே பாரேன். அத்தனை இலைகளையும் உதிர்த்தேன். இப்பொழுது தரிக்கும் அத்தனையும் புதிது."

"அழிவு! அழிவு!! அழிவு!!! அழிவிற்கோர் எல்லை யில்லையா?"

"அழிவிற்கோர் எல்லையுண்டாயின் அதுவும் அழிவு. அழிவு அழிவே! அழிவே ஆக்கம்! ஆக்கமே அழிவு!"

"என் மனத்தை கலங்க அடிக்கிறாயே?"

"உன்னையே மக்களுக்கு ஈந்துவிடும் நீயா இப்படிப் பேசுகிறாய்?"

"காலத்திற்கப்பால் நிற்கும் அன்னையை அடையவே அப்படிச் செய்கிறேன்."

"ஊம், அதைத்தான் சொல்கிறேன்."

"பாலிகை வளர்க்கிறார்களே, அதை ஞாபகப் படுத்துகிறாயே!"

"நன்றாகச் சொல்கிறாய். வாழ்க்கைச் செடியைக் காலத்திலே வளர்த்து, அதை உன் போன்று காலத்திலே ஓடும் காலமற்ற ஆற்றில் கரைத்துவிட வேண்டும். இன்பமும் இல்லை; துன்பமும் இல்லை. வேர் இல்லையானால் விழுதும் இல்லை."

"எனக்கு ஒன்றும் விளங்கவில்லை."

"உனக்கு ஒன்றும் விளங்க வேண்டியது கிடையாது. நீயே அதற்கு ஒரு எடுத்துக்காட்டு."

மீண்டும் மௌனம்.

அன்று மாலை அண்டமே ஆடுவதுபோல் இருந்தது. நாம் நிற்கும் பூமி ஸ்திரமானது, சாஸ்வதமானது என்று எண்ணுகிறோமே அது பொய். பூகம்பம்தான்! வீடுகள் இடிந்தன. மதில்கள் மண்ணாயின. இடிந்த வீடுகளிலிருந்து காப்பாற்றின சொத்து லாபம் என்று ஜனங்கள் விரைந்து கொண்டிருந்தனர்.

அடுத்த நாள் காலை நதியின் போக்கு மாறிவிட்டது. என்று தெரியவந்தது. மரம் இருந்த இடத்தில் செக்கு போல் கட்டை ஒன்று நின்றது. அத்தனை கிளைகளையும் ஆறு

அடித்துக்கொண்டு போயிருந்தது. நதி கட்டையைச் சுற்றி முழங்கால் ஆழத்தில் ஓடிக்கொண்டிருந்தது.

ஐயனின் திருவிளையாடல்; அவருடைய சீற்றத்திலும் லிங்கம் உண்டாகியிருக்கிறது! என்றார்யாரோ ஒரு பக்தர்.

கோவில் எழுப்ப வேண்டும் என்று எத்தனையோ முயற்சிகள். அத்தனையையும் ஆறு அடித்துக் கொண்டு ஓடியது.

அது மக்களுக்குப் புதிராக இருந்தது.

நதி மரத்தைச் சுற்றி வலம் வந்து கொண்டிருந்தது. மரம் நதியில் ஆழ்ந்திருந்தது.

அவற்றின் சேர்க்கைப் புதிரை யாரும் அறிந்ததாகத் தெரியவில்லை.

காலத்தின் சின்னம் கட்டை. அது காலமற்ற நதியில் ஆழ்ந்திருந்தது. அப்பொழுது அவை பேசவில்லை; பேச்சைத் தாண்டி விட்டன. சங்கமத்தின் மயக்கத்தில் பேச்சென்ன செய்யும்?

முதல் பாகம்

1

நான் கிராமத்தில் பிறந்தவன் அல்ல. கிராம வாழ்க்கையின் இனிமையைப் பற்றி ஆசிரியர்கள் எழுதுவதெல்லாம் மிகைப்படுத்தப்பட்ட பொய்கள் என்று சொல்ல மாட்டேன். ஆனால், அவை உண்மையாய் இருக்குமா என்ற சந்தேகம் எப்பொழுதும் எனக்குண்டு. ஒரு சிறு நகரத்தில் வாழ்ந்தவன் நான். யந்திரத்துடன் பழகிப் பழகி மனித வாழ்க்கையும் யந்திரமாவதை நான் அறிவேன். ஆனால், மனிதனாகப் பிறந்தபின் இம்மாதிரி வாழ்க்கைச் சுழலிலிருந்து தப்ப முயல்வது சரியா? – என்ற கேள்விக்கு இன்றுவரை எனக்குப் பதில் கிடைக்கவில்லை. பதிலுக்காக நான் தவமும் கிடக்கவில்லை. அறிவு என்பது கேள்வியில்தானே பிறக்கிறது; கேள்வியைத் தாண்டிய அறிவு இருக்கிறதா? அது மனிதனால் அடையக் கூடியதா?

மனித வாழ்க்கை யந்திரமாகிறது. அவசர அவசரமாகக் காலையில் எழுந்திருக்க வேண்டியிருக்கிறது. அதன்பின் காலைக் கடன். கை தன்னால் டூத் பிரஷை நாடுகிறது. யாரோ எங்கோ கதவைத் தட்டுகிறார்கள்; ஆமாம், பால்காரன். அவன் போனவுடன் காப்பி தானே தயாராகிவிடுகிறது. அதற்கப்புறம் முகக்ஷவரம்; கண்ணாடி, முகத்தில் ஊசலாடும் கவலையைப் பிரதிபலிக்கிறது. முதலில் தெரிகிற பிம்பம் நான் தான், ஐயமில்லை. ஆனால், சற்றுக் கூர்ந்து கவனித்தால் அது எங்கோ எப்பொழுதோ கண்ட – மனதிற்குப் பிடிக்காத உருவமாக இருக்கிறது. அதோ இடது கன்னத்தில் இரண்டு

மூன்று பருக்கள்; விரலினால் அழுத்தினால் சற்றே வலி; நகத்தினால் கிள்ளிவிட்டால் சீழ் பிடித்து விடுமோ என்ற பயம். ஆனால் அழகைக் கெடுக்கும் பருவை எப்படி சும்மா விடுவது? ஆபீஸில்...... வரப்போகிறார். பார்ப்பதற்குச் சற்று லக்ஷணமாக இருக்க வேண்டாமா? எத்தனையோ விஞ்ஞான முன்னேற்றம் என்று பீத்திக்கொள்கிறார்களே, இந்தப் பருக்களுக்கு ஒரு மருந்து கிடையாதா? அதோ வலது புறம் இரண்டு நரை மயிர்கள். நரை என்றால் திடுக்கென்று இருக்கிறதல்லவா? கல்லூரியில் படிக்கும் நாட்களில் கட்டை மயிர் தலையில் கரேலென்று இருந்தது. காலம் செல்லச்செல்ல மயிர் நெற்றியின் மேலேமேலே பின்வாங்குகிறது. காலத்தின் போராட்டம் மனிதனின் தலையிலா நடக்கிறது? அந்தப் போராட்டத்தில் அழிவது அவனுடைய தலை மயிரா? என்னதான் மனோதிடம் இருந்தாலும், நரை மயிர் மனத்தைக் கலக்கி விடுகிறது. அந்த இரண்டு நரை இழைகளைப் பிடுங்கிவிட வேண்டும்.

மீண்டும் யாரோ கதவை இடிக்கிறார்கள்; ஆமாம், கறி காய்க்காரன். மாடியிலிருந்து அந்தப் பாட்டி மெதுவாகக் கீழே இறங்கி வரவேண்டும். அரை மணி நேரமாவது அவனுடன் வாதாடி விலை பேச வேண்டும். என் நினைவில் அந்தப் பாட்டி காய்கறிக்காரனுடன் பேரம் பேசுவதைத் தவிர வேறு ஒன்றையும் செய்தறியேன். நடு ராத்திரியில் பாட்டிக்குத் தூக்கம் கிடையாது. எழுத்து எழுத்தாகக் கூட்டிக் கூட்டித் தப்பும் தவறுமாக சமஸ்கிருதத்தில் ராமாயணம் படிக்கிறாள். யமன் எல்லோருடைய வாயிலிலும் தான் காத்திருக்கிறான். ஆனால், நம் வாழ்வை வகுப்பதில் யமன் இருப்பதை எடுத்துக் கொள்வது கிடையாது. அவனை அதில் சேர்த்தால் வாழ்க்கை ஏது? அந்த யமனும்கூடப் பரிதாபத்துடன் பாட்டி தன் பேரத்தை முடித்து விடட்டும் என்று அரை மணி அதிகமாகப் பாட்டிக்கு ஆயுளைக் கொடுத்தால் நான் ஆச்சரியப்பட மாட்டேன்.

முகக்ஷவரம் முடிந்தது; பாட்டியின் பேரமும் முடிந்தது. காலைப் பேப்பர் தானாகவே கையில் ஏறுகிறது. வடக்கில் அதே சண்டை; தெற்கில் அதே போராட்டம்; ஐக்ய நாட்டு சபையில் யாரோ யாரையோ குறை கூறுகிறார்கள், யாரோ அதற்கு எதிர் சவால் விடுகிறார்கள். எல்லாம் எங்கோ எப்பொழுதோ முன்பே நடந்தது போலத் தோன்றுகிறது. பேபரின் நடுவில் தெருவில்

போகும் சினிமா வண்டியின் சப்தம் கேட்கிறது. எத்தனை காலம் ஓடினாலும், அந்த சினிமா பேண்ட் மட்டும் மாறுவதே கிடையாது. சிறு பையன்கள் நோட்டீஸுக்காக அதன்பின் ஓடுகிறார்கள். ஒரு பையன் இரண்டு நோட்டீஸ் வாங்கிவிட்டதை மகிழ்வுடன் மற்றவனிடம் காட்டுகிறான். நோட்டீஸே வாங்காத ஒருவனை அவன் தாய் சமாதானப்படுத்துகிறாள். வளர்ந்து விட்டோம் என்று இறுமாந்தாலும், கண்ணை மூடினால் ஆண்டுகளுக்கு முன் சினிமா வண்டியின் பின்னால் ஓடினது ஞாபகத்திற்கு வருகிறது.

அடுத்த வீட்டில் தாத்தாவின் "பழைய" கடிகாரம் எட்டு அடிக்கிறது. அடுத்த வீட்டுத் தாத்தா கடிகாரத்தைக் கண்ணின் மணி போலக் காப்பாற்றுகிறார். முதல் உலக யுத்தத்தில் எங்கோ அந்நிய நாட்டில் சண்டையிட்ட படையுடன் இருந்தவர் அவர். எவனோ அங்கு பிடித்த நண்பனின் பரிசாம் அது. தாத்தாவைக் குஷிப்படுத்த வேண்டும் என்றால் கடிகாரத்தைப் பற்றிப் பேச ஆரம்பித்துவிட்டால் போதும். "நாற்பது ஆண்டுகளுக்கு மேல் ஆகியும் ஒரு ரிப்பேர் கிடையாது; ஒரு நிமிஷம் தவறுவது கிடையாது" என்பது அவருடைய பெருமை. சில சமயம் கடிகார ரிப்பேர் ஆசாமி வருவது அதைச் சுத்தம் செய்யத்தான்; ரிப்பேருக்காக அல்ல! தாத்தாவின் பெருமை அத்தனையும் அந்த கடிகாரத்தில் இருந்தால் அதை நாம் ஏன் குறை சொல்ல வேண்டும்? என்னைப் பொறுத்தவரையில் அந்தக் கடிகாரத்தின் எட்டுமணி ஒலிப்புக்கு என்றைக்கும் நான் நன்றி கூறுவேன். அந்த நன்றியில் தாத்தாவின் "1918-க்குப் பிறகு கடிகாரத் தொழில் முன்னேற்றம் அடையவில்லை" என்ற பேச்சை நாம் ஆமோதிக்க வேண்டும் என்று கிடையாது.

மணி எட்டாகிவிட்டதா? அதோ கோடி வீட்டிலிருந்து அந்தப் பெண் கிளம்பி விட்டாள். அவளுடைய நடையே தனி; யாரோ பின்னிருந்து தள்ளுவது போல அவளுக்குப் பிரமை; பாதி நடை, பாதி ஓட்டம். சில நாள் இரட்டைப் பின்னல்; சில நாள் ஒற்றைப் பின்னல். ஒரு காலத்தில் இரட்டைப் பின்னல் எனக்குப் பிடித்திருந்தது. அதற்காகவே ஒருத்தியைக் காதலிக்க இருந்தேன். இப்பொழுது நினைத்தால் எவ்வளவு மூடத்தனமாக இருக்கிறது! "வயதான பிறகும் சிறு குழந்தைகள் போல் என்ன இரட்டைப் பின்னல்?" என்ற முடிவுக்கு வந்திருக்கிறேன். கோடி

வீட்டுப் பெண் கங்காருவை ஞாபகப்படுத்துகிறாள். சில நாள் அவளை அழகானவள் என்றும் நினைத்திருக்கிறேன். அவள் ஏன் என்னைச் சில சமயம் ஓரக்கண்ணால் ஒரு விதமாகப் பார்க்கிறாள்? என்னை நேசிக்கிறாளா? சீ! என்ன எண்ணம்! அவளும் என்னைக் கோவேறு கழுதை என்றோ கழுதைப் புலி என்றோ எண்ணி அப்படிப் பார்க்கலாம்.

பேப்பரை முடிப்பதற்கும் மாடி வீட்டுக் குழந்தை 'வீர்' என்று அழுவதற்கும் சரியாக இருக்கும். அந்தக் குழந்தையை நான் அடிக்கடி பார்க்கிறேன். சதையற்று மிகவும் பரிதாபமான உருவம். பரிதாபத்தில் எத்தனையோ முறை அதன் தந்தை யிடம் 'ஏதாவது மருந்துகள் கொடுக்கக் கூடாதா' என்று கேட்டிருக்கிறேன். அப்படிப்பட்ட உருவம் படைத்த குழந்தையா இப்படி அழுகிறது என்பதை எண்ண முடியவில்லை. ஆச்சரியமாக இருக்கிறது. குழந்தை அழுதால் பாட்டி என்ன செய்கிறாள் என்று எனக்குத் தெரியாது. அவர் மனைவியை எங்கிருந்தோ சப்தத்துடன் கூப்பிட்டுக் குழந்தையைக் கவனிக்கச் சொல்வார். தாயின் குரல் சமையல் அறையிலிருந்து ஒலிக்கும்: "அது அழட்டும்; அரைமணி நேரம் எனக்கு அதிக காரியம் இருக்கு. நீங்கள் ஆபீஸுக்குப் போக வேண்டாமா? பாட்டியின் காலை ஜபம் இன்னும் பதினைந்து நிமிஷத்தில் ஆரம்பித்துவிடும். குழந்தையின் வீறல், பாட்டியின் ஜபம், அவருடைய சப்தம், மாமியின் பதில் இவையெல்லாம் சேர்ந்து ஒரு போர்க்களத்தை ஞாபகப் படுத்தும். ஆனால் எட்டரை மணி அடிப்பதற்குள் எல்லாம் நிசப்தம். போர் முடிந்து விட்டதா? குழந்தை எப்படி மௌனமானது? அது தூங்கிவிட்டதா? அல்லது அதன் கழுத்தை திருகிக் கொன்றுவிட்டார்களா? என்று எனக்குத் தெரியாது.

எட்டரை ஆனால் சில நாள் குடுகுடுப்பாண்டியின் சப்தம் வெளியில் கேட்கும். இந்தக் குடுகுடுப்பாண்டியின் வம்சம் எங்கிருந்து தோன்றுகிறது? ஊரில் கிடைத்த பழைய வர்ணத் துணிகளையெல்லாம் அணிந்துவரும் இந்த மனிதர்களுக்கு அபூர்வ சக்தியுண்டு என்று சிறு வயதில் நான் பயந்து ஒடுங்கியிருக்கிறேன். நாளாக நாளாகத்தானே வேஷமெல்லாம் தெரிகிறது! வழக்கமாக ஒருவன் வருவ

துண்டு. மூக்கில் பெரிய மச்சம்; அதிர்ஷ்டம் என்று அடுத்த வீட்டு பாபு சொன்னான். அதில் முழு நம்பிக்கை எனக்கு. பல நாட்களுக்குப் பிறகு அதே குடுகுடுப்பாண்டியை சாதாரண உடையில் கடை வீதியில் பார்த்தேன். ஆமாம்! சந்தேகம் கிடையாது; அதே ஆள், அதே மச்சம். குடு குடுப்பாண்டியும் சாதாரண மனிதன் தானா? அன்றிலிருந்து அவர்களைப் பற்றிய பயம் விட்டது. இப்பொழுதெல்லாம் ஏதோ பிச்சைக்காரக் கூட்டத்தைச் சேர்ந்தவர் என்று திண்ணம். "வேஷம் போட்டுப் பிழைக்கிறார்கள்" என்று மனது கண்டிக்கிறது. "எல்லோருமே வேஷம் போட்டுத் தானே பிழைக்கிறோம். இதில் என்ன ஏற்றத் தாழ்வு?" என்றும் நினைக்கிறது சில சமயம். ஆனாலும் குடுகுடுப்பையைக் காணாத சிறுவன் வாழ்வின் ஒரு பகுதியை அனுபவிக்கவில்லை. வருகுது... வருகுது... நல்ல காலம்...." அதோ அடுத்த வீட்டில் அவன் குரல் ஒலிக்கிறது.

சில நாட்கள் குடுகுடுப்பைக்குப் போட்டியாக சாமி மாட்டு ஆசாமி வருகிறான். இன்றைக்கு அவனைக் காணவில்லை. சிறு சாமி மாடு, அது வளர்வதே கிடையாது! நினைவு தெரிந்த நாட்களாக அதே குள்ள மாடுதான். மாட்டின் கழுத்தைச் சுற்றிலும் சலங்கை மாலைகள், வெறுங்கந்தைத் துணிகள். ஒடுங்கி, தாடை யொட்டிய அந்த ஆசாமியின் கழுத்திலிருந்து தம்பட்டம் தொங்குகிறது.

"சாமிக்கு நல்ல காலம் வருகுதா?"

"சாமிக்கு லக்ஷ்மி கடாக்ஷம் பெருகுதா?"

".................................."

எல்லாம் நல்ல எண்ணத்துடன் கேட்கும் கேள்விகள் தான். எல்லாக் கேள்விகளுக்கும் பதில் 'ஆமாம்'. அந்த மாடு யாரைப் பற்றியாவது கெட்டது சொல்லியிருக்கிறதா என்று யார் சொல்லியும் நான் கேட்டதில்லை. ஆனால் "சாமி மாடு" அல்லவா அது? யாரைப் பற்றியாவது அதனால் தீமையாக நினைக்க முடியுமா? உண்மையான கடவுள் மனிதனை நோவிலும் சாவிலும் வாட்டுகிறார். மனிதனைப் பற்றிச் சற்றாவது கவலைப் படுவது போலத் தெரியவில்லை. ஆனால் அந்த சாமியின் தூதர்கள் மனிதனுக்கு நன்மையைத் தவிர

க. சுப்ரமணியன் ● 17

வேறு எதையும் விரும்புவது கிடையாது என்பது நம் கருத்து. சாமிதான் தவறுகிறாரா? அல்லது சாமியின் தூதர்களைப்பற்றிய எண்ணத்தில் நாம்தான் தவறுகிறோமா? பள்ளியில் படித்த போது, 'இங்கிலாந்தில் சாமி மாடு உண்டா?' என்று நினைப்பது உண்டு. நாம் வளர வளர சாமி மாட்டைப் பற்றி நினைக்க நேரம் எங்கே இருக்கிறது?

ஒன்பது மணி அடிப்பதற்குள் நான் குளித்துத் தயாராகி விடுகிறேன். கதவைத் திறந்து வெளியில் போவதற்குள் கான்வென்ட்' பஸ் தெருவில் விரைவது தெரிகிறது. நீல கௌனும் சிவப்பு நாடாவும் அணிந்த ஐம்பது சிறுமிகள் அதில் அடைந்திருக்கிறார்கள். அவர்களின் முகத்தையும், சிரிப்பையும், கொட்டத்தையும் பார்த்தால் அவர்கள் கவலையென்றால் என்ன என்று எள்ளளவும் அறியாதவர்கள் என்று தெரிகிறது. ஆனால், சிறு வயதிலேயே குழந்தைகளுக்கு கவலை என்ற பேய் ஏன் பரிட்சயமாக வேண்டும்? நம் மனம் மற்றவருக்கு எப்போதும் நன்மையையே விரும்புகிறது. ஆனால், ஏழ்மையிலும் கவலையிலும் ஊறின உள்ளம் அவ்வளவு சுலபமாக சீக்கிரமாக மற்றவரின் சந்தோஷத்தை ரசிப்பதில்லை. உலகமே சிரித்துக் கொண்டு பளபளப்புடன் கான்வென்ட் பஸ்ஸில் ஏதோ அறியாத சுவர்க்கத்திற்குச் செல்வதை நான் விரும்பாமல் இல்லை. ஆனால், அறிவு என்ற பொருள் இந்த மாயையைத் தாக்கி விடுகிறது. நம் குழந்தைகளைத் தவறான அல்லது பொய்யான சுவர்க்கத்தில் வளர்த்து திடீரென்று ஏதோ நரகத்தில் தள்ளுவது அவ்வளவு சரியாகப் படவில்லை. உலகத்தை நாம் சுவர்க்கம் என்றும் சொல்ல வேண்டாம்; நரகம் என்றும் எண்ண வேண்டாம். அதை உலகம் என்றே எடுத்துக் கொள்ளலாம். அந்த உலகத்திலும் நமக்காகப் படைக்கப்பட்ட சில அழகான பொருட்களைக் கண்டு ஆனந்திக்கலாம். அதோ காலையில் தெரு முழுவதும் மழை பெய்தது போல பனிநீர் அடங்கியிருக்கிறது. அடுத்த வீட்டின் வெந்நீர் பாய்லரிலிருந்து கிளம்பிய சுருள் சுருளான புகை தயக்கத்துடன் மேலே மேலே சென்று எங்கோ மறைகிறது. தெருவில் தந்திக் கம்பிகளில் காகங்கள் பள்ளிக்கூடம் போடுகின்றன. சில காகங்கள் மூக்கைக் கூர்மைப் படுத்திக் கொள்கின்றன. தாழ்வாரத்தில் குருவிகளின் கோலாகலம். வானம் மேகங்களை இங்கும் அங்கும் வீசி வர்ண

வித்தை காட்டுகிறது. இயற்கையென்றால் சுவிட்சர்லாந்து என்று காட்டும் கான்வென்ட் நம் குழந்தைகளின் மனத்தை விஷப்படுத்தி விரயமாக்குகிறது. அதை நினைத்தால்தான் மனம் நொந்து போகிறது. உலகின் உண்மை நிலையை எடுத்துக் காட்டி மக்களுக்கு வழிகாட்டினால் அந்தக் கல்வி நிலைக்கும்.

வீதியின் கோடியில் ஒரு முனிசிபல் இலவசப் பள்ளி இருக்கிறது. கான்வென்ட் பஸ் போனவுடன் ஆபீஸுக்கு அந்த வழியாகத்தான் நான் போக வேண்டும். ஏழைக் குழந்தைகள் தகர ஸ்லேட்டுகளில் முகத்தை அழுத்திக் கொண்டு செல்வதைக் காணலாம். கான்வென்டின் நீல யூனிபாரம் எத்தனை பொய் என்பது இந்தக் கட்டாயக் கல்விக் குழந்தைகளைக் கண்டால் தெரிந்து கொள்ளலாம். முக்காலும் அழுக்கான, கிழிந்த, தைக்கப்பட்ட சட்டைகள் நடுநடுவில் நல்ல சட்டைக் குழந்தைகள் இல்லாமல் இல்லை. தலையிலிருந்து வழியும் எண்ணெய் சட்டையில் வழிகிறது. ஆரோக்யம் என்றால் என்ன என்று அறியாத பஞ்சை உடல்கள். பழைய பை நலிந்த தோள்களிலிருந்து தொங்குகிறது. ஏதோ நரகத்திற்கு உந்தப்பட்டுச் செல்வது போன்ற நடை. பல சிறுவர்கள் நடக்கும்போதே, ஏதோ எழுதுகிறார்கள். சில அழும் குழந்தைகளை அதன் தாய்மார்கள் இழுத்துக் கொண்டு போகிறார்கள். அந்தக் குழந்தைகளுக்கு அழுகிறோமே என்ற வெட்கம் ஒரு புறம்; ஆனால் தங்கள் தாயுடன் செல்கிறோமே என்ற பெருமை மறு புறம். கட்டாயக் கல்வி வந்தால் மந்திரவாதியின் கைத் தடிபோல் எதையும் உருவமாற்றிவிடும் என்று எண்ணுகிறோமே அந்த உருவமாற்றத்தில் எத்தனை துன்பம் அடங்கியிருக்கிறது என்று எத்தனை படித்த மனிதர்கள் அறிவார்கள்? எல்லாக் குழந்தைகளும் கான்வென்ட் பஸ்ஸில் போக வேண்டும் என்று நான் எண்ணுவது கிடையாது. ஆனால் இந்த எண்ணெய் வழியும் குழந்தைக் கூட்டம் சிரிப்புடன் சுத்த சட்டையுடன் பள்ளிக்கு ஓட வேண்டும் என்று என் மனம் தினம் ஏங்குகிறது. அந்த நிலை, உலகமே கான்வென்ட் பஸ்ஸில் போகிறது என்ற பொய் நினைப்புத் தொலைந்தால்தான் வரும்.

ஏதோ பேசிக்கொண்டு போகிறேனே! முனிசிபல் பள்ளியைத் தாண்டினவுடன் மூலையில் உட்கார்ந்து வியாபாரம் செய்யும் கிழவியை மறக்க முடியுமா? அரைப்படி கடலையும்

பட்டாணியும் சில நசிந்துபோன மிட்டாய்களுமே அவள் முதல். அதே வளைந்த முதுகுடன் நீட்டிய காலுடன் ஆண்டு ஆண்டுகளாக அங்கு கடை நடத்துகிறாள். அவள் நின்றோ நடந்தோ நான் பார்த்தது கிடையாது. எட்டணா மதிப்புடைய சரக்குகளை அவள் குழந்தைகளுக்கு விற்று என்ன லாபம் சம்பாதிக்கிறாள், எப்படி வயிற்றைக் கழுவுகிறாள் என்று நான் வியந்தது உண்டு. வியப்பதற்கு என்ன இருக்கிறது என்ற எண்ணம் ஒரு புறம்; வியப்பதற்குத்தான் முடிவு உண்டா என்ற எண்ணம் மறு புறம். அதோ நாக்கிலும் கன்னங்களிலும் ஊசியைக் குத்திக் கொண்டு உடம்பு முழுவதிலும் சாம்பலைப் பூசி அரை நிர்வாணமாகக் காவடி எடுத்துப் பிழைக்கிறானே அவனைக் கண்டு வியப்பதா? அதோ அருவருப்பு தரக்கூடிய மலைப் பாம்பை மாலையாக அணிந்து காலணாவையும் அரையணாவையும் எதிர்நோக்கும் அவனைக் கண்டு வியப்பதா? அல்லது, குரங்கையோ கரடியையோ பழக்கி வித்தை காட்டிக் கைநீட்டும் இத்தனை வியப்புகளும் நான் பஸ் நிலையத்தை அடைவதற்குள் மனத்தில் தோன்றுகின்றன.

2

வீட்டிலிருந்து என் அலுவலகம் மூன்று மைல் தூரத்தில் இருக்கிறது. ஒரு பர்லாங்கு தூரத்தில் உள்ள பால் நிலையத்தில் பஸ்ஸைப் பிடித்தால், நேரே ஆபீஸின் வாசலிலேயே விட்டு விடுகிறது. ஒன்பது மணிக்குக் கிளம்பும் அந்த பஸ்ஸில் தினமும் ஏறக்குறைய அதே முகங்களைக் காணலாம். யானைக்காது ஆசாமி முதல் சீட்டில் இருக்கிறார். அவருடைய வழக்கமான இடம் அது. பஸ் கிளம்புவதற்குள் வெற்றிலைப் பெட்டியைத் திறந்துவிடுவார். அவருக்கு அடுத்த சீட்டில் சொட்டைத் தலை ஆசாமி; அவருக்கு வயது ஒன்றும் அதிகமாக இருக்காது. ஏதாவது வியாதியில் திடீரென்று சொட்டை விழுந்திருக்க வேண்டும். அந்தச் சொட்டையினாலோ என்னமோ அவர் எதிலும் எல்லோருக்கும் தாழ்ந்து போய் விடுகிறார். அடுத்த மூலையில் பாலிட்டிக்ஸ் புலி' சிம்மாசனம்; அவர் பலமாக ரஷியாவையோ அமெரிக்காவையோ கண்டித்துப் பேசினால், அவரை எதிர்த்துப் பேச யாரும் தைரியமாக முன்வருவது கிடையாது. வழக்கமான இரண்டு மூன்று கல்லூரி மாணவர்கள். பெண்களுக்கான சீட்டில் ஒரு கௌன் அணிந்த ஆங்கிலோ இந்திய வயதான மாது. சில நாள் கோடி வீட்டுப் பெண் அவசர அவசரமாக ஓடிவந்து ஏறுவாள். அவளைக் கண்டதும் கல்லூரி இளைஞர்கள் ஏதாவது ஊரில் ஓடும் சினிமாவைப் பற்றி ஆங்கிலத்தில் பேச ஆரம்பித்து விடுவார்கள் – மற்றவர் காதில் விழும்படி சப்தமாக.

வாழ்க்கையில் அநேகமாக அதே முகங்களைத்தான் திரும்பத் திரும்பக் காண்கிறோம்! அதே காரியத்தைத்தான்

மீண்டும் மீண்டும் செய்கிறோம். ஆனால், அப்படிப் பார்க்கும் போதோ, காரியத்தில் இறங்கும்போதோ நாம் அலுத்துப் போவது கிடையாது. ஒரு மூலையில் உட்கார்ந்து அவற்றைப் பற்றி நினைத்தால்தான் அலுப்புத் தட்டுகிறது.

பதினைந்து நிமிடத்தில் பஸ் என் ஆபீஸை அடைந்து விடுகிறது. பழைய செங்கல் கட்டிடம். அரசாங்கத்தின் மராமத்து இலாகா மற்ற எல்லா இலாகாவுக்கும் கட்டிடம் கட்டுகிறது. ஆனால், அந்த இலாகாவே பல சமயங்களில் பல இடங்களில் பழைய கட்டிடங்களில் இருக்க வேண்டிய நிலை ஏற்படுகிறது. அதிலும் அணைக்கட்டு இலாகாவை யார் கவனிக்கப் போகிறார்கள்? ஆமாம்! நான் மராமத்து இலாகாவில் அணைக்கட்டுப் பிரிவில் பணிபுரிகிறேன். என் பாட்டி உயிருடன் இருந்த வரையில் தன்னுடைய பேரன் கவர்ன்மென்டில் பெரிய எஞ்சினியர் என்று தம்பட்டம் அடித்து வந்தாள். நான் எஞ்சினியர்தான்; அதில் தவறு கிடையாது; ஆனால், பெரிய புள்ளி அல்ல. ஏதோ ஒரு சிறு பிரிவுக்குப் பொறுப்பாளி, அவ்வளவுதான். என் மனப் போக்கின் காரணமோ, அல்லது என் திறமையின்மையின் காரணமோ எனக்குத் தெரியாது. என்னுடன் சேர்ந்த பலர் உத்தியோக ஏணியில் உயரே சென்றுவிட்டார்கள். நான் கீழ்ப் படியிலேயே தங்கிவிட்டேன். கீழ்ப்படியில் கிடக்கிறேன் என்ற வருத்தமோ, மேலே செல்ல முடியவில்லையே என்ற ஆதங்கமோ இருப்பதாகச் சொல்ல மாட்டேன். மேலே செல்ல வேண்டும் என்ற ஆசையே இருக்கிறதா என்று என்னால் திண்ணமாகச் சொல்ல முடிவதில்லை. என் வேலையை மற்றவர் குறை சொல்ல முடியாதபடி செயலாற்றும் திறமை எனக்கு உண்டு.

ஆபீஸில் உள்ளே நுழைந்தவுடன் அங்கு இருந்த கூட்டத்தையும் பரபரப்பையும் கண்டு சற்று அசந்து விட்டேன். இரண்டு மூன்று வில்லைச் சேவகர்கள் இடை கழியில் தவம் கிடந்தார்கள். முன் அமைந்த அறையில் தலைமைக் குமாஸ்தா மற்ற குமாஸ்தாக்களுடன் தாழ்குரலில் பேசிக் கொண்டிருந்தார். ஒரு அலுவலகமும் ஒரு வீட்டைப் போல அதன் காற்றசைவின் மாறுதலிலிருந்தே அங்கு என்ன நடக்கிறது என்று ஊகிக்கலாம்.

நான் என் அறையில் அமர்வதற்குள் ஸூபரின்டென்டிங் எஞ்சினியரின் (என் மேல் அதிகாரி) பியூன் என்முன் நின்று சலாம் செய்தான்.

"உங்களைக் கூப்பிடுகிறார், சார்!"

அவருடைய அறைக்கு விரைந்தேன்.

"உங்களை நேற்று இரவே கூப்பிடலாம் என்று இருந்தேன். வேண்டாம் என்று இருந்துவிட்டேன். சீப் எஞ்சினியர் நம் ஊருக்குத் திடீரென்று விஜயம் செய்திருக்கிறார். நாளைக்கு மராமத்து மந்திரியும் வருகிறாராம். ஒரு முக்கியமான மீட்டிங் நடக்க வேண்டியிருக்கிறது. அதனால் உங்களுடைய, என்னுடைய வேலை உயரலாம். நீங்கள் கஷ்டத்தைப் பொருட்படுத்தக் கூடாது" என்றார்.

"என் வேலையைச் செய்ய எனக்கு என்ன கஷ்டம்?" என்றேன் பணிவுடன்.

"நம்முடைய அதிகார வரம்பில் பரலியாறு ஓடுகிறதல்லவா? அதில் அணை ஒன்று கட்ட வேண்டுமாம். அதற்கு நீங்கள் தகுந்த விஷயங்களைத் தயார் செய்ய வேண்டும். நாளை பகல் இரண்டு மணிக்கு மீட்டிங். எனக்கு நீங்கள் சேகரித்த விஷயங்களைக் காலை பத்துக்குள் கொடுத்தால் நல்லது; நானும் படித்து அறிந்து கொள்வேன். அதன் பின் நாம் இருவருமாக மீட்டிங்குக்குச் செல்லலாம்" என்றார் தம்முடைய வழக்கமான தோரணையுடன்.

"அப்படியே!" என்று கூறி, அந்த அறையை விட்டு நகர்ந்தேன்.

•

பரலியாற்றில் அணை! எத்தனை பழைய திட்டம் அது! பரலி பெண்களைப் போன்றது. திடீரென்று பெருக்கம்; வருடத்தில் மூன்று மாதம் மணற் பரப்பு, எங்கள் ஊருக்குத் தெற்கே நூறு மைல்களில் ஓடுகிறது. நதியின் வலப்புறம் பொன் குன்று; மலை தென்கிழக்காகப் பரவுகிறது. இடப் புறம் மான் குன்று; வடமேற்காகப் பரவுகிறது. இரண்டிற்கும் நடுவில் ஓடுகிறது பரலியாறு. நதியின் இரு கரைகளிலும் நூற்றைம்பது கிராமங்கள். பொன் குன்றும், மான் குன்றும் மேக்கூரில் தொடுவது போல் நிற்கின்றன. அரைமைல் இடை வெளி அவற்றைப் பிரிக்கிறது. அந்த இடைவெளி வழியாகத்தான் பரலி ஓடி, கடலை

க. சுப்ரமணியன் ● 23

அடைகிறது. மேக்கூரிலிருந்து நூறு மைல் தூரம் கடல். இரு குன்றுகளையும் இணைத்து ஒரு அணைகட்டினால் பரலியில் ஒரு சொட்டு நீர்கூட வீணாகாது. அந்த மலைகளுக்கு நடுவில் ஒரு பெரிய நீர்த் தேக்கம் உண்டாகிவிடும். அதனால் நதியின் இரு கரைகளிலும் அமைந்த நூற்றைம்பது கிராமங்களும் மூழ்கிவிட வேண்டும்.

பரலியாற்றில் அணை! கங்கையையும் யமுனையையும் காண முடியாத சரஸ்வதியையும் நம் வேதங்கள் புகழ்ந்து கோஷிக்கின்றன. ஆனால், பரலியைப் பற்றி நான் உள்ளூர்ப் புலவன் பாடிக்கூடக் கேட்டதில்லை. மனிதன் ஏன் சில சமயம் அப்படி நன்றி கெட்டுப் போய்விடுகிறான்? ஆனால் பரலியைப் பாடாமல் இருப்பதற்கு காரணம் இல்லாமல் போகவில்லை. அது மனிதனுக்கு உதவினாலும், பல சமயங்களில் மனிதனின் அழிவுக்கும் காரணமானது. மெய்யூரிலிருந்து மேக்கூர் வரை பத்து மைல் தூரம். இந்தப் பத்து மைலையும் பரலி ஒவ்வொரு சமயம் மனம் போன போக்கில் கடக்கும். என் நினைவிலேயே தன் போக்கை நான்கு முறைகள் மாற்றியிருக்கிறது. பல கிராமங்கள் அழிவு; ஜனங்களின் ஓட்டம். அழிவு! அழிவு!! அழிவு!!! மேக்கூரைத் தாண்டினால் அத்தனையும் ஆக்கம். ஆக்கமும் அழிவும் நதியில், அதிலும் பரலியாற்றில், புலவன் பரலியைப் பாடாமல் இருக்கலாம். ஆனால் ஜனங்கள் பதினெட்டாம் பெருக்கன்று கரையில் கூடிப் பரலியை வாழ்த்துவதை என் கண்ணால் ஒவ்வொரு ஆண்டும் காண்கிறேன். யூப்ரடீஸிலும் டைக்ரிசிலும் மனிதன் வாழ்ந்தான் என்று புதைபொருள் ஆராய்ச்சித் தாள்கள் சொல்கின்றனவே, அதைக் காண நான் அவ்விடங்களுக்குச் செல்ல வேண்டியதில்லை. ஒவ்வொரு ஆண்டும் பரலியில் காண்கிறேன். நீர்தான் வாழ்வு; நீரில்தான் வாழ்வு பிறக்கிறது. நீர்தான் அழிவு; நீரில் தான் அழிவு. எல்லாம் முடிந்தபின் மிஞ்சுவது நீரோட்டம். அந்த ஓட்டத்தில் மனிதன் வாழ்ந்த சின்னங்களைக் காணலாம். அதோ பழைய துணிகளும் உடைந்த கட்டைகளும் புது வெள்ளத்தில் மிதந்து வருகின்றனவே, தெரிகிறதா? அவைதான் மனித வாழ்வின் மிச்சம். எங்கோ விழுந்த உடல்களையும் நடுநடுவில் காணலாம். சாமக்கிரியைகளைத் தப்பிவிட்ட சடலங்கள், மனிதர்கள், மிருகங்கள்!

மேக்கூரில் அணையிட்டால் பரலியின் கொட்டம் அடங்கி விடும். மெய்யூரிலிருந்து மேக்கூர்வரை பரலி ஆறாக இருக்காது; அது ஒரு தேக்கமாகிவிடும். அத்தேக்கத்திலிருந்து வருடம் முழுவதும் சுற்றியிருக்கும் ஆயிரம் இரண்டாயிரம் கிராமங்கள் பயிருக்கு நீர் பெறும்.

பரலியாற்றில் அணை! மெய்யூரிலிருந்து மேக்கூர் செல்லும் அந்த காத தூரத்தைத் தினம் கடப்பதற்காக, நான் இறந்த பின் எந்த நரகத்திலும் வாழத் தயார். நான் ஒரு எஞ்சினியர். நதியென்றால் ஒரு வாழ்வாகத் தோன்றக் கூடாது; ஒரு ஜீவனற்ற பொருளாகத்தான் தோன்ற வேண்டும். அதை அளக்கலாம்; கட்டுப்படுத்தலாம்; அதன் மேல் அணை கட்டலாம்; ஆனால் அதை அநுபவிக்கக் கூடாது என்று உலகம் எதிர்பார்க்கலாம். ஆனால், அப்படியிருக்க என்னால் முடியவில்லை; அப்படியிருக்க நான் முயன்றதும் கிடையாது. நதியை அளப்பதும் மடக்குவதும் என் தொழில்; அதை அலுவலகத்தில் புரிகிறேன். என் முகத்தில் இரு கண்களும், அகத்தில் பெருக்கமும் உள்ளவரை நான் ஏன் நதியில் ஆழக்கூடாது?

மெய்யூர் மேக்கூர் காதத்தைப் பற்றிப் பேசுகிறோம் அல்லவா? வாருங்கள் வாருங்கள் கூடவே! அந்தக் காத தூரத்தில் எத்தனை நெளிவு நெளிகிறது பரலீ! கோலக் குமரி நடனமாடுகிறாள்! காலையில் இன்ஸ்பெக்ஷனில் போகும்போது ஏன் நம் புலவர்கள் பரலியின் நெளிவைப் பற்றியாவது பாடவில்லை என்று நினைத்திருக்கிறேன். மேலை நாட்டுப் புலவர்கள் சீழையும் சாக்கடையையும் கவிதையில் ஏற்று கிறார்கள். பரலியின் நெளிவின் அழகைக் கவிதையில் ஏற்ற ஏன் நம் புலவர்களுக்கு மனம் வரவில்லை! குளிர் மாதங் களில் மேகம் போன்ற பனி மரத்துடனும் மலையுடனும் ரகசியம் பேசும். இடையிடையே நதியின் நெளிவு கண்ணுக்குத் தென்படுகிறது. பனியுடன் கண்ணாமூச்சி ஆடுகிறதா நதி? காலைச் சூரியன் பனியை ஊடுருவி நதியில் தன் அழகை ரசிக்கும். நதியும் தான் தாழ்ந்துவிடக்கூடாது என்று கண்ணைக் குருடாக்குவது போலப் பிரகாசிக்கும்.

அந்தக் காத தூரத்தில் ஒவ்வொரு வளைவிலும் ஒரு சிறு கோவில். ஒவ்வொரு முறை நதி தனது போக்கை மாற்றும்

போதும் கோவில் நதியில் ஆழ்ந்து விடும். புதிதாக உண்டான வளைவில் ஒரு புதிய கோவில் தோன்றிவிடும். அறிவையே நாடுவது நாகரிகமாகி விட்டது. பக்தி ஏளனத்துக்கு உரித்தாகி விட்டது. நம் ஜனங்கள் கோவில் கட்டுவதில் ஒரு பாதி பள்ளிகள் கட்டினால் நாடு முன்னேற்றம் அடையும் என்று பலர் பேசுகின்றனர். அப்படி ஒரு காலத்தில் நானும் நினைத்தது உண்டு. அம்மாதிரியான பேச்சில் ஏதோ தவறு இருக்கிறது என்று என்னுடைய உள்மனம் சொல்கிறது. ஆண்டுகளாக, வயதானதினால் பக்தி திரும்புகிறது என்பதல்ல. பள்ளி எழுத்தைச் சொல்லிக் கொடுக்கிறது. ஆனால், அது வாழச் சொல்லிக் கொடுக்கிறதா? கோவில் இல்லாமல் தன்னால் வாழ முடியாது என்று கிராமம் நினைத்தால் அது கோவிலைக் கட்டித்தான் தீரவேண்டும். நம்முடைய கோவில்களையே பள்ளியாக்க ஒரு வழி கிடையாதா? அப்படி வழி ஒன்று உண்டானால், அதில் 'கான்வென்ட்' 'முனிசிபல் இலவசப் பள்ளி' என்ற பிரிவு, ஏற்றத்தாழ்வு இருக்க முடியாது.

எங்கோ செல்கிறேனே! மாலையில் சிவந்த சூரியன் கவலை தோய்ந்து மேற்கில் செல்கிறது. பரலியும் உள்ளே ஆழ்ந்து விடை கொடுக்கிறது. சலசலவென்று சப்தமிட்டுக் காலையில் ஓடும் ஆறு, இரவில் ஏன் மௌனமாகி விடுகிறது? பறவைகள் கூட்டம் கூட்டமாக இங்கும் அங்குமாக ஓடுகின்றன. கிளிகள் மிகவும் அதிகம். பார்ப்பதற்கு அழகாக உள்ள கிளிகள் கூட்டமாகப் பறப்பதைப் பார்த்தால் விசித்திரமாக இருக்கிறது. இறக்கைகள் திடீர் திடீரென்று மூடிமூடித் திறக்கின்றன. எங்கே விழுந்து விடுமோ என்ற பயம் உண்டாகிறது. நாரைகள் முழங்கால் உயரத்தில் நீரிலும் வயலிலும் தவங்கிடக்கின்றன; அவை 'லேட்'டாக பள்ளிக்குச் செல்லும் சிறுவர்களைப் போல. மற்ற பறவைகள் எங்கோ ஓடுகின்றன. ஆனால், நாரைக் கும்பல் ஒற்றைக் காலில் தவங்கிடக்கிறது. பறவைகள் மாலையில் விரைவது ஜனங்கள் காலையில் பஸ் பிடிப்பதற்கு ஓடுவதை ஞாபகப் படுத்துகிறது. என்ன ஓட்டம்? என்னை ஒரு நாரையாக மாற்றிவிட்டால் வருத்தப் படமாட்டேன். பரலியிலோ, கங்கையிலோ ஆழ்ந்து, அண்டத்தின் ரகசியங்களைப் பற்றிச் சிந்தனை செய்யலாம். சிந்தனை செய்யலாம். வாழ்வின் துடிப்பும் சிந்தனையும் வைரிகளா?

பரலி வருடத்தில் மூன்று மாதம் மணற் பரப்பு. மரங்கள் வாடிக் களையற்று நிற்கின்றன. பரலியைக் காணாத சூரியனின் உக்கிரம் அதிகமாகி கண்ணுக்கெட்டிய வரையில் களம். மஞ் சள் நிறத்தில் படிவு படிவாக மண் பரப்பு. பரலியின் பழைய நடனத்தின் சுவடுகளோ அவை என்று தோன்றுகிறது. வெய்யிலின் உக்கிரத்தில் மணலிலிருந்து ஆவிபோல் ஏதோ ஊசலாடுகிறது. இந்தப் பாலைவனமா நதி? நதியெங்கே? நீரெங்கே? அலுக்காமல் எப்பொழுதும் சப்தமிட்ட பறவைக் கூட்டம் எங்கே? பணத்தை இழந்த மனிதனைக் கைகழுவிவிடும் நண்பர்களும் உறவினர்களும் போலப் பரலியைப் பறவைகள் கைவிட்டு ஓடிவிட்டனவா? பரலியின் உடல் கிடக்கிறது நம் கண்ணெதிரில். படிவு படிவாக அழகாகப் பரவிக்கிடக்கும் தூய மணலை அள்ளி அள்ளித் தின்னலாம் என்று தோன்ற வில்லையா? பரலிக்கு அழிவு கிடையாது. புள்ளினங்களே, வாருங்கள்! அவளுடைய வருகைக்காக வழி வழியே கிடக்கும் கோவில்களில் பிரார்த்தனை பாடலாம்.

வடக்கிலிருந்து ஓடிவந்த மேகம் குமுறுகிறது. மேகத்தின் செய்தி என்ன? பரலியின் வரவை முன்கூட்டி அறிவிக்கிறதா? எங்கே அவள்? இவ்வாண்டு அவளுடைய உருவம் எப்படி இருக்கிறது? விரகம் தீருகிறதே என்ற மோகத்தில் தன்னிலை மறந்து களிக்கிறாளா? பறவைகள் அவள் வரவை நோக்கிக் கீதம் பாடுகின்றன. வேதியர் கோஷிக்கின்றனர்:" "பரலீ! வா! புது வாழ்வே வா! வளமே வா! எங்கள் வயலில் பாய்! எங்கள் ஊரை அழித்து விடாதே!"

மேக்கூரில் அணை பரலியின் கொட்டத்தை அடக்கி விடும். பரலி நதியாக இருக்காது. அது ஒரு தேக்கமாக மாறிவிடும். அதன் நெளிவுகள் மறைந்துவிடும் அதன் நடனம் நின்று போகும். வயதான தாய் வீட்டிலேயே அடங்கிக் கிடப்பது போல பொன் குன்றுக்கும் மான் குன்றுக்கும் இடையில் பெரிய உடல்தரித்து அடங்கிவிடுவாள். குமரியின் கோலம் அழியும். ஆண்டுதோறும் வெள்ளப் பெருக்கம் என்பது கிடையாது; மணற் பரப்பாகும் நிலையும் உண்டாகாது. ஆனால், நீர்த் தேக்கம் தன்னுள் நூற்றைம்பது கிராமங்களை ஆழ்த்திக் கொள்ளும்.

கிராமங்கள்! நதியின் ஓட்டத்தை நம்பி, நதியின் ஓட்டத்தில் நடுங்கி வாழ்ந்த கிராமங்கள் அழிந்துவிட வேண்டும். ஆண்டாண்டுகளாகத் தங்களுடைய மண்ணில் வேரூன்றி வாழ்ந்த ஒரு லக்ஷம் ஜனங்கள் அப்புறப்படுத்தப் படவேண்டும். நதி வாழ்வை உய்விக்க வந்த கடவுளின் சின்னம் அல்ல இனி அவர்களுக்கு. அது ஒரு நீர்த் தேக்கம் ; ஒரு கருவி. அவர்கள் உபயோகப் படுத்தும் சுத்தியையோ, சைக்கிளையோ போல.

3

அடுத்த நாள் காலை பத்து மணிக்கு, நான் தயாரித்த எஸ்டிமேட்டுகளையும் சேகரித்த தகவல்களையும் என் மேல் அதிகாரியிடம் கொடுத்தேன்.

"மிகவும் 'தரோ'வாகக் காரியத்தைச் செய்திருக்கிறீர்களே!" என்றார்.

"ஏதோ என்னால் முடிந்தது" –நான்.

"மிஸ்டர்! உங்கள் அடக்கத்தைச் சில முக்கியமான சந்தர்ப்பங்களிலாவது தள்ளி வைக்க வேண்டும். இல்லையானால் வாழ்வில் முன்னேற்றம் அடைய முடியாது."

மௌனம். அவசர அவசரமாக அதிகாரி காகிதங்களைப் புரட்டும் சப்தமே அறையில் ஒலித்தது.

"இரவு முழுதுமே உழைத்ததுபோலத் தோன்றுகிறது எனக்கு" – அதிகாரி.

"அவ்வளவு கஷ்டமாகத் தோன்றவில்லை. இதே திட்டம் முன்பு பலமுறை கவனத்திற்கு வந்திருக்கிறது. ஆனால், அதிக தூரம் செல்லவில்லை; நகலோடு நின்று விட்டது."

"ஏன்?" என்றார் ராமானுஜம் (அவர்தான் மேல் அதிகாரி) சற்றே தலையை உயர்த்தி. அவர் முகத்தில் கவலை ரேகை படர்ந்தது.

"ஏனாவது? நூற்றைம்பது கிராமங்களை அரசாங்கம் அழிக்க விரும்பவில்லை. அவ்வளவுதான்."

“உங்களுடைய சொந்த அபிப்பிராயம் என்ன? நீங்கள் திட்டத்தை ஆதரிக்கிறீர்களா?” – ராமானுஜம், அந்தரங்கமாக.

“என்னுடைய அபிப்ராயத்தையா அரசாங்கம் மதிக்கப் போகிறது? திட்டத்தை அது மதித்து எனக்கு உத்தர விட்டால் அதன்படி நடக்கிறேன். அதற்குமேல் நாம் என்ன செய்ய முடியும்?”

மௌனம்.

“வயதானவன் என்ற முறையில் நான் உங்களுக்குச் சற்று புத்தி கூறலாமா?”

“.........................”

“இந்தத் திட்டம் அநுமதியானால், உங்களுக்கும் பிரமோஷன், எனக்கும் பிரமோஷன். உங்களுக்குப் பிடித்ததோ இல்லையோ, கூட்டத்தில் இதற்கு எதிராக நீங்கள் பேசாமல் இருந்தால் நல்லது. ஏதோ, திட்டத்திற்கு வேண்டிய தகவல்களை மட்டும் கொடுங்கள், இடை இடையில்” – ராமானுஜம்.

“என்னுடைய பிரமோஷனைப் பற்றி நான் அவ்வளவாகக் கவலைப் படவில்லை. ஆனால் உங்களுடைய பிரமோஷனுக்கு நடுவில் நிற்கும் எண்ணம் எனக்குக் கிடையாது.”

“மிக்க வந்தனம்.”

ராமானுஜம் என்னுடைய மேல் அதிகாரி. ஆனால், என்ன காரணத்தினாலோ, என்னைத் தமக்குச் சரிசமமானவராகவே நடத்திவந்தார். அவருக்கு வயது ஐம்பது இருக்கும். தலைமயிர் அத்தனையும் கொட்டிவிட்டது; வெறுந் தலை பளபளக்கிறது. உத்தியோக ஏணியில் அதிக உயரம் செல்லவில்லை அவர். நாணயமான மனிதர். நான்கு பெண்களுக்கும் ஒரு பையனுக்கும் தகப்பன். கடைசிப் பெண்ணுக்கு என்னைக் கட்டிக் கொடுத்து விடலாம் என்று எண்ணினார். பல காரணங்களால் நான் அதற்கு ஒப்பவில்லை. ஆனாலும் என்மேல் அவருக்கு ஒருவிதமான பரிவு; என்னுடைய படிப்பினால் இருக்கலாம். அவர் படிக்கும் சில தத்துவப் புத்தகங்களைப் பற்றி என்னுடன் பேசுவார். என்னுடைய கருத்துக்களை அவ்வளவாக ஆமோதிக்கா விட்டாலும், அவற்றை மதித்திருக்கிறார். அதற்குமேல் நானும்

எதிர்பார்ப்பது கிடையாது. மனிதனுக்கு இன்னும் ஐந்து ஆண்டுகளில் அரசாங்க வேலை முடிந்து விடும். ஏற்கனவே ஓய்வு வாழ்வில் என்ன செய்வது என்பதைப் பற்றி சிந்தனையில் ஆழ்ந்திருந்தார். அவைகளை என்னுடன் ஆலோசித்திருக்கிறார். ஒவ்வொரு நாளும் ஒவ்வொரு எண்ணம்...!

“இமாலயத்தில் ஒரு வீடு கட்டிக்கொண்டு அங்கேயே இருந்து விடலாம் என்று நினைக்கிறேன்” என்பார் ஒருநாள்.

“ஆஹா, அதைவிட மன நிம்மதி வேறு எங்கு கிடைக்கும்?” – நான்.

“எங்கள் கிராமத்திலேயே நிலத்தைக் கவனித்துக் கொண்டு இருக்கலாம் என்று தோன்றுகிறது” என்பார் வேறு ஒருசமயம்.

“அப்படியும் செய்யலாம்”– நான்.

இப்படி ரிடையரானவுடன் என்ன என்ன செய்வது என்று திட்டமிடும் ஆசாமிக்குத் திடீரென்று வேலை உயர்வில் எப்படி ஆசை வந்தது? எனக்கு விளங்கவில்லை.

பகல் மூன்றுமணி. மீட்டிங்குக்குச் சென்றேன். பிரயாணிகளின் பங்களாவில் மீட்டிங். பங்களாவுக்கு வெளியில் பெரிய கூட்டம். விண்ணப்பதார்களும், டவாலியணிந்த சேவகர்களும், தாசில்தார், மற்றும் அவரைச் சார்ந்த கும்பல் ஏதாவது மந்திரி ஊருக்கு விஜயம் செய் தால், இறந்த வீட்டுக்கு வெளியில் நிற்பதுபோல அத்தனை விதமான மனிதர்களும் மௌனமாக ஊசலாடுவதைக் காணலாம். பழைய காலங்களில் அரச மாளிகையில் தான் தர்பார் நடந்தது. ஆனால், நம்முடைய ஜனநாயக ஆட்சியில் ஒவ்வொரு மந்திரி விஜயத்தின்போதும் சர்கியூட் விடுதிகளில் தர்பார் நடக்கிறது!

ஊருக்கு வெளியில் பிரயாண விடுதி. சாதாரண நாட்களில் பேய் புகுந்தது போல் சோபையற்றுக் கிடக்கும். மந்திரி விஜயத்தில் புத்துயிர் பெறுகிறது. மந்திரி, சீப் எஞ்சினியர் அங்குதான் தங்கியிருந்தார்கள். மூன்று மணிக்குக் கூட்டம் அதனுள்ளே. உள்ளே சென்றவுடன் பெரிய ஹால் ஒன்று. ஐந்தாறு மேஜைகளை லாட உருவத்தில் போட்டிருந்தார்கள். ஒவ்வொரு மேஜையிலும் காகிதங்கள், பைல்கள்! பிரச்னைகளும் காகிதங்களும்! அரசாங்க அதிகாரிகளுக்கு காகிதம் இல்லாமல்

பிரச்னை கிடையாது. காகிதத்தில் அடங்காத பிரச்னையை அவர்களால் தீர்க்க முடியுமா? எத்தனை பெரிய மனிதப் பிரச்னையானாலும் அவர்கள் முதலில் தேடுவது காகிதமும், பழைய பைலுமே! 'முன்னம் நடந்திருக்கிறதா? அப்பொழுது என்ன செய்தோம்?' காந்தி சுடப்பட்டபோது இயேசுவின் பைல் டில்லியில் கிடைத்திருக்குமா? மனிதர்களும், காகிதங்களும்! மனிதனைக் காகிதத்தினால் ஆக்குகிறார்கள்; காகிதத்தினாலேயே அழிக்கிறார்கள்!

லாடத்தின் தலைப்பில் மந்திரி அவர்கள் (மன்னிக்க வேண்டும், கனம் மந்திரி அவர்கள்) அமர்ந்திருந்தார். அடிக்கடி அவருக்கு வரவிருந்த கொட்டாவியை கைக் குட்டையினால் அடக்கத் தவித்துக் கொண்டிருந்தார். அவருக்கு வலப்புறம் மாவட்டக் கலெக்டர். அவர் சிறு மனிதர். அவர் அணிந்த 'க்ளோஸ்டு கோட்'டில் அவருடைய உடல் மறைந்திருந்தது. அவருடைய பிரகாசமான முகம் அவருடைய புத்திக் கூர்மையை வெளிப்படுத்தியது. அவர் மந்திரியையே அக்கறையாகக் கவனித்துக் கொண்டிருந்தது ஒன்று தான் எனக்குப் பிடிக்கவில்லை. இடதுபுறம் சீப் எஞ்சினியர்; தடித்த கறுப்பான உடல். அவருடைய நரைத்த தலை அவருடைய கறுப்பு நிறத்தை மிகைப் படுத்தியது. தடித்த பிரேம் உள்ள மூக்குக் கண்ணாடியை அணிந்திருந்தார். அவரைப் பார்த்தால் எந்தக் காரியத்தையும் மனச்சஞ்சலம் இல்லாமல் முடித்துவிடுவார் என்ற நம்பிக்கை உண்டாகிறது. அவருக்கு அருகில் ராமானுஜமும் நானும் அமர்ந்தோம். கலெக்டருக்கு அருகில் இரண்டு மூன்று மாவட்ட, கோட்ட அதிகாரிகள். எல்லோருக்கு முன்னாலும் காகிதங்கள், காகிதங்கள், காகிதங்கள்! நான் சேகரித்த காகிதங்களில் ஒரு பாகம் சீப் எஞ்சினியர்முன் கிடந்தன; ஒரு பாகம் ராமானுஜத்தின் முன்.

கூட்டம் ஆரம்பித்து விட்டது. காப்பிக் கப்புகளின் மோதல் இசை அடுத்த அறையில் கேட்டது.

மந்திரி மீண்டும் கொட்டாவியைக் கைக்குட்டையினால் கட்டுப்படுத்தினார்.

"பரலியாற்றில் – மேக்கூரில் – அணைகட்டுவதைப்பற்றி இப்பொழுது நாம் கவனிக்க வேண்டியிருக்கிறது. அதைப் பற்றி

ஒரு காகிதம் முன்னாலேயே கொடுக்கப் பட்டிருக்கிறது" சீப் எஞ்சினியர்.

"தயவு செய்து கூட்டத்தை சீக்கிரமாக முடித்து விட்டால் நல்லது. ஒரு கல்யாண தேநீர் பார்ட்டிக்கும், வேறு சில பொதுக் கூட்டங்களுக்கும் நான் போக வேண்டியிருக்கிறது" – மந்திரி.

"கனம் மந்திரி அவர்களின் நேரம் மிகவும் விலை வாய்ந்தது. இந்தச் சிறு பிரச்னையை பத்து நிமிஷங்களில் முடித்து விடலாம்" ராமானுஜம்.

மந்திரியின் நேரம் விலை வாய்ந்தது; இருக்கலாம்! ஆனால் நூற்றைம்பது கிராமங்களை நீரில் ஆழ்த்துவது ஒரு சிறு பிரச்னையா? ஐந்து குழந்தைகளுக்குத் தகப்பனான ராமானுஜம் அதைச் சொல்கிறார்!

"இந்தத் திட்டம் என்னுடைய மூளையிலிருந்து முதல் தடவையாகத் தோன்றும் திட்டமல்ல. நம்முடைய முதல் மந்திரியே தம்முடைய புத்தகத்தில் இத் திட்டம் வந்தால் தான் நாட்டுக்கு சுபிக்ஷம் என்று எழுதியிருக்கிறார் – ஆண்டுகளுக்கு முன்னால்" – சீப் எஞ்சினியர்.

"முதல் மந்திரியா?' – மராமத்து மந்திரி அகலமாகக் கண்களைத் திறந்தார்.

"விலை மாதின் உள்ளம் போல் வளைந்து வளைந்து செல்லும் பரலியைக் கட்ட வேண்டும்; அது நம்முடைய கட்டளைக்குப் பணிய வேண்டும்" – ராமானுஜம்.

அவர் இவ்வளவு அழகாகப் பேசுவார் என்று எனக்குத் தெரியாது. ஒரு வேளை உத்தியோக உயர்வில் உண்டான ஆசை அவரைப் புலவனாக மாற்றுகிறதோ?

சீப் எஞ்சினியர் ஒரு நகலை மேஜையின்மேல் விரித்தார்.

"இங்குதான் மேக்கூரும் மெய்யூரும் தொடுவதுபோல் நிற்கின்றன" என்று மேக்கூரைத் தம் கையில் இருந்த பென்சிலால் தொட்டுக் காட்டினார். இங்கு ஒரு அணை கட்டவேண்டும். அது 300 அடி உயரம் இருக்க வேண்டும். அணைக்கு வடக்கே 150 சதுர மைலுக்கு நதி ஒரு தேக்கமாகிவிடும். ஐந்து லக்ஷம் ஏக்கர்வரை வருடம் முழுவதும் சாகுபடி செய்யலாம்."

க. சுப்ரமணியன்

“நூற்றைம்பது கிராமங்கள் தேக்கத்தில் அழிந்துபோகலாம். அந்த ஜனங்களை என்ன செய்வது என்ற பிரச்னையை நாம் மறக்கக் கூடாது” வலப்புறம் இருந்த கலெக்டர்; ஜனங்களைப் பரிபாலனை செய்வது அவருடைய தொழில்.

“கலெக்டர் அவர்கள் இதைச் சொல்லவும் வேண்டுமா? ஜனங்கள் அப்புறப்படுத்தப் படவேண்டும். மலைக்கு மேற்கிலும் கிழக்கிலும் புதுக் கிராமங்களை சிருஷ்டி செய்வோம். நிலம் மூழ்கினவர்களுக்கு வேறு நிலமோ அல்லது நிலத்தின் கிரயமோ ‘காம்பன்சேஷ’னாகக் கொடுக்க வேண்டும்” ராமானுஜம்.

மந்திரி ராமானுஜத்தைக் கூர்ந்து கவனித்தார். ராமானுஜம் மந்திரியை நேரிடையாகக் காண முடியாமல் தலையை வேறு புறம் திருப்பிக் கொண்டார். மந்திரியின் மனதில் என்ன எண்ணம் தோன்றியது என்பது அவருக்குத் தெரிய முடியாது. மூழ்கவிருந்த அத்தனை கிராமங்களிலும் எதிர்க்கட்சியின் செல்வாக்கு அதிகம். பத்து அங்கத்தினர்களை அவை ஆட்சி மன்றத்திற்கு அனுப்பின. கிராமங்கள் அழிந்து, ஜனங்கள் அப்புறப் படுத்தப்பட்டால், எதிர்க் கட்சியின் பலம் சரிந்து விடலாம். ஒருவேளை கனம் மந்திரியவர்கள் அதைப்பற்றிச் சிந்தித்துக் கொண்டிருக்கலாம்.

“எல்லாவற்றையும் செய்யலாம், செய்ய முடியும் – தேவையிருந்தால். ஆனால், அது மிகப் பெரிய மனிதப் பிரச்னை – ஹியூமன் பிராப்ளம். அத்தனை சந்தோஷமான கிராமங்களை அவ்வளவு சுலபமாக நாம் பாழடிக்க முடியாது” என்றார் கலெக்டர்.

கலெக்டரை என் கண்கள் நன்றியுடன் நோக்கின. ராமானுஜம் என்னை அப்பொழுது கவலையுடன் பார்த்ததையும் என்னால் ஓரளவுக்குப் பார்க்க முடிந்தது.

“திட்டத்திற்கு என்ன செலவு ஆகும்?” – மந்திரி.

சீப் எஞ்சினியர் ராமானுஜத்தைப் பார்த்தார்; ராமானுஜம் என்னிடம் திரும்பினார்.

“மூன்று கோடி பிடிக்கலாம்” என்றேன் நான்.

“எத்தனை ஆண்டுகள், திட்டம் முடிய?”

"இரண்டு அல்லது இரண்டரை ஆண்டுகளில் முடித்து விடலாம்" – நான்.

மந்திரி ஆலோசனையில் ஆழ்ந்தார். கலெக்டர் மந்திரி அவர்களையே பார்த்துக் கொண்டிருந்தார். சீப் எஞ்சினியர் பென்சிலால் ஏதோ கிறுக்கிக் கொண்டிருந்தார். ராமானுஜத்தின் முகத்தில் களைப்புக் குறிகள் தோன்ற ஆரம்பித்தன.

மந்திரி பேச ஆரம்பித்தார்:

உணர்ச்சி வசப்பட்டு நாம் இம் மாதிரியான திட்டங்களைத் தள்ளிவிடக் கூடாது. நதியில் சில கிராமங்கள் ஆழ்கின்றன என்றால், அணைக்குப் பிறகு ஒரு நாசமும் கிடையாதே! வருடா வருடம் பரலி தன் போக்கை மாற்றிச் சில கிராமங்களை அழிப்பதும் ஒரு மனிதப் பிரச்னை தானே! சில கிராமங்கள் திட்டத்தால் அழிவது ஒரு நாட்டின் வரலாற்றில் புள்ளி விவரமே. சில நாடுகளில் செய்வது போல், நாம் மனிதர்களைக் கும்பல் கும்பலாகச் சிறைக்கனுப்பிக் கொல்வது கிடையாது. ஆழ்ந்த கிராம மக்களுக்கு ஆவன செய்வோம். நான் இத்திட்டத்தை ஆமோதிக்கிறேன். அடுத்த 'காபினெட்' கூட்டத்திலேயே இதை எடுத்துக் கொள்ள முயற்சி செய்வேன்......."

ராமானுஜத்தின் களைப்பு எங்கோ மறைந்து விட்டது. அவருடைய அகத்தின் மகிழ்ச்சி அவருடைய சிரித்த முகத்தில் தெரிந்தது. சீப் எஞ்சினியர் கண்ணாடியைக் கைக் குட்டையினால் துடைத்துக் கொண்டிருந்தார். கலெக்டரும், அவருடன் வந்த மற்ற அதிகாரிகளும் மௌனம் சாதித்தனர்.

மந்திரி எழுந்துவிட்டார். அவருடன் மற்றோரும் எழுந்தனர். மந்திரி காரில் ஏறும் முன் சீப் எஞ்சினியரைத் தனியாகக் கூப்பிட்டு சிறு ரகசியம்போல் ஏதோ பேசினார். பிறகுதான், அவர் முதல் மந்திரி எழுதிய புத்தகத்தின் பிரதி ஒன்றை அனுப்பும்படி கேட்டுக் கொண்டதாகத் தெரிந்தது.

கூட்டத்தைவிட்டு மெதுவாக என் வீட்டை நோக்கி நடந்தேன்.

க. சுப்ரமணியன் ● 35

4

அலுவலகத்திலிருந்து வீட்டை நோக்கிக் கிளம்பினாலும் பாதி வழியில் மனம் மாறிவிட்டது. மனம் ஒரு நிலையில் இல்லாமல் இருந்தால் வழக்கமாக ஊருக்கு வெளியில் உள்ள ஏரியை அடுத்த பூங்கா ஒன்றை நாடுவேன். என்னையறியாமல் கால்கள் அங்கு இழுத்துச் சென்றன. 'நூற்றைம்பது கிராமங்கள்' நூற்றைம்பது கிராமங்கள்' என்று யாரோ எங்கோ உரத்த குரலில் சப்தமிடுவது போல கேட்டது. பூங்காவின் மூலையில் ஒரு அடர்ந்த புல்தரை. அம்மாதிரி பசுமையான புல்தரையில் அமர்ந்தால் மனிதன்கூடப் புல்லை ருசிக்க ஆரம்பித்து விடுகிறான், புல்தரையில் வானத்தை நோக்கிப் படுத்துக்கொண்டால் மேகக் கூட்டத்தின் சாகசங்களைக் கவனிக்கலாம். சூரியன் மேற்கே இறங்க இறங்க மேகத்தின் நிறம் மாறுகிறது. முதலில் வர்ணமற்ற பஞ்சு மெத்தை மேகங்கள் பழுப்பு நிறமடைகின்றன. மெது மெதுவாக மேகக் கூட்டம் ரத்தகளமாகி விடுகிறது. சூரியன் கீழே செல்லச் செல்ல சிவப்பு தேய்ந்து மேகம் கறுத்து விடுகிறது. வளர்பிறைக் காலங்களில் அவற்றின் நடுவிலிருந்து, அல்லது மூலையிலிருந்து சந்திரன் எட்டிப் பார்க்கிறது. பம்பாய் போன்ற நகரங்களிலுள்ள பல மாடி கொண்ட கட்டிடத்தின் மேல் மாடி ஜன்னல் வழியாகச் சிறு குழந்தைகள் தெருவை எட்டிப் பார்ப்பார்களே அதைப் போல. சந்திர ஒளியில் சில மேகங்கள் மட்டும் பட்டுப் போல ஒளிர்கின்றன. சந்திரனுக்கும் சூரியனுக்கும் உலகைச் சுற்றி வரும் முகில் கூட்டங்களைப் பற்றி என்ன தெரிகிறது? முகில் அல்லவா அவற்றை ஏற்று மனிதனுக்கு மாய வித்தை காட்டுகிறது? அப்படியே பேசப் போனால் மனிதன் அல்லவா

முகிலில் மாய வித்தை காண்கிறான்? வாழ்வில் ஒளி இருந்தால் முகிலில் களிப்பு; இல்லையெனில் முகில் கறுப்புதான்.

அன்று வானம் ரசிக்கவில்லை. மேகத்தின் ஓட்டத்தில் பரலியின் நெளிவைக் கண்டேன். பரலியின் நெளிவு அழியப் போகிறதே, வானம் அதை ஏன் பரிகசிக்க வேண்டும்? அழியவிருந்த அத்தனை கிராமங்களும் மேக உருவில் கோர தாண்டவம் ஆடுவது போலத் தோன்றியது. அதற்கிடையில் சந்திரன் முழு உருவத்துடன் மூலையில் எழுந்தான்.

'மகா பாபி! பாபத்திற்கு ஏன் உடந்தையாக இருக்கிறாய்?' என்று யாரோ குறை கூறுவது போலத் தோன்றியது.

வழக்கம் போலப் பூங்காவில் கூட்டம் அதிகமாகிக் கொண்டிருந்தது. உட்கார்ந்திருப்போரின் மன நிம்மதியைக் கலைக்கும் கடலை பட்டாணிக்காரன். எந்த மூலையில் மறைந்து உட்கார்ந்து இருந்தாலும் அவனுக்கு எப்படி தெரிந்து விடுகிறது? கைகோத்துச் செல்லும் காதலர்கள், பிச்சைக்காரர்கள். இங்கும் அங்குமாக விழுந்தடித்து ஓடும் குழந்தைகள். அடுத்த மூலையில் வழக்கமாகக் கூடும் வயதானவரின் கும்பல் ஒன்று. ஏழு மணி ஆனவுடன் ஒருவர் ஏதோ கதை சொல்ல ஆரம்பித்து விடுகிறார். அது ஒன்பது அல்லது பத்து மணி வரையில் செல்லும். வேலையற்றவர் சிலர், வேலை வேண்டாதவர் சிலர், பென்ஷன் பெறுபவர் பலர் – இம்மாதிரி எத்தனையோ விதமான மனிதர் அந்தக் கூட்டத்தில், வாழ்க்கையில் ஒவ்வொரு நாளும், ஏன் வாழ்வி லிருந்தே அவர்கள் எதிர் பார்ப்பது அந்தப் பூங்காவனக் கதை நிகழ்ச்சிதானா? அப்படித்தான் தோன்றுகிறது. அதை ஒழித்து விட்டால் சிலர் தற்கொலை செய்து கொண்டு விடுவார்களோ என்றுகூட நான் பயந்திருக்கிறேன். தற்கொலை என்றவுடன் ஞாபகத்திற்கு வருகிறது. மூன்று ஆண்டுகளுக்கு முன்பு ஒருவன் அந்த மூலையில் இருந்த மரத்தில் தொங்கிவிட்டான். பல நாட்கள் பூங்காவிற்கு யாரும் வரவில்லை; வருவதற்கு பயம். இப்பொழுது கூட நினைத்தால் இரவில் மர அசைவில் அவனுடைய உடல் தொங்குவது போல் தோன்றுகிறது. சாவும் வாழ்வும் மனிதனை விடுவதே கிடையாது. அடுத்த வீட்டில் யாரோ பெண் பூரண கர்ப்பிணியாக நிற்கிறாள். ஐயோ! என்று

அவளுக்காக மனம் பரிகிறது. புடைத்த வயிறும் சூம்பிய காலும் அவள் பிழைத்து விடுவாளா என்ற அநாவசியமான பீதியைக் கிளப்புகிறது. ஓரிரவு அடுத்த வீட்டில் நள்ளிரவில் மனித சந்தடி அதிகமாகிறது. அதற்கிடையில் 'டக்' 'டக்'கென்று பெண் டாக்டரின், நர்ஸின் கட்டை பூட்ஸின் சப்தம். அரை மணி நேரம் நிசப்தம். நிசப்தத்தைக் கலைக்கிறது 'குவா' 'குவா' என்ற அப்பொழுதுதான் பிறந்த குழந்தையின்–அழுகைக் குரல். ஒரு உயிர் உலகில் தோன்றிவிட்டது! அதற்கு நாம் எப்படி மரியாதை செய்வது?

எங்கள் வீட்டின் வழியாகத்தான் ஸ்மசானத்திற்குச் செல்ல வேண்டும். சில நாட்கள் ஆபீஸுக்கு ஓடும்போது திடீரெனத் தெருவின் நிசப்தத்தில் நடையைத் தளர்த்துவேன். கையில்–இரண்டு கைகளிலும்–ஒரு சிறு மூட்டை ஒன்றைத் தாங்கிச் செல்வார் ஒரு மனிதர். அவர் கையில் தாங்குவது–அவருடைய மனைவி தன்னுயிரை ஈந்து பத்து மாதமாக வயிற்றில் தாங்கிய ஒரு சிசுதான். ஒரு குழந்தை தவறி விட்டது. வளர்ந்த அறிவு பெற்ற மனிதன் ஒருவன் தற்கொலை செய்து கொள்ளட்டும்; அதில் எனக்கு அவ்வளவு கவலை கிடையாது. அது அவனாகவே வாழ்க்கையுடன் ஏற்படுத்திய ஒப்பந்தம். ஆனால் ஒரு குழந்தையின் உயிரை எடுக்க எவனுக்கும் உரிமை கிடையாது: யமனுக்கும் தான்.

வாழ்வையும் சாவையும் பற்றிப் பேசுகிறாயே, நூற்றைம்பது கிராமங்களுக்கு என்ன பதில் சொல்கிறாய்? பதில் சொல்வதற்கு என்ன இருக்கிறது? கிராமத்து மக்களை அழிக்கவில்லையே நாம்! நாட்டின் பொது நலத்துக்காகச் சில காரியங்களை நாம் செய்ய வேண்டியிருக்கிறது. ஐந்து லக்ஷம் ஏக்கர் அதிகமாக சாகுபடியானால் நாட்டின் பஞ்சம் ஒழிந்து விடும். புதுக் கிராமத்தில் வேர் ஊன்றினால் வாழ்வு தன்னால் மகிழ்வு பெறும். அதே இடத்தில் அடைந்து கிடந்தால்தான் வாழ்வா?

'வேரைப் பிடுங்கிவிட்டு விழுதைக் காப்பாற்றுகிறாயா? நல்ல பேச்சு!'.

'வேர்தான் விழுது; விழுது தான் வேர்.'

'நல்ல விவாதம் – சாவுதான் பிறவி; பிறவி தான் சாவு.'

என்னுடைய வழக்கமான நேரத்திற்கு முன்னே எழுந்து விட்டேன்.

பார்க்கிலிருந்து வீட்டிற்கு மூன்று மைல் தூரம் இருக்கலாம். எப்பொழுதும் நடந்து செல்வது என் வழக்கம். இருட்டினவுடன், சிறு நகரமானாலும் விளம்பர நியான் விளக்குகள் நகரை அலங்கரிக்கின்றன. பூங்காவுக்கு ஒரு மைல் தூரத்தில் ஒரு பிரிட்ஜ்; ஏதோ ஒரு சிறு ஓடையின் மேல் கட்டிய பிரிட்ஜ் அது. ரோடின் வளைவில் சற்று உயர நிலையில் இருப்பதால் அந்த பிரிட்ஜில் நின்றால் கடை வீதியின் அத்தனை விளக்குகளும் வரிசையாகத் தெரியும். எத்தனை நாட்கள் எத்தனை நேரம் அக்காட்சியைக் கண்டு களித்திருப்பேன் என்று எனக்குத் தெரியாது. லாந்தர் விளக்குகளினால் உண்டான வட்ட வட்டமான ஒளியை அணிந்த வீதிகள் அழகா? அல்லது கண்ணைப் பறிக்கும் படியான நியான் போர்வையை அணிந்த வீதிகள் அழகா? என்னால் திட்டமாகப் பதில்கூற முடியவில்லை. நான் இமாலயம் சென்றது கிடையாது. லண்டன், நியூயார்க் போன்ற மேல்நாட்டு நகரங்களையும் படத்தில் தவிர நேரில் கண்டது கிடையாது. ஆனால் இம்மாதிரியான சாதாரண அழகுகளை அனுபவிக்க ஒருவன் வெளி நாடு செல்ல வேண்டுமா? அத்தனை விளம்பர விளக்குகளும் பொய்; வெறும் பூச்சு வேலை. னால் நள்ளிரவில் கண்ணைச் சிமிட்டி நட்சத்திரங்களுடன் போட்டியிடும் நியான் விளக்கில்லாத நகரம் சுவைக்குமா?

பிரிட்ஜைத் தாண்டினால் ஒரு இடிந்த கோட்டை. புதை பொருள் ஆராய்ச்சி இலாகா அதிகாரிகள் அதைச் சுற்றி இன்னும் வேலி போடவில்லை. வேலி போடுவ டுவார்களோ என்னவோ தெரியாது. அவர்களுக்கு அக்கோட்டை இருப்பதே இன்னும் தெரியாது போலும். ஆனால் எத்தனை கதைகள் அதன் மேல். ஆண்டுகளுக்கு முன் எவனாவது ஒரு சிற்றரசன் கட்டியிருக்கலாம். எத்தனை ஆண்டுகள் அவன் செங்கோல் செலுத்தினானோ? வயதான, குருடான அவன் அதே கோட்டையின் வாயிலில் மகனால் கொல்லப் பட்டிருக்கலாம். கோட்டையின் வாயிலில் நின்றால் வேகமாக வரும் வெள்ளைக் குதிரையின் குளம்பொலி கேட்கிறது எனக்கு; மயிர் சிலிர்க்கிறது. ஆனால், அடுத்த கணம் கோட்டையின் மேலே பறக்கும் கழுகுகளும் உள்ளே ஊசலாடும் வௌவால்களும் என்னை நிகழ்

காலத்திற்குக் காண்டு வருகின்றன. கோட்டையில் ஒவ்வொரு கல்லும் எனக்குத் தலைகீழ்ப் பாடம்.

மெதுவாகக் கடைவீதிக்கு வந்து விட்டோமே! திருடர்களும், தாசிகளும், ஏழைகளும், பணக்காரர்களும் ஒருவருக்கொருவர் தோளை இடித்துக் கொண்டு செல்லும் கடை வீதியில் நுழையலாம். நகைக்கடைகளின் வெளியில் பெரிய கார்கள்; உள்ளே பெரிய உடல் படைத்த பணக்கார மாதர்கள். கடையின் முதலாளி அடிக்கடி வெற்றிலையை உமிழ வெளியில் வருகிறார், அவருடைய சட்டை யே புகையிலை நாற்றத்தைக் கிளப்புகிறது, அதோ! இரும்புக் கடை முதலாளி. நான் எஞ்சினியர் அல்லவா? என்னைக் கண்டவுடன் மரியாதையாக எழுந்து நின்று கும்பிடு போடுகிறார். நம் ஊர்களில் எத்தனை ஹோட்டல்கள்! அவற்றின் எண்ணிக்கையையும், வாடிக்கையையும் கவனித்தால் தமிழன் வீட்டிலேயே சாப்பிடுவது கிடையாது போல் தோன்றுகிறது! ஹோட்டல்களுக்கு வெளியே எத்தனை பிச்சைக்காரர்கள்! உருவம் தேய்ந்து, அழிந்துகொண்டு தரையோடு நடப்பவர் எத்தனை பேர்! சோற்றுக்கும் பட்டினிக்கும் இடையே ஏற்பட்ட போர் ஹோட்டல் முகப்பில் என்று சொல்லலாமா? தரையோடு கிடக்கும் அந்த ஆசாமியை நான்கு வருடங்களாக நான் பார்த்துக் கொண்டு வருகிறேன். 'இது இன்னும் ஒரு வாரத்தில் இறந்து விடும் என்று பல முறை எண்ணியிருக்கிறேன். ஆனால், அவனுக்கு உயிர் இருக்கத்தான் செய்கிறது. அதே சமயத்தில் என்னுடைய நண்பர் ஓரிருவர் – திடமான ஆரோக்யத்துடன் இருந்தார் திடீரென்று உண்டான காய்ச்சலில் மரித்திருக்கிறார். சாவு எப்பொழுது எவனை ஏற்கும் என்று நிச்சயமாகச் சொல்ல முடியுமா?

இத்தனை கடைகளும் போதாது என்று என்று சொல்வது போல் எத்தனை சிறுவர்கள் வியாபாரம் செய்கிறார்கள்! ஒருவன் சோப்பு, சீப்பு விற்கிறான். ஒருவன் பிளாஸ்டிக் பட்டன்களை விற்கிறான். எத்தனையோ புதுப் புது சாமான்கள்; புது விதமான வியாபார முறைகள். கடை வீதியென்றால் படித்தவர்களுக்குக் கொஞ்சம் ஏளனம். ஆனால் கடைவீதியில்லாத வாழ்வு உண்டா? கடை வீதியின் பண்பில்தான், கடை வீதியில் தான் நாகரிகமும் சுதந்திரமும் பிறந்தன என்று சில சரித்திர ஆசிரியர்கள் கூறுகிறார்கள். அதைப்பற்றி எனக்கு அதிகமாகத்

தெரியாது. ஆனால், கடை வீதியற்ற வாழ்வு ரசிக்காது என்பது மட்டும் நிச்சயம்.

கடை வீதியைத் தாண்டி விட்டால் ஒரு மைல் தூரம் கும்மிருட்டு. முனிசிபல் விளக்குகூட சரியாகக் கிடையாது. என்ன வித்தியாசம்! கடையற்ற ஒளியற்ற தெரு வாழ்வற்றது போலத் தோன்றுகிறது. அந்த இருட்டின் கோடியில் ஒரு திருப்பம். அதில் என்னுடைய வீடு. கடை வீதியைத் தாண்டினவுடன் இருட்டுத் தெருவில் மீண்டும் நூற்றைம்பது கிராமங்கள் தாண்டவமாட ஆரம்பித்தன.

‘பிரிட்ஜையும், கோட்டையையும், கடை வீதியையும் நின்று நின்று அனுபவிக்கிறாயே! இதைப்போல நூற்றைம்பது பிரிட்ஜுகளும், கோட்டையும்........... அழியப் போகின்றன. அதற்கென்ன சொல்கிறாய்?’

தலை கனத்தது.

‘நானா அதற்குக் காரணம்? அரசாங்கத்தின் கட்டளை அது. எனக்குச் கட்டளையிட்டால் அதைச் செய்ய வேண்டும்.’

‘நல்ல கடமைப் பேச்சு. உன்னுடைய உண்மையான கருத்தை மந்திரியிடம் சொல்லியிருக்கலாமே!’

‘அதைக் கலெக்டர் சொல்லவில்லையா?’

‘அவர் ஒரு ஆள். வேறு ஒருவர் அதே அபிப்ராயத்தைச் சொல்லியிருந்தால் மந்திரியின் மனது மாறியிருக்கலாம்.’

‘அப்படிச் சொல்வதற்கில்லை.’

‘ஆனால் நீ முயலவில்லை.’

மனம் குழம்பியிருந்தது. கலங்கிய மனத்துடன் அறைக் கதவைத் திறந்தேன். அறைக்குள் தபால்காரன் எறிந்த கடிதம் கிடந்தது அனாதைபோல், கடிதத்தைக் கையில் எடுத்தேன். பெரியப்பாவின் கையெழுத்து. பச்சை இங்க்–குண்டு குண்டான கையெழுத்து. பெரியப்பாவிடமிருந்து வந்த கடிதம்தான்.

“ஆசீர்வாதம். நான் செளக்யம். நீ செளக்யமாக இருக்கிறாய் என்று நினைக்கிறேன். நன்றாகச் சாப்பிட்டு உடம்பைக் கவனித்துக் கொள். கவர்மென்டுக்கு நீ ஒருத்தன்தான்

சம்பளம் வாங்கும் எஞ்சினியர் என்று உழைக்காதே. எனக்குத் தெரிந்து எத்தனையோ சோம்பேறிகள் தண்டச் சம்பளம் வாங்குகிறார்கள்...

'இந்த வருஷம் நல்ல அறுவடை. இன்னும் ஒருமாதத்தில் ஆகிவிடும். பரலி இந்த வருஷம் கருணை புரிந்து விட்டாள். வயலில் நின்று பசேலென்ற வாழையையும், பூவிட்ட கரும்பையும் பார்த்தால் என் நெஞ்சில் என்னமோ தோணுகிறது... அறுவடை விஷயமாக அங்கு நான் வரவேண்டியிருக்கு தேதி பஸ் ஏறி அடுத்த நாள் காலை அங்கு வந்து சேருகிறேன். கட்டாயம் பஸ் ஸ்டாப்புக்கு வா. உன் பெரியம்மா சௌக்யம். போன வாரம் அனுப்பின பக்ஷணம் நன்றாக இருந்ததா? என்று கேட்கச் சொல்கிறாள். வேறு விசேஷமில்லை.'

கடிதத்தை இரண்டு முறை படித்து மூடினேன். பெரியப்பா! அவரை நினைத்தால் வெளுத்து குண்டான உருவம் முன் எழுகிறது. நடுத்தலை முழுவதும் சொட்டை. தலையின் ஓரத்தில் நரைத்த மயிர். அதைக் கூட அவர் 'சீப்'பினால் சரிப்படுத்திக் கொள்கிறார் சில சமயங்களில். அவருடைய பேச்சே எப்பொழுதும் உயர்ந்த குரலில். பலத்த உடம்பு அலுங்கும் முறையில் சிரிப்பு. சிரிப்பில் வெற்றிலைக் கரையேறிய அத்தனை பற்களும் வெளிப்படுகின்றன. அச்சிரிப்பைக் கண்டால் வாழ்வில் கவலை என்பதே என்ன என்று அறியாதவரோ என்று தோன்றும். அது தவறு. பள்ளிப் படிப்போடு அவருடைய கல்வி நின்று விட்டது. கிராமத்திலேயே எலிமெண்டரி பள்ளி வாத்தியார் ஆகி விட்டார். நாங்கள் பரம்பரைப் பணக்காரர்கள் அல்ல. ஏதோ கொஞ்சம் பிதுரார்ஜிதச் சொத்து இருந்தது. அதுவும் தாத்தா இறந்தவுடன் ஏதோ கோர்ட் தகராறில் போய் விட்டது. தன் கால்களில் நின்று குடும்பத்தின் மானத்தைக் காத்தவர் பெரியப்பா. வருடங்கள் ஓடின. பின் அவருடைய ஆசைதீர அந்த பழைய நிலத்தை எங்கள் காசிலேயே வாங்க முடிந்தது. அந்த நிலத்தை பள்ளி வேலையுடன் கவனித்து வருகிறார் பெரியப்பா. அவருக்கு ஒரே பையன். அவனும் நீச்சல் போட்டியில் கலந்து பரலிக்குப் பலியாகி விட்டான். அதற்குப் பிறகு பெரியப்பாவின் வாஞ்சையெல்லாம் என் பேரில் திரும்பி விட்டது என்று சொல்லலாம்.

பெரியப்பா கள்ளங் கபடம் அற்றவர். இந்த வாழ்வில் உள்ள இன்பங்களையெல்லாம் தடையின்றி அனுபவிக்க வேண்டும் என்பது அவருடைய எண்ணம். மிகவும் ருசித்து சாப்பிடுவார் தின்பண்டங்களை. அவர் சொல்லும் சில தின் பண்டங்களைப் பற்றி நான் கேள்விப்பட்டது கூடக் கிடையாது. 'சாப்பிட வேண்டுமடா! ஆசைதீர சாப்பிட வேண்டும்' என்பார். அவருடன் சேர்ந்து ஒரு வாரம் இருந்தால் எனக்கு அஜீரணம் வந்து விடும். அவர் நிர்ப்பந்திக்கும்போது சாப்பிடாமல் இருக்க முடியாது. அவருக்குக் கடவுள் பக்தி அதிகம் என்று சொல்ல மாட்டேன். தினமும் காலையில் பட்டை பட்டையாக வீபூதி அணிந்து கொள்வார். அத்துடன் அவருடைய பக்தி நின்றுவிடுகிறது. தன்னுடைய பள்ளித் தொழிலிலும் அவருக்கு அத்தனை அக்கறையுண்டு என்று சொல்ல முடியாது. அவ்வளவு குழந்தைகளையும் வகுப்பில் விட்டு விட்டு வயலைப் பார்க்கப் போய் விடுவார். 'ஏதோ வயதானவர், போகட்டும்' என்று மற்றவரும் அக்குறைகளைக் கவனிப்பது கிடையாது. ஓரிரு சமயம் நான் கிராமத்திற்கு சென்றபோது பள்ளியை விட்டு என்னுடனேயே வந்து கொண்டிருந்தார்.

'குழந்தைகளின் பாடம் என்னாவது?' என்று கேட்டிருக்கிறேன். 'போடா மட சாம்பராணி! அதுகளே படித்துக் கொள்ளும். படிப்பு ஏறவில்லையானால் எதற்காக ஸ்கூலுக்கு வரவேண்டும்?' என்று சொல்லியிருக்கிறார்.

பெரியப்பா அவருக்குப் பிடிக்காத மனிதர்களைத் திட்ட ஆரம்பித்தால் அதற்கு முடிவே கிடையாது. பச்சை பச்சையாக வசை மொழிகள் சிதறும். எங்கிருந்துதான் அவற்றை அவர் சேகரித்தார் என்று ஆச்சரியமாக இருக்கும்.

அறுவடை விஷயமாக பெரியப்பா வருகிறார்! பரலியாற்றின் கரையில் உள்ள நூற்றைம்பது கிராமங்களில் அவருடையதும் ஒன்று. பரலியின் தேக்கத்தில் ஆழப்போகிற நிலத்தில் அவருடையதும் உண்டு. அவரை நான் எப்படி வரவேற்பது? ' வயலில் நின்று பசேலென்ற வாழையையும் பூவிட்ட கரும்பையும் பார்த்தால் நெஞ்சில் என்னமோ தோணுகிறது.' பெரியப்பா படித்தவர் அல்ல. அவருக்குக் கவிதைத்திறன் கிடையாது. ஆனால் இந்த வாக்கியம் அவர் தன்னுடைய நிலத்தை

க. சுப்ரமணியன் ● 43

எத்தனை பரிவுடன் போற்றுகிறார் என்று காட்டுகிறது. அதுவும் பிதுரார்ஜித நிலம் ஒரு முறை இழந்து ஆண்டுகளுக்குப் பின் மீண்ட நிலம்!

அதற்குமேல் என் மனம் ஓட மறுத்தது.

5

அடுத்த நாள் காலை பெரியப்பாவை வரவேற்க பஸ் ஸ்டாப்பிற்குக் கிளம்பினேன். காலை ஆறு மணி. மனித சந்தடி சரியாக ஆரம்பிக்கவில்லை. நாள் முழுவதும் 'ஓ' வென்று அலறிக் கொண்டிருக்கும் கடைவீதி பாலைவனமாகக் காட்சியளித்தது. எங்கு கண்டாலும் குப்பைகள்; பழைய, எறியப்பட்ட பெட்டிகள்; வர்ணக் காகிதங்கள். தெரு மூலையில் இரண்டு முனிசிபல் ஆசாமிகள் தெருவைச் சுத்தம் செய்ய ஆரம்பித்திருந்தனர். சுத்தத்திற்கிடையில் அவர்களால் பீடி பிடிக்காமல் இருக்க முடியவில்லை. அரை மணியில் அவர்கள் வேலையை முடித்து விடுவார்கள். அதன்பின் தண்ணீர் வண்டி தெருவில் நீரை இறைக்கும். அவ்வண்டியின் பின்னால் அந்த நேரத்திலும் ஆடையற்ற இரு அனாதைச் சிறுவர்கள் ஓடுகிறார்கள். வண்டியின் பின்புறம் உள்ள குழாயிலிருந்து சன்னமாக வழியும் நீர் அவர்களுடைய உடம்பில் விழுகிறது. அந்த இன்பத்தில் தங்களை மறந்து அவர்கள் சிரிக்கிறார்கள். சிறுவர்கள் தாய் தகப்பனில்லாமல் அனாதைகளாக இருக்கலாம்; ஆடையும் சோறும் இல்லாமலும் போகலாம். அவையெல்லாம் பகலில். இதோ நாள் ஒன்று ஆரம்பிக்கிறது. அதை மகிழ்ச்சியுடன் வரவேற்கலாம். அவர்களுக்கு ஒரே ஒரு கவலைதான். எங்கே அந்த வண்டியின் டிரைவர் திடீரென்று வண்டியை நிறுத்தி இறங்கி ஓடி வந்து அவர்களை அடித்து விடுவானோ என்பது தான். ஆனால் பயம் பழக்கத்தின் நிழலில் பதுங்கிவிடுகிறது.

சில கடைகளின் வாயிலில் கூர்க்கா காவலர்கள் உறங்குகிறார்கள். இரவு முழுவதும் அவர்களுடைய விழிப்பு.

அது முடிந்துவிட்டது. அவர்களுடைய 'இரவு' தொடங்கி விட்டது. ஒரு சாண் பெஞ்சில் அரை சாணாக உடலை ஒடுக்கி உறங்கும் கூர்க்காக் காவலர்களைக் கண்டிருக்கிறீர்களா? 'படுக்கை நொந்தது' என்று யாரிடமாவது அவர்கள் புலம்பியதை நீங்கள் கேட்டிருக்கிறீர்களா?

பெரியப்பா வரவிருந்த பஸ் ஆறரை மணிக்கு நிலையத்தை அடைய வேண்டும். சற்று முன்னதாகவே அங்கு சென்று விட்டேன். கூட்டம் இன்னும் அதிகமாகச் சேரவில்லை. அரைமணி நேரத்தில் சந்தடி அதிகமாகிவிடும். மூலையில் ஏழெட்டு கிழவிகள் தலையை முழங்காலில் புதைத்துக் கொண்டு உட்கார்ந்து கொண்டிருக்கிறார்கள். எப்பொழுதும் எந்த நேரத்தில் அங்கு சென்றாலும் அவர்களையே காண்கிறேனோ என்ற எண்ணம். அவர்கள் யார்? எங்கே செல்ல விரும்புகிறார்கள்? ஏன் பஸ் ஸ்டாப்பிலேயே தவம் கிடக்கிறார்கள்? ஏன்? என்பதெல்லாம் புதிராகத்தான் இருக்கிறது.

பஸ் ஸ்டாப்பிற்கு வெளியில் ஒரு பெரிய மரம். அதன் அடியில் இரு நாவிதர்கள். ஒரு நாவிதன் ஒரு கிழவனுக்கு முக க்ஷவரம் செய்து கொண்டிருக்கிறான். பஸ் நிலையத்திற்கும் நாவிதர்களுக்கும் என்ன தொடர்பு? புது ஊருக்கு வரும் மனிதர்களைப் புது வாழ்விற்காகத் தயார் செய்கிறாகளா?

பஸ் ஸ்டாப்பின், ரயில் ஸ்டேஷனின் பரபரப்பை என்னால் மறக்க முடியாது. ஆயிரம் ஆண்டுகளுக்கு முன் அழிந்துபோன சில நாகரீகங்கள் சில சில இடங்களில் சந்தித்ததாக வரலாறு கூறுகிறது. நம்முடைய பஸ், ரயில் சந்திப்புகளும் அதைத்தானா குறிக்கின்றன? அதோ தூரத்து இடத்திலிருந்து வந்த ஒருவன் கீழ் இறங்குகிறான். அவனுடைய சரக்குகள் அவன் கையில். இதோ உறவினர்களின், நண்பர்களின் சந்திப்பு, மகிழ்ச்சி. மூலையில் தம்பதியினர் விடைபெறும் காட்சி. யாரோ பிரிவு தாங்காமல் அழுகிறார்கள். ஏன்? வாழ்வில் பெரும் பகுதியைக் காணலாம்.

பெரியப்பாவின் பஸ் ஏழு மணிக்குத்தான் வந்தது. முன் சீட்டிலிருந்து வெற்றிலைக் கரை ஏறிய பல் வரிசையைக் காட்டினார். நகரத்தார் நாகரீகம், அடக்கம் என்று சொல்லும் பேச்சுக்களை அறியாதவர். அவருடைய மகிழ்ச்சியில் எங்கே ஓடும் வண்டியிலிருந்து குதித்து விடுவாரோ என்ற பயம்

எப்பொழுதும் எனக்கு உண்டு. பஸ் நின்றவுடன் அவர் கீழே இறங்கினார். அவருடைய கையிலிருந்த சிறு மூட்டையை நான் வாங்கிக் கொண்டேன். பெரியப்பாவை உன்னிப்பாகக் கவனித்தேன். அவர் பழைய பெரியப்பாவல்ல. ஒரு வருடத்தில் எவ்வளவு ஒடுங்கிவிட்டார். வருடக்கணக்காகச் சிலர் மாறுவதே கிடையாது உருவத்தில். ஆனால் சில சமயம் திடீரென்று ஒடுங்கி விடுகிறார்கள்.

"பெரியப்பா! உடம்பு சௌக்யமாக இருக்கிறீர்களா?"

"எனக்கென்னடா கேடு? வயதாகிறது அவ்வளவு தான்."

"பெரியம்மா சௌக்யமா?"

"சௌக்யம்தான். அவளுக்கும் என்கூட வரணும்னு ஆசை. நான்தான் வேண்டாம்னு சொல்லிட்டேன். வயது காலத்தில் என்ன அலச்சல்? ...... நீதான் காம்பில் கிராமத்துக்கு வாயேன்."

"ஊம் ...."

பெரியப்பாவுடன் வாடகைக் காரில் அமர்ந்தேன். அந்த பஸ் நிலையத்திலிருந்து வீடுவரை டாக்சியில் போவதென்றால் அவருக்குப் பரம குஷி. கிராமத்திற்குப் போய் 'பையன் காரில் அழைத்துக்கொண்டு போனான்' என்று துடும்பு அடித்துவிடுவார். ஒவ்வொரு மனிதனுக்கும் எத்தனையோ சிறு சிறு ஆசைகள். அதை நாம் ஏன் தடை செய்ய வேண்டும்?

காரில் வீட்டுக்குச் சென்று கொண்டிருந்தபோது பெரியப்பா தன்னுடைய பலத்த குரலில் அறுவடையைப் பற்றிப் பேசினார். அருகிலிருந்து உண்டானாலும் குரல் ஏதோ உலகிலிருந்து தோன்றுவதுபோல ஒரு பிரமை. பத்து வருடங்களாக உண்டாகாத விளைச்சல் இந்த ஆண்டு என்பது மட்டும் எனக்கு விளங்கியது. கார் கடை வீதியைத் தாண்டி அடுத்த முனையை அடைந்தது. ஊமைக் குழந்தைகளின் வரிசை கண்ணில் தென்பட்டது. தினமும் காலையில் ஊமைக் குழந்தைகளை அணிவகுப்பாக்கி எங்கே கூட்டிச் செல்கிறார்கள்? முகம்மதியர்களுக்கு ஒரு வழக்கம். ஏதாவது ஒரு பிணத்தின் கோலம் தென்பட்டால் அது மறையும் வரை குல்லாயைக் கையில் வைத்துக் கொண்டு அதற்கு மரியாதை செய்ய வேண்டும் என்பது. ஊமைக் குழந்தைகளின் அணி

வகுப்புக்கும் அம்மாதிரி ஏன் மரியாதை செய்யலாகாது என்ற எண்ணம் எப்படியோ உண்டாகிறது. ஆனால் அதற்கடுத்த படியாக அவர்களை ஏன் அவ்வாறு பரிகசிக்க வேண்டும். என்ன குறையானாலும் அவர்களும் வாழவில்லையா என்ற எண்ணமும் தோன்றுகிறது.

பெரியப்பா அந்த கடை வீதியையாவது ஊமைக் கூட்டத்தையாவது கவனித்ததாகத் தெரியவில்லை.

வீட்டை அடைந்தோம். பெரியப்பா உடைகளைக் கழற்றிவிட்டு நாற்காலியில் அமர்ந்தார்.

"ஏண்டா! உடம்பு அப்படியே இளைத்த மாதிரியே இருக்கிறதே! சரியாகச் சாப்பிடக் கூடாதா?" என்று கேட்டார்.

"எல்லாம் கலியாணமாகி உன் பெண்டாட்டி சமைத்துப் போட்டால் உடம்பு தானே தேறிவிடும்" என்றார் மீண்டும் தொடங்கி.

மௌனம்.

"உன் சூப்ரண்ட் எஞ்சினியர் யார்டா?"

"ராமானுஜம் என்று ஒருவர் பெரியப்பா!"

"அடே! அந்த ராமானுஜமா? அவர்களுக்கு பூர்வீகம் நம் கிராமம்தான். அவர் வேலையில் கெட்டிக்காரரா?"

"கெட்டிக்காரர்தான். சந்தேகமில்லை.'

"பின் குழுமணி மண் எங்கடா போகும்? அவருடைய மாமனார் தவறிப்போய் பத்து வருஷம் ஆறது. அவருடைய ஷட்டகரெல்லாம் குழுமணியில் இருக்கா."

"அப்படியா?"

"ஆமாம். அவர்களுக்கு நம்போல நெலம் ஒண்ணும் கிடையாது. ஏதோ இருக்கா அவ்வளவுதான். அவாளுக்கும் இவருக்கும் பேச்சு வார்த்தை கெடயாது. கர்வக்காரனோன்னு நெனச்சேன்."

"............."

“மதராசில் பட்டு ஜவுளி வியாபாரம் செய்கிறாரே கோண்டு அய்யர். அவரைத் தெரியுமா உனக்கு? கையில் லகரம் உண்டு. அவருக்குக் குழுமணி தான் பூர்வீகம். குழு மணி விஸ்வநாதனைத் தெரியுமா? அக்கௌண்டன்ட் ஜெனரலாக இருந்து ரிடையரானாரே! அவரும் குழுமணி தான். எல்லாம் பிறந்த மண்ராசியில் தாண்டா இருக்கு. படிப்பெல்லாம் அப்பறம் தான்.”

பெரியப்பா குழுமணியைப் பற்றிப் பேச ஆரம்பித்து விட்டார். பரலியில் ஆழவிருந்த நூற்றைம்பது கிராமங்களில் குழுமணியும் ஒன்று. அவற்றில் பல கிராமங்களை நான் பார்த்திருக்கிறேன். குழுமணி எங்கள் ஊரானதால் அதை அடிக்கடி கண்டிருக்கிறேன். அத்தனை காட்சிகளும் வட்ட வட்டமாக என் கண்முன் தாண்டவமாடின.

“ஏண்டா! நான் என்னமோ பேசிண்டே இருக்கேன், நீயானால் ஏதோ கவனமாக இருக்கே. உடம்புக்கென்ன?” என்றார் பெரியப்பா. நான் திடுக்கென்று விழித்துக் கொண்டேன்.

“ஒன்றுமில்லை பெரியப்பா! ஏதோ ஆபீஸ் விஷயத்தை யோசித்துக் கொண்டிருந்தேன்.”

“நல்ல ஆபீஸ் போ! எல்லாரும்தான் வேலை பார்க் கிறார்கள். சம்பளம் வாங்குகிறார்கள். உன்னைப் போலவா? எல்லாம் கல்யாணம் ஆகிவிட்டால் சரியாகிவிடும். உன் அப்பனும் உன்னைப்போலதான் இருந்தான். கால்கட்டு போட்டதும் சரியாகிவிட்டான்.”

பெரியப்பா கொண்டு வந்திருந்த மூட்டையைப் பிரிக்க ஆரம்பித்தார். எத்தனை பழைய மஞ்சளடிந்த துணி! எத்தனை முடிச்சுகள்! எத்தனை விதமான பெட்டிகளும் ஹோல்டால்களும் ஊரில் கிடந்தாலும் பெரியப்பாவுக்கு இதே முடிச்சு மூட்டையுடன் தான் பிரயாணம்.

“விஸ்வநாதனைப்போல் நீ இருக்க வேண்டும். அவரிடம் எவனாவது குழுமணி ஆசாமியை நான், வேலை வேண்டும் என்று கேட்டால், உடனே எப்படியாவது ஒரு வேலையில் அமர்த்திவிடுவார். அவர் காலத்தில் அந்த அக்கௌன்டன்ட்

ஜெனரல் ஆபீஸில் அத்தனை பேரும் குழுமணி ஆசாமிகள். விஸ்வாசம் என்றால் அதைப்போல வேண்டும்."

குழுமணி மண்ணுக்கு விஸ்வாசம்! பெரியப்பாவுக்கு பிறந்த மண்ணில் அத்தனை ஒட்டுதல் இருப்பது எனக்குத் தெரியாது. வயதாகிறதே என்ற உள் மனக்கவலையினால் அந்த வாஞ்சை பிறந்து விட்டதா?

"காலம் மாறுகிறது பெரியப்பா! ஒரு ஆபீசருடைய விருப்பத்தினால் காரியம் நடந்த காலம் போய்விட்டது எத்தனையோ ரூல்ஸ். யாரோ எதையோ திட்டமிடுகிறார்கள், அதை நாம் செய்யவேண்டி வருகிறது" – நான்.

"போடா ஏட்டுச் சுரக்காய்! வெள்ளைக்காரன் காலத்தில் விஸ்வநாதனால் முடிந்தால் நம்மளவர் காலத்தில் முடியாதா? நீ ஒரு துடை நடுங்கி" என்றார். அத்துடன் என்னை விட்டாரே என்று எனக்குக் கொஞ்சம் மகிழ்ச்சி. பெரியப்பா திட்ட ஆரம்பித்தால் அவருடைய வசை மொழிக்குப் பஞ்சம் கிடையாது.

"குழுமணி ராமசாமி சாஸ்திரியின் பேரன் கலெக்டர் ஆபீஸில் வேலை பார்க்கிறான். இங்கே இதே ஊரில் அவனைப் பார்க்கணும். நம்மாத்து சமையல்காரி நாணியின் நாத்தனார் இங்கதான் இருக்கா. அவளப் பாக்கணும்..... ஏண்டா! எத்தனை குழுமணி ஆசாமிகள் இந்த ஊரில் இருக்கா? நீ ஏன் ஒத்தரயும் பாக்கறது கிடையாது?"

"வேலை தான் பெரியப்பா!"

"நல்ல வேலை வந்தது போ! இந்தக் காலத்துப் பையன் களுக்கு மண்ணில் விஸ்வாசம் கிடையாது. ஆகாயத்தில் குதிக்கிறார்கள். ஒருநாள் பூமிக்கு வந்து தீரணும்."

மண்மேல் விஸ்வாசம் கிடையாது!

பெரியப்பா பரலியாற்றின் திட்டத்தை அறிந்தால்? எப் படியும் அந்தத் திட்டம் இன்னும் ரகசியமாகவே இருந்ததால் அவரிடம் ஒன்றையும் காட்டிக்கொள்ள முடியவில்லை. அப் படியே ரகசியமாக இல்லாமல் இருந்தாலும் அவரிடம் ஏதாவது சொல்லியிருப்பேனா என்பது சந்தேகம்தான்.

பெரியப்பா குளித்துவிட்டு வீபூதி அணிந்து கொண்டிருந்தார். நானும் அதற்குள் தயாராகிவிட்டேன்.

"உங்கிட்ட ஒண்ணு முக்கியமா பேசவேண்டியிருக்கு. அதுக்குத்தான் நான் இங்கேயே வந்தேன்" என்று பெரியப்பா பீடிகை போட்டார்.

"சொல்லுங்களேன்."

"நீ அணைக்கட்டு இலாகாவில்தானே வேல பண்றே? இதோ பார், குழுமணிக்குப் பரலியிருந்து வர கால்வாய் ரொம்ப தூர்ந்து போச்சு. அதை ஆழமா வெட்டி ரிப்பேர் செய்யணம். ஊரே அதனால கஷ்டப்படறது. ஏதோ பத்தாயிரம் செலவாகலாம். எல்லாருமா சேந்துதான் என்னை அனுப்பிச்சிருக்கா. இந்த ரிப்பேரை உன் சூப்ரண்ட் இஞ்சினியரே சாங்ஷன் செய்துடலாம். உனக்கே பவர் இருக்கும்னுகூட தோணறது. இந்த சின்னக் காரியத்தை நீ செஞ்சா ஊரே உன்னை வாழ்த்தும். நம்ம குடும்பத்துக்கும் நல்ல பெயராகும், என்ன சொல்றே?"

"ஊம்......"

"ஊங்காதே! செய்யறேன்னு சொல்லு."

"சரி பெரியப்பா!"

"சரிங்காதே. செய்யறேன்னு சொல்லு. இந்தா கிராமத்து ஆட்களின் மனு. இதக் கொண்டு ராமானுஜத்திடம் காட்டு. வேணும்னா நானும் அவரப் பாக்கறேன். என்ன ஆனாலும் அவரால் குழுமணி மண்ணை மறக்க முடியாது, ஆமாம்.'

"நிச்சயமாகச் செய்யறேன், பெரியப்பா!" – அவர் காலில் சாஷ்டாங்கமாக விழ வேண்டும்போல் எனக்குத் தோன்றியது. ஆனால்,எதற்காக என்று தெரியவில்லை.

"அப்படிச் சொல்லு. நீ இங்கு இருக்கற வரை தோல்வியோட என்னால் போக முடியாது, ஆமாம்." – பெரியப்பா பழைய சிரிப்பைச் சிரித்தார். என்னதான் உடல் சுருங்கினாலும் இந்த பாழாகப்போன சிரிப்பு மட்டும் சுருங்கி விடுவது கிடையாது.

பெரியப்பா கொடுத்த மனுவை மடித்துப் பையில் போட்டுக் கொண்டேன்.

“கொஞ்சம் சீக்கிரமாகவே ஆபீஸிலிருந்து வந்து விடு. செத்த வெளியில் போகலாம்” என்றார் நான் கிளம்பும் முன்னால்.

“ஊம்” என்று வீட்டை விட்டேன். ஆபீஸுக்குப் போய் என் அறையில் அமர்ந்த சிறிது நேரத்திற்குள் ராமானுஜம் என்னெதிரில் தோன்றினார். அவர் என்னுடைய மேல் அதிகாரியானதால் என்னுடைய அறைக்கு வருவது அபூர்வம். அவரையும் அறியாமல் மகிழ்ச்சியிலோ, கவலையிலோ ஆழ்ந்திருந்தால்தான் அப்படி என்னுடைய அறைக்குள் வருவார்.

“.......! மிகவும் பிரமாதமாகத் திட்டத்தை செய்து விட்டீர்கள். இன்று காலையில் கலெக்டர் என்னுடன் போனில் பேசினார். மந்திரி திட்டத்தை ரொம்பவும் புகழ்ந்தாராம். உங்களைப்பற்றி கூட உயர்வாகப் பேசினாராம். கங்ராஜுலேஷன்ஸ்” – ராமானுஜம்.

“என்னைப் பற்றியா?” என்றேன் ஏதோ கலக்கத்தில். “ஆமாம்! உங்களைப் பற்றித்தான். அத்தனை வேலையும் உங்களுடையதல்லவா?”

இம்மாதிரிப் புகழை ஏற்பதா? மறுப்பதா?

....

“இன்னும் ஒரு மாதத்திற்குள் திட்டம் காபினட்டுக்குப் போகலாம். அது முக்காலும் ருடீன் விஷயம் தான். சீக்கிரத்தி லேயே அனுமதி பெற்று அரசாங்கத்தின் சாங்ஷனும் வந்து விடும்” என்றார் அவர் மகிழ்ச்சியே உருவானவராக.

“உங்களுக்கும் எனக்கும் வேலை உயர்வு நிச்சயம்” என்றார் மீண்டும் தொடர்ந்து.

அவருடைய சந்தோஷநிலை மாறுவதற்குள் காரியத்தை முடித்துவிடலாம் என்ற எண்ணத்தில் பெரியப்பாவின் வாய்க்கால் பிரச்னையை அவரிடம் மெதுவாகக் கூறினேன்

ராமானுஜம் திடீரென்று மௌனமாகிவிட்டார்.

“மேக்கூர் திட்டம் கவனத்தில் இருக்கும்போது இது மாதிரி விஷயங்களை எப்படிச் செய்ய இயலும்?” என்று கேட்டார் மௌனத்தைக் கலைத்து.

"நீங்கள் சொல்வதும் வாஸ்தவம்தான்........"

".................."

"ஆனால் நீங்கள் சற்று நிதானமாக ஆராயவேண்டும். மேக்கூர் திட்டம் இன்னும் காகித அளவில்தான் இருக்கிறது. அரசாங்கம் அதை இன்னும் ஆலோசித்து சாங்ஷன் செய்யவேண்டும். மேலும், சாங்ஷன் ஆன பிறகும் திட்டம் முடிய இரண்டு மூன்று ஆண்டுகளாவது பிடிக்கலாம். அதற்கு நடுவில் இதை வழக்கமான ரிப்பேர் சிலவு என்று கொள்ளலாம்....."

"................"

"திட்டம் முடியும் வரையில் ரிப்பேர் சிலவு செய்யக் கூடாது என்று தடை இருப்பதாக எனக்குத் தோன்றவில்லை......"

"............. மேக்கூர் திட்டத்தின் முழு அர்த்தமும் அத்திட்டம் முடிந்தபிறகுதான் ஜனங்களுக்கு விளங்கும். அதற்கு நடுவில் அவர்களுடைய மனதில் பீதி உண்டாகக் கூடாது என்று எண்ணினால் இம்மாதிரி சிறு காரியங்களையும் வருடாந்தரச் சிலவுகளையும் நாம் செய்து கொண்டே இருந்தால்தான் நல்லது" – நான்.

ராமானுஜம் என்னைக் கூர்ந்து கவனித்தார். பளபளவென்றிருந்த அவருடைய வழுக்கையடைந்த நெற்றியில் சுருக்கங்கள் தோன்றின.

".......... மேலும் உங்களுடைய அதிகாரத்திலேயே இருக்கிறது" என்றேன், மீண்டும் தொடர்ந்து.

"... ஆனால் நான் கலெக்டரையும் கொஞ்சம் கேட்க வேண்டும்." அவருடைய நெற்றி சுருக்கம் மறைந்து விட்டது.

"நிச்சயம் கேட்டு விடுங்கள்."

அன்று பகல் இரண்டு மணிக்கு ராமானுஜம் என்னை அவருடைய அறைக்கு அழைத்தார்.

"வாய்க்கால் ரிப்பேருக்காகப் பத்தாயிரம் ரூபாய் அனுமதி செய்து விடலாம்" – அவர்.

"கலெக்டர் அது மிகவும் நல்ல ஐடியா என்று புகழ்ந்தார்......" ராமானுஜம் வேறு எதெல்லாமோ சொல்லிக் கொண்டே

போனார். அவருடைய வார்த்தைகள் என் காதில் விழுந்ததாகத் தோன்றவில்லை.

“மிக்க மகிழ்ச்சி” என்றேன் ஏதோ கிணற்றிலிருந்து பேசுவதைப் போல.

“..........! நீங்கள் எங்காவது மத்திய அரசாங்கத்தில் பெரிய வேலையில் இருக்க வேண்டியவர். ஏதோ எஞ்சினியராக இங்கு கஷ்டப்படுகிறீர்கள்” என்று அவர் சொன்னது எனக்குக் கேட்டது.

அன்று மூன்று மணிக்குப் பெரியப்பாவிடம் குழுமணி வாய்க்கால் ரிப்பேர் சாங்ஷன் ஆகிவிட்டது என்று அறிவித்தேன்.

பெரியப்பாவுக்குத் தலைகால் தெரியவில்லை. அவர் நடத்தையில் ஒரு சிறு பையன் போல ஆகிவிட்டார்.

“அடே! நம்முடைய தாத்தாவுக்குத் தாத்தா திவானாக இருந்தார். அவர் கட்டினதுதான் குழுமணி வினாயகர் கோவில். அதற்குப் பிறகு நம் குடும்பத்தார் குழு மணிக்குச் செய்யும் நல்ல காரியம் இதுதாண்டா! இதை யாரும் மறக்கமாட்டா!”– அவர் கத்தினார். அவருடைய கண்களிலிருந்து நீர் கசிந்ததை அவரால் தடுக்கவோ, மறைக்கவோ முடியவில்லை.

பெரியப்பாவுடன் பகல் மூன்றிலிருந்து இரவு பத்து மணி வரை ஊரோட்டம். இந்தச் சிறு நகரத்தில் எத்தனை பேர் குழு மணியில் வேரூன்றியவர்கள்! ராமஸ்வாமி சாஸ்திரியின் பேரன்; நாணியின் நாத்தனார்; பூசாரியின் பெண்; குழு மணியில் இருந்தவர் நடத்திய ஹோட்டல்; தலையாரியின் மைத்துனன்;...... எல்லோருடைய வேரும் குழுமணியில் தானா? எங்கிருந்து பெரியப்பா இத்தனை விஷயங்களைச் சேகரித்தார்? எல்லாரிடமும் அதே பேச்சு. எங்கள் பெரிய தாத்தா திவான் கோவில் கட்டினார். என் பிள்ளை வாய்க்கால் கட்டப் போகிறான். எல்லாம் அந்த மண்ணின் வாசி. அந்த பந்தம் யாரையும் விடாது, ஆமாம்!”

“என்னடா நகர வாழ்க்கை பாழாப் போகிறது? குழு மணியில் கிடைக்காத பொருளா? எல்லாம் அங்கரிந்து வறது. விலை ஏத்தி விக்கிறார்கள். வெறுங் கொள்ளை...”

"அதுவா? குழுமணியில் இருக்கிறது."

"வேண்டாம் குழுமணியில் பார்த்துக் கொள்ளலாம்."

எல்லாமே குழுமணி, குழுமணி, குழுமணி தான்.

அவருடன் ஓடின ஏழு மணி நேரத்தில் ஐந்து ஓட்டல்களில் சாப்பிட்டாய் விட்டது.

"வளர்ற வயசு, சாப்பிடுடா! வயதானால் பசி தானே போறது. அதற்குள் ஏன் அந்த வயத்தை வஞ்சன செய்யணும்?...... இன்னும் ஒரு ஜிலேபி சாப்பிடு..." – அவருடைய வற்புறுத்தலுக்கு முடிவே கிடையாது; அதைத் தட்டவும் முடியாது.

அடுத்த நாள் காலை பெரியப்பா மூட்டையைக் கட்டி விட்டார். அவரை ஏழு மணி பஸ்ஸில் ஏற்றிவிட்டேன். அவருடைய வழக்கமான முன்சீட்டில் அமர்ந்துகொண்டார்.

"டூர் போட்டுக் கொண்டு குழுமணி வா! பெரியம்மா உன்னைப் பாக்க ஆசையா இருக்கா...."

"நிச்சயம் வருகிறேன்."

பஸ் நகர்ந்தது. பெரியப்பாவின் ஒடுங்கிய முகம் மறைந்து கொண்டிருந்தது. ஒரு 'ரெம்ராண்டா'க இருந்தால் அந்த முகத்தை எந்த வர்ணத்தில் வரைவான் மேட்டுப் பாளைய உருளைக்கிழங்கு போல ஒரு சுருக்கமும் இல்லாமல் இருந்த முகம் எப்படி மாறி விட்டது!

வீட்டை அடையுமுன் அந்த ஊமை வரிசை மெதுவாக ஊர்ந்து கொண்டிருந்தது. எதையெல்லாமோ பிதற்றிப் பிதற்றி வாழ்வதைவிட ஒரு ஊமையாகவே இருந்துவிட்டால் எவ்வளவு மேன்மையாக இருக்கலாம்!

க. சுப்ரமணியன்

6

பெரியப்பா போன ஒரு வாரத்தில் நான் குழுமணி செல்லவேண்டி வந்தது வாய்க்கால் ரிப்பேர் விஷயமாக. அது முன்கூட்டி நடந்த காரியமல்ல. ஏதோ திடீரென்று கிளம்பத் துணிந்தேன். பஸ் பரலியாற்றை ஒட்டி வளைந்து வளைந்து போய்க் கொண்டிருந்தது. தாரோ, கல்லிட்ட ரஸ்தாவோ கிடையாது. பஸ் மெல்லிசான புழுதியைக் கிளப்பிக்கொண்டு ஓடுகிறது. அடிக்கடி நாய்கள் பஸ்ஸைத் துரத்திக் குரைத்துப் பின் தொடர்ந்து ஓடி வருகின்றன. கிராமத்து நாய்களுக்குப் பஸ் இன்னும் எதிரியாகவே தோன்றுகிறது. கட்டை வண்டியின் அடியில் ஒதுங்கி நிழல் பாவ உலவி வந்த நாய்களுக்கு இந்த பஸ்ஸின் வேகமும் புழுதியும் ஒரு புது எதிரி. எங்கோ அந்தகாரத்திலிருந்து வருவது போலத் தோன்றலாம். வழி வழியே கழுதைகளின் கூட்டம். கழுதைகளின் மேல் எவ்வளவு பெரிய மூட்டைகள்! துணிகள், புல் கட்டுகள். அவ்வளவு சிறிய கழுதை எத்தனை பாரத்தைத் தாங்குகிறது. ஒவ்வொரு சமயம் குழந்தைகளின் குச்சிக் கால்கள் உடைந்து விடுமோ என்ற பயம் உண்டாகிறது. அப்படி சுமை தாங்கும் கழுதை ஒரு ஈனமான பிராணி. அதைத் தொடக்கூடாது; தொட்டால் தீட்டு; ஆனால் கம்பினால் அவைகளை அடித்து ஓட்டலாம்!

பஸ் குழுமணியை அடைவதற்கு முன் ஒரு பெரிய பள்ளம். பள்ளத்தில் இறங்கி ஏறுவதற்குள் பிரயாணிகளின் உடல் ஒரு முறை குலுங்கும். அப்படிக் குலுங்கி எழுந்தால் குழுமணி வந்து விடுகிறது. நான் குழுமணியில் வாழ்ந்தவனல்ல. பெரியப்பா அங்கு இருப்பதால் பல முறை சென்றிருக்கிறேன்.

அப்படியாகப் பிடித்தமோ –பெரியப்பா சொல்வது போல் விசுவாசமோ – எனக்கு உண்டு என்று சொல்ல மாட்டேன். அதை வெறுக்கிறேன் என்றும் சொல்லக் கூடாது. எங்களுடைய பூர்வீகம் என்பதாலும், அப்பாவும் பெரியப்பாவும் அதைப் பற்றி அடிக்கடி பேசுவதாலும் உள் மனத்தில் ஏதோ சொல்ல முடியாத அபிமானம் ஒன்று இருக்காமல் போகவில்லை. நடுத்தெருவில் ஈன்றெடுத்த மகனிடம் அவன் தாய் 'இவன்தான் உன் தகப்பன்' என்று எவனையாவது காட்டிக் கூறினால் அந்த மனிதனிடம் அப்பையனுக்கு எந்த உணர்ச்சி உண்டாகும்? ஒருவேளை அந்த அபிமானத்தைச் சார்ந்ததாக இருக்கலாம்.

பஸ்ஸிலிருந்து கீழே இறங்கினேன். புண்ணிய பூமி அது. நம் கால்களை மெதுவாகவே பாவி நடக்கத் தோன்றுகிறது. என்னுடன் வந்த டவாலிப் பியூன் என்னுடைய பெட்டியை எடுத்துக் கொண்டான். பஸ் நிலையத்தில் கூட்டம் கிடையாது. இரண்டு மூன்று சேவல்கள் இங்கும் அங்குமாக பெருமையோடு ஓடுகின்றன. ஆடு ஒன்று விளக்குக் கம்பத்திற்கருகில் நின்று கொண்டிருக்கிறது. 'ரைட்' என்று கண்டக்டர் சப்தமிட டீசல் எஞ்சின் மேகத்தைக் கக்குகிறது; புழுதி மறைவதற்குள் பஸ் மறைந்து விடுகிறது.

பஸ் நிலையத்திலிருந்து ஒரு பர்லாங்கு தாண்டினால் கால்வாயின் மேல் ஒரு பாலம். அந்த பாலத்திற்கு அடியில் வண்டலான நீரோட்டம். அந்த நீர் ஓடுவதே தெரிவதில்லை. ஆனால் அதுதான் குழுமணிக்கு வாழ்வை அளிக்கும் நீர். அந்த வாய்க்காலை சரிப்படுத்தவே நான் சென்றிருந்தேன். வெட்டப் போகும் ஆட்டை வளர்ப்பது போல!

பாலத்தைத் தாண்டியவுடன் எதிரில் முனியன் வந்தான். எங்களுடைய நிலத்தைக் கண்காணிக்கும் விவசாயி அவன்.

"சாமி! ஏது இம்மாட்டு தூரம்?"

"சும்மாத்தான்" என்றேன் பதிலுக்கு.

வில்லைச் சேவகனுடன் ஒரு அதிகாரியைக் கண்டால் ஜனங்களுக்கு எத்தனை பயம்? முன்பெல்லாம் போல அவ்வளவு பயம் என்று சொல்ல முடியாது. ஆனாலும் அதனுடைய மாயம் முழுவதும் மறைந்து விடவில்லை.

க. சுப்ரமணியன்

வழியில் தெரிந்தவர், தெரியாதவர் எல்லோரும் கும்பிடு போடுகிறார்கள். இம்மாதிரிக் கும்பிடுக்குப் பதில் கும்பிடு போட வேண்டுமா? போடலாம் என்று தோன்றுகிறது; போடுவதற்கும் கூச்சமாக இருக்கிறது. நம்முடைய மந்திரிகள் இந்த விடாக்கும்பிடு கலையை எங்கு படித்துக் கொள்கிறார்கள்?

குழுமணிக் கிராமத்தில் மொத்தம் நான்கு வீதிகள். முதல் வீதி முன்பு முழு அக்ரகாரமாக இருந்தது. ஜனங்கள் ஊரை விட்டுச் செல்லச் செல்ல மற்ற ஜாதியினரும் அங்கு குடியேறி விட்டார்கள். முதல் வீதியின் கோடியில் ஒரு வினாயகர் கோவில். எங்கள் 'தாத்தாவுக்குத் தாத்தா திவான் கட்டியது' என்று பெரியப்பா சொன்னாரே? அந்தக் கோவில் தான். முதல் தெருவுக்கு இணையாக மேற்கே இன்னொரு தெரு. அதில் குடியானவர்களும் வேறு சில தொழிலினரும் வாழ்ந்தனர். மீதி இரண்டையும் தெருக்கள் என்று சொல்ல முடியாது. சேரி என்றே சொல்லலாம். பள்ளர்களும் பறையர்களும் வாழும் இடங்கள். முன்பு மிகவும் மோசமாக இருந்திருக்கலாம். நாளாக நாளாக இரண்டாம் வீதிக்கும் சேரிகளுக்கும் வித்தியாசம் அவ்வளவாகத் தோன்றவில்லை.

எல்லாம் பழைய வீடுகள். சில இடிந்து போய் அபாயமான நிலையில் இருந்தன. நடு நடுவில் ஒன்றிரண்டு புது வீடுகள். எங்கோ நகரத்தில் பணம் சம்பாதித்து ஒரே வம்சத்தில் பணக்காரர் ஆனவர்களின் வீடு என்று புதிதாக அடிக்கப்பட்ட பெயின்டுகள் பறைசாற்றுகின்றன. கோவிலுக்கு அருகில் சத்திரம் போல ஒரு பெரிய கட்டிடம். ஏதோ காலத்தில் அது சத்திரமாகவே இருந்திருக்கலாம். இப்பொழுது அது பெரியப்பாவின் பள்ளியாக உதவியது.

கிராமத்தைச் சுற்றிலும் கண்ணுக்கெட்டிய தூரம் வரையில் பச்சைப் பசேலென்று விளைந்த பூமி. 'மனங்குளிருகிறது' என்று பெரியப்பா எழுதிய பூமி. பூமியையும் விளைச்சலையும் விட்டால் அங்கு வேறொன்றும் கிடையாது என்று எனக்குத் தோன்றியது.

இரவும் பகலுமாகக் குழுமணி, குழுமணி என்று பெரியப்பா பீத்திக் கொள்கிறாரே; அதுதான் இந்த இடம். இதை அழித்து அங்கிருந்த ஜனங்களை வேறு இடங்களில் நவ

நாகரிகமான கட்டிடங்களில் வாழச் சொன்னால் அவர்களால் மகிழ்ச்சியான வாழ்வை நடத்த முடியாதா? நாட்டில் ஐந்து லக்ஷம் ஏகர் அதிகமாக சாகுபடி செய்யலாம். ஒருவேளை மந்திரி சரியாகத்தான் சொன்னாரோ? ஜனங்கள் ஓரிடத்திலிருந்து வேறு இடம் மாற்றப்படுவது சரித்திரத்தில் புள்ளி விவரம்! அந்நியர் ஆயிரமாயிரமாக நாட்டின் மேல் படையெடுத்த போது வடக்கில், பஞ்சாபில் ஜனங்கள் என்ன செய்தார்கள்? நாடு பிரிக்கப்பட்டபோது அகதியாக ஓடினவர்கள் வேறிடங்களில் சந்துஷ்டியாக வாழவில்லையா? நைலின் போக்கு மாறிய போது அந்த மக்கள் என்ன செய்தார்கள்? மெசபொட்டேமி யாவும், பாபிலோனும் அழிந்து மறைந்த போதும் மக்கள் வேற்றிடங்களில் வாழ வழி கண்டு பிடிக்கவில்லையா? சென்னை சாஸ்வதமா? அல்லது குழுமணியும் நிரந்தரமானதா? மனம் ஏன் ஒரு நிலையிலும் இல்லாமல் தடுமாறுகிறது?

நான் கடிதம் போடாமல் திடீரென்று போனதில் பெரியப்பாவுக்கு மனக்குறை, கோபம்.

"ஏண்டா பிரகஸ்பதி! ஒரு லெட்டர் போட்டுட்டு வரக்கூடாதா? பஸ் ஸ்டாப்புக்கு வந்திருப்பேனே!"

"ஏதோ திடீரென்று வர வேண்டி வந்தது. வாய்க்கால் ரிப்பேருக்கு எஸ்டிமேட் போட வேண்டும்.....!

"இருடா! இரு! மீதி ஆசாமிகளைக் கூட்டிண்டு வரேன்" என்று ஏதோ சொல்லிக் கொண்டு அவர் வெளியில் ஓடலானார்.

பெரியம்மா மூலையில் ஒடுங்கிப் படுத்துக் கிடந்தாள். இடை கழியில் என் காலரவம் கேட்டவுடன் அவள் உட்கார்ந்து விட்டாள்.

"யாரது?' மெல்லிய குரல்.

"நான்தான்................" என்றேன்.

"நீயா? வா! ஒரு லெட்டர் போடப்படாதா? உன்னைப் பார்த்தால் சந்திரனைப் பார்க்கறது போல இருக்கு..." அதற்கு மேல் அவளால் பேச முடியாது. விக்கத் தொடங்கி விடுவாள். சந்திரன் பரலியில் மூழ்கிய அவளுடைய ஒரே புதல்வன். ஒவ்வொரு முறை என்னைக் காணும் போதெல்லாம் அவளால் அதைச் சொல்லாமல் இருக்க முடியாது.

பெரியம்மாவின் அழுகை நின்றது.

'ஏண்டா! குழுமணியில் வாய்க்கால் போடப் போறயாமே! நம்ப குடும்பத்தை இந்த ஊர் எப்பவும் மறக்காதுடா!....'

'நம் கைக்காசிலிருந்தா போடறேன்? ஏதோ அரசாங்க காரியம்... அதற்காகத்தான் இப்பவும் வந்திருக்கிறேன்....'

'அப்படியில்லைடா! உன்னாலதான் நடக்கறது. வேறெ எவனாவது இருந்தா அவனோட ஊரைக் கவனிச்சுப்பான்...'

பெரியம்மா தட்டுத் தடுமாறி எழுந்து விட்டாள். பெரியப்பாவை விட ஐந்து வயது வயதில் சிறியவள். ஆனால் மிகவும் கிழத்துப் போய் பலவீனம் அடைந்து விட்டாள். எங்கள் தாத்தா இறந்து போய் குடும்பம் கஷ்டப்பட்ட போது ஒரு காலில் நின்று அத்தனை பாரத்தையும் ஏற்றவள் என்று அப்பாவும், அம்மாவும் சொல்லிக் கேட்டிருக்கிறேன். அப்படி திடசாலியாக இருந்த பெரியம்மா சருகாகப்போய் விட்டாள். பெரியப்பாவை நகரத்தில் பார்த்த போதே என் மனத்தில் ஏதோ ஒரு ஏக்க உணர்ச்சி குடைந்தது. இதோ பெரியம்மா வாழ்க்கையின் எல்லையில் சீவனற்றுக் கிடக்கிறாள்! அவள் வாழ்வில் எஞ்சியது என்ன? நாம் ஏன் அப்படி எண்ண வேண்டும்? நம் எல்லோருடைய வாழ்விலும் எஞ்சுவதெல்லாம் ஆற்றில் மிதக்கும் சாம்பல் தானே! அந்தச் சாம்பலில் பெரியம்மா, நான், நீ என்ற வேறுபாடு உண்டா?

பெரியப்பாவின் வீடு மிகவும் பழைய, ஆனால் பெரிய வீடு. புழக்கடை பக்கம் இடிந்து காலத்துடன் போராடும் சுவர்கள். எங்கு பார்த்தாலும் மரங்களும் செடி கொடிகளும் பச்சை வாசனை அடிக்கிறது. சிறு வயதில் அங்கு போகவே பயம். ஆயிரம் பாம்புகள் அதனுள் வளைந்து வளைந்து விளையாடி வருவது போல ஒரு எண்ணம். காய்ந்த இலைகளுக்கு நடுவில் சரசரவென்று அரணை ஓடினாலே சப்தநாடி அடங்கிவிடும். சிறிது நேரம் கழிந்தால்தான் 'அது அரணைதான் ஐயே!' என்ற இளக்கார மனப்பான்மை உண்டாகும். பாவம், வாயற்ற அந்த அரணையின் சிவப்பான வாலைக் குச்சியினால் கத்தரித்து விட்டால், அது அரை மணி நேரம் துடியாகத் துடித்து ஓய்வதைக் காணலாம். அதுவும் ஒரு விளையாட்டு ஒரு

காலத்தில். அடுத்த நாள் அந்த அறுந்த வாலைச் சுற்றி ஆயிரம் ஆயிரம் சிற்றெறும்புகள்.

பெரியப்பாவுக்கு வீட்டை இடித்துக் கட்ட வேண்டும் என்று கொள்ளை ஆசை. அடிக்கடி "ரிப்பேர் செய்ய வேண்டும், என் என்று சொல்லிக் கொண்டேயிருந்தார். ஆனால் ஏனோ அந்தக் காரியத்தில் இறங்கவில்லை. பழைய குப்பையைக் கிளறி எறிந்துவிட வேண்டும் என்று நினைக்கிறோம். ஆனால் அந்தக் குப்பையை எறிவதற்குக் கூட மனம் வருவது கிடையாது. ஒரு வேளை அந்த மாதிரியான தாக இருக்கலாம். வீட்டில் நான்கைந்து பெரிய அறைகள். எல்லாம் இருட்டடைந்த அறைகள். பெரியப்பா ஆசையாகக் காத்து வரும் பிதுரார்ஜிதச் சொத்து அது. அதே அறைகளில் ஆண்டுகளுக்கு முன் எத்தனை ஜீவனங்கள் உலவி வந்தன! அவர்களெல்லாம் எங்கே ஓடிவிட்டார்கள்? ஒரு சிலரின் போட்டோ சுவற்றில் தோன்றுகிறது. அவர்கள் பூமியை விட்டே மறைந்தவர்கள். மற்றவர்கள் குழுமணியைவிட்டு வேறு இடங்களுக்கு மறைந்தவர்கள். இப்பொழுது பெரியப்பாவும் பெரியம்மாவும் மட்டுமே அங்கு வாசம். தனியே வசித்து வீட்டைக் காத்து வந்தார்கள். பின்கட்டில் இருந்த அறைகளில் சமையற்காரியோ அல்லது வேலைக்காரியோ புழங்கி வந்தார்கள். நடுக்கூடத்தில் நின்று பேசினால் அது வீடெங்கும் எதிரொலித்துக் கேட்கிறது. சின்ன வயதில் நடு ஹாலில் கூடத் தனியாகப் போக நான் பயந்தது ஞாபகம் வருகிறது. பேயென்றால் மனிதனைச் சாராத எதிரொலி ஒன்று என்ற எண்ணம். ஒரு மலையடிவாரத்தில் நின்று சப்தமிட்டால் எதிரொலி எவ்வளவு அழகாக இருக்கிறது? அதே எதிரொலி வீட்டில் பேயை ஞாபகப் படுத்துகிறது. அப்படி பேய் புகக் கூடிய வீட்டில் பெரியப்பாவும் பெரியம்மாவும் தனியாகப் பேய் போல வாழ வேண்டுமா? எத்தனை நவீனக் கட்டிடங்கள் இல்லை! தரை மொசைய்க்கால் பளபளவென்று மின்னுகிறது. கால்கள் தரையில் பதிய முடியாமல் வழுக்குகின்றன. எங்கும் வெளிச்சம். ஒன்று சூரியனுடையது; அப்படி இல்லையானாலும் மனிதனால் செய்யப்பட்ட சூரியனான நியான் ட்யூப் விளக்குகள். மூலை மூலைகளில் கையலம்ப வாஷ் பேசின்கள், குழாய்கள், கண்ணாடிகள். அப்படிப்பட்ட வீடுகளில் வாழ பெரியப்பா

க. சுப்ரமணியன் • 61

கொடுத்து வைத்திருக்க வேண்டுமே! குழுமணி ஆழ்ந்தால் அரசாங்கம் அம்மாதிரியான இடங்களில் அவர்களைக் குடியேற்றலாம்!

பெரியப்பா நண்பர்களின் கூட்டத்துடன் வந்து விட்டார். பல முகங்கள் முன்பே பார்த்த, பழகிய முகங்கள். நடு நடுவில் முன்பு தெரியாத புது முகங்கள். பெரியப்பா என்னை வைத்துக் கொண்டே அவர்களிடம் என் பதவியையும், அதிகாரத்தையும் பற்றிப் பெருமை அடித்துக் கொண்டிருந்தார்.

“என் பையன்.. பெரிய எஞ்சினியர். அவன் நினைத்தால் ஆகாத காரியம் கிடையாது.....”. இம்மாதிரி எத்தனையோ. அவருடைய நண்பர்களும் அவர் சொன்னதையெல்லாம் முற்றிலும் ஆமோதித்தார்கள்.

வீட்டிற்கு வெளியே பள்ளிக் குழந்தைகளின் சப்தம். என்னுடைய வருகையினால் அன்று பெரியப்பா,பள்ளியை மூடிவிட்டார் போலும்! “ஓ” வென்று சப்தமிட்டு ஓடிக் கொண்டிருந்தன குழந்தைகள். அரைகுறை உடையணிந்த, ஆரோக்யமற்ற உடல்கள். அவர்கள் தலையிலிருந்து எண்ணெய் வழியவில்லை. முனிசிபல் இலவச பள்ளி மாணவர்களுக்கும் பெரியப்பாவின் சத்திர பள்ளி மாணவர்களுக்கும் அவ்வளவுதான் வித்யாசம். பள்ளியை நினைத்தாலே ஓடும் குழந்தைகளின் உருவம் கண்முன் தோன்றுகிறது. பள்ளியை நோக்கி ஓடும் குழந்தைகளின் உருவம் என்றுமே தோன்றாதா?

பெரியப்பாவின் நண்பர்கள் ஒவ்வொருவராக மறைந்தார்கள். நாள் தேய்ந்து கொண்டிருந்தது. உள்ளங்கையினால் தாடையைத் தடவிக் கொண்டு இங்கும் அங்குமாக ஏதோ நினைவில் நடமாடிக் கொண்டிருந்தால் தாடையில் சிறிது சிறிதாக மயிர்கள் தோன்றுவது கூடப் பலப்படும் போல ஒரு பிரமை. நாளை காலையில் எங்கு உட்கார்ந்து எப்படி முக க்ஷவரம் செய்து கொள்வது? நகரத்திலேயே வளர்ந்து விட்ட என் மாதிரி ஆட்களுக்கு கிராமத்தில் என்ன விதமான பிரச்னைகள்!

நன்றாக இருட்டி விட்டது. பூச்சிகளின் சப்தம் ரீங்கார மிட்டது. தவளையின் குரல் அந்த ரீங்காரத்தைக் கெடுத்தது. அல்லது தவளையின் சப்தம் ரீங்காரத்தைக் குலைத்தது என்று

சொல்லமாட்டேன். மேலைய நாட்டு வாத்திய கோஷ்டியில் வயலின்களின் நாதத்திற்கு நடுவில் ட்ரோம்போனின் குரல் கேட்பது போல. இருட்டின் இடையில் மின் மினுப் பூச்சிகள் – அவை கும்பிருட்டில் எதைத் தேடுகின்றன? சிறுவயதில் மின்மினிப் பூச்சிகள் வேவு காணவந்த பேயின் தூதர்கள் என்ற ஒரு எண்ணம். ஒரு சமயம் ஒரு மின்மினிப் பூச்சியைக் கையில் பிடித்து ஆராய்ந்தது ஞாபகத்திற்கு வருகிறது. வெட்ட வெளியில் மினுக் மினுக்கென்று ஓடும் பூச்சியைக் கையில் எடுத்துப் பார்த்தால் அதன் ஒளி எங்கோ போய் விடுகிறது. வானம் பளிச்சென்று மேக மற்று இருந்தது. நட்சத்திர ஒளி செடி கொடிகளுக்கு ஒரு ஆபூர்வ அழகை உண்டாக்கியது. பெரியப்பாவின் குரலைக் கேட்டுத் திடுக்கிட்டு உள்ளே சென்றேன்.

"ஏண்டா! புழக்கடையில் ராவேளயில் என்ன வேடிக்கை? ஏதாவது பூச்சி பொட்டு கடிச்சா?" என்று கடிந்து கொண்டார்.

"பார்த்து நாளாகிறதல்லவா?"

"காலம்பர பாரேன். சாப்படலாம் வா."

சாப்பிட உட்கார்ந்தோம். நான் வந்திருக்கிறேன் என்று பெரியம்மா தன் கையினாலேயே சமைத்திருந்தாள். வத்தக் குழம்பு, சீரகம் அரைத்துவிட்ட ரசம், தயிர், சுட்ட அரிசி அப்பளம்.

"சரியா சாப்பிடுடா! இந்த மாதிரி சாப்பாடு சாப்பிட எத்தன பிறவி வேணாலும் எடுக்கலாம். அவ கைராசி வேற யாருக்கு வரும்?" – பெரியப்பா பேசிக்கொண்டே போனார்.

நான் சரியாகவே சாப்பிடவில்லை என்று பெரியம்மா அடிக்கடி குறை சொல்லிக் கொண்டேயிருந்தாள். இடையிடையில் என்னுடைய கல்யாணத்தையும் சீக்கிரமாகவே முடித்து விடவேண்டும் என்று சொல்லாமல் சொன்னாள்.

"அவன் கல்யாணத்திற்கு என்னடி கவலை? ராஜா மாதிரி பய. கைநிறைய சம்பளம். எவனாவது லக்ஷாதிபதி பெண்ண வெச்சுண்டு தவம் கிடப்பான்."–பெரியப்பாவுக்கு வத்தக் குழம்பின் வெறியில் தலைகால் தெரியவில்லை.

சாப்பிட்டு விட்டுக் கையலம்ப எழுந்தபோது பெரியம்மா நான் ரொம்பவும் மாறி விட்டதாகவும், முன்புபோல அத்தனை சகஜமாகப் பேசவில்லை என்றும் சொல்லிக் காட்டினாள். அவள் சொன்னதில் உண்மை இருந்ததோ இல்லையோ, அது எனக்குச் சரியாக விளங்கவில்லை. அவர்களிடம் எதைப் பற்றிப் பேசுவது?

படுக்கச் சென்றோம். பெரியப்பா நெடுநேரம் என் அப்பாவைப் பற்றியும், பழைய நாட்களைப் பற்றியும் பேசிக் கொண்டேயிருந்தார். நடுவில் இன்னும் சில ஏக்கர் நல்ல இடமாகக் குழுமணியில் வாங்கி விட்டால் அவருடைய நீண்ட நாளான ஆசை பூர்த்தியாகிவிடும் என்றும் சொன்னார். விட்டத்தில் எலிகள் 'கிரீ''ச் 'கிரீ'ச் சென்று சப்தமிட்டு ஓடிக்கொண்டிருந்தன. பெரியப்பாவின் குறட்டை அகோரமாக இருந்தது. அவர் தூங்கிய பிறகு எவ்வளவு நேரம் நான் விழித்துக்கொண்டிருந்தேன் என்று புரியவில்லை. நள்ளிரவில் ஆந்தையின் குரல் வயிற்றைக் குழப்பியது. இரவில் ஆந்தையின் அலறல் இல்லாத கிராமமும் உண்டா?

7

அடுத்த நாள் காலை சீக்கிரமாகவே எழுந்துவிட்டேன். வீட்டுத் திண்ணையில் டூத் பிரஷும் கையுமாக உட்கார்ந்திருந்தேன். விநாயகர் கோவிலின் பூசாரி ராமஸ்வாமி சாஸ்திரி அவசரமாகக் கோவிலை நோக்கி ஓடிக்கொண்டிருந்தார். என்னைக் கண்டவுடன் அவருடைய நடை தளர்ந்தது.

"ஹி! ஹி! ஏது இவ்வளவு தூரம்?" என்று அசட்டுச் சிரிப்புடன் குழைந்தார்.

"சும்மாத்தான். கொஞ்சம் வேலை விஷயமாக வந்தேன்."

"ஹி! ஹி! நீங்கள் பெரிய மனது பண்ணி வாய்க்காலை ரிப்பேர் செய்யப் போகிறீராமே!'' – சாஸ்திரிகள் தன் பஞ்சகச்சத்தை ஒருமுறை சரிப்படுத்திக் கொண்டார். சதை படிவு படிவாக அமைந்திருந்த அவருடைய உடம்பில் எங்கும் விபூதி அப்பியிருந்தது.

"ஏதோ......" என்றேன்.

"பெரியப்பா என் பேரனைப் பார்த்தாராம். சௌக்யமா இருக்கானாம். நீங்கள்ளாம் அவனைப் பார்க்கிறதில்லையா?"

"எங்கே நேரம்?... எல்லாம் அவனவன் தொழில்......' என்று மழுப்பினேன்.

"ஆமாம்! உங்களுக்கெல்லாம் வேலை அதிகம். நேரம் கிடைக்காது, அவனை வந்து பாக்கச் சொல்றேன்."

"........................."

சாஸ்திரிகள் ஓட்டத்தை மீண்டும் தொடங்கினார். ஓட்டத்தில் அவருடைய குதிகால் தரையில் பாவவில்லை. நாம்தான் நகரத்தில் ஆபீசுக்கும், பஸ்ஸுக்கும் ஓட வேண்டியிருக்கிறது என்றால், ஏன் இந்த சாஸ்திரிகளும் அப்படி ஓட வேண்டும்?

பல வீட்டு மாடுகளை இழுத்துக் கொண்டு இடைச் சிறுவர்கள் வயல்புறமாகப் போய்க்கொண்டிருந்தார்கள். கவலையற்று எருமை வாகனத்தில் அமர்ந்திருந்த ஒருவன் என்னைக் கண்டவுடன் கீழே இறங்கினான். வெட்கம் அவனைப் பிடுங்கித் தின்றது. ஒருவருக்கொருவர் ரகசியமாக என்னைக் காட்டிப் பேசிக்கொண்டார்கள். ஒருவேளை என் கையில் இருந்த டூத் பிரஷைப் பற்றியிருக்கலாம் என்று நினைத்தேன். கிராமங்களில் டூத் பிரஷ் இன்னும் ஒரு மேலைய நாட்டு நாகரிகச் சின்னமாகவே கருதப்படுகிறது.

அடுத்த வீட்டில் ஒரு பையன் உரத்த குரலில் பாடத்தைப் படிக்க ஆரம்பித்து விட்டான். விடியற்காலையில் படித்தால்தான் படிப்பு மண்டையில் ஏறும் என்று அவனுடைய தாத்தாவும், பாட்டியும் மீண்டும் மீண்டும் சொன்னதன் பலனாக அது இருக்கலாம். படிக்கும் பாடத்தை அவன் புரிந்துகொண்டு படித்ததாகத் தோன்றவில்லை.

நான்கைந்து பாட்டிகள் வாய்க்காலில் குளிப்பதற்காக வீட்டின் வழியாகச் சென்றனர். அவர்கள் எல்லோரையும் நான் அறிவேன். அவர்களைக் கண்டவுடன் டூத் பிரஷைப் பின்புறமாக மறைத்துக் கொண்டேன். அநாகரிகத்திற்கு நாகரிகம் செய்யும் மரியாதையா அது? ஒருத்தி ராமஸ்வாமி சாஸ்திரியின் சகோதரி. சிறு வயதில் – மிகச் சிறுவயதில் – விதவையானவள் அவள். அவள் வாழ்ந்தது முழுவதும் குழுமணியில் வாழ்ந்தது என்றால் நாட்களைக் கழித்தது என்ற அர்த்தத்தில். ஒருத்தி மிராசுதார் வீட்டைச் சேர்ந்தவள். மிராசுதாரின் அத்தை அவள். அவள் உடுத்திய பட்டு நார்ப் புடவை அவளுடைய செல்வ நிலையைக் காட்டியது. அடுத்தவள் தனியாகக் குடித்தனம் நடத்துகிறாள். அவளுடைய மகன் ஏதோ ஊரில் சம்பாதிக்கிறான். மாட்டுப் பெண்ணைக் கண்டால் அவளுக்குக் கரிப்பு. வயது காலத்தில் குழுமணியிலேயே இருந்து விடுகிறேன் என்று மகனிடம் சொல்லிவிட்டு ஓடிவந்த மனோதிடக்காரி அவள்.......

“ஏண்டா! நீ காந்தாவின் பிள்ளயாண்டான் தானே?” மிராசுதார் பாட்டி.

“ஆமாம்” என்று தலையாட்டினேன். வாயின் ஓரத்தில் வழிந்த பேஸ்டை ரகசியமாக இடது தோளில் துடைத்துக் கொண்டேன்.

“காந்தாவின் அதிர்ஷ்டத்தை பாருடீ!” என்றாள் வேறு ஒரு பாட்டி.

“அதிர்ஷ்டமாவது ஒண்ணாவது! காந்தாவும், அவள் ஆத்துக்காரரும் எத்தனை கஷ்டப்பட்டுப் படிக்க வைத்தார்கள்.”

மௌனம்.

‘ஏண்டா! உனக்கு உனக்கு இன்னும் கல்யாணம் ஆகலயாமே!’ ஒருத்தி.

“கல்யாணத்துக்கென்னடீ! தன்னால ஆறது.” மற்றவள்.

பாட்டிகள் மறைந்தார்கள். அவர்களுடைய உலகம் வேறு, நம்முடைய உலகம் வேறா? இரண்டிற்கும் இடையில் ஏதாவது திரை இருக்கிறதா? அப்படிப் பார்க்கப்போனால் இந்த கிராமமே வேறு ஏதோ உலகில் வாழ்வதுபோல் அல்லவா தோன்றுகிறது! அதற்கும் எனக்கும் நடுவில் என்ன திரை? பரலியில் வெள்ளம் புரளுகிறது. அந்த வெள்ளத்தில் கிராமமே அழியப்போகிறது. அதோ திரை மேக்கூரில் எழப்போகிறது. அதன் உயரம்... கண் கலங்குகிறது.

பாட்டிகளுக்குப் பின் மாமிகள், பெண்கள், சிறுமிகள். அரைமணியில் அவர்கள் எல்லோரும் குளித்துவிட்டு ஈர உடையுடன் வீடு திரும்புவார்கள். கையில் குடங்கள், பாத்திரங்கள்; வாயில் வம்பு, ஊர்ப் பேச்சு.

வெய்யில் உரைப்பதற்குள் என்னுடைய வாய்க்கால் இன்ஸ்பெக்ஷன் வேலையை முடித்து விடவேண்டும் என்று வாய்க்காலை நோக்கிச் சென்றேன். வழியில் ஊரைச் சார்ந்த அத்தனை குடியானவர்களும் தென்பட்டனர். சிலர் கும்பிட்டனர்; சிலர் நன்றியுடன் சிரித்தனர்; விசுவாசத்தினால் சிலருடைய உடல் நடுங்கியது. ‘எஞ்சினியரய்யா வாய்க்கால்

போடுகிறார்' என்று பலர் தாழ்ந்த குரலில் என்னை வாழ்த்தியது என் காதில் விழாமல் போகவில்லை,

பயிர்கள் முற்றியிருந்த வயல்களின் நடு நடுவே பயங்கர பொம்மை உருவங்கள் கழிகளில் தாங்கப்பட்டு நின்றன. காக்கைகளையும், குருவிகளையும் பயமுறுத்துவதாக எண்ணம். அந்த உருவங்கள் என்னை ஏளனம் செய்வன போலத் தோன்றியது. என்ன ஆனாலும் என்னைவிடக் குழுமணிக்கு அதிக நன்மையை அவை புரிகின்றன அல்லவா?

என் வாய்க்கால் வேலை மூன்றுமணி நேரத்தில் முடிந்து விட்டது. சோழர் காலத்தில் கட்டின கால்வாயாக இருக்கலாம் அது. பத்து அடி ஆழம் தூர்த்து இருபுறமும் சிமென்டை அடித்துவிட்டால் கவலையே இல்லாமல் இன்னும் ஒரு ஐம்பது ஆண்டுகளாவது நிலைக்கும். ஐம்பது ஆண்டுகளா? ஏதோ பேசுகிறேனே! இரண்டே ஆண்டு வாழ வேண்டிய வாய்க்காலுக்கு ஐம்பது ஆண்டை ஏன் அளிக்க வேண்டும்? ஆனால் வழக்கம் யாரை விடுகிறது? பாழும் பழக்கம்-விட்டத்தில் தலைகீழாகத் தொங்கும் வெளவால் அது.

வேலை முடிந்தவுடன் வீடு திரும்பினேன். பெரியம்மா கூடத்தின் ஓரத்தில் சுருண்டு படுத்து முனகிக்கொண்டிருந்தாள். திண்ணையிலிருந்து பார்த்தால் எதிரில் சத்திரம். பெரியப்பா பாடம் நடத்துவது தெரிகிறது. அவர் யாரோ ஒருவனைப் பரிகாசம் செய்கிறார் என்று நினைக்கிறேன். அத்தனை சிறுவர்களும் தாள முடியாமல் சிரிக்கிறார்கள். பெரியப்பா தன்னுடைய தொந்தியை அடிக்கடி கையினால் தடவிக் கொள்கிறார். விநாயகர் கோவிலுக்குமேல் கழுகுகள் வட்டமிடுகின்றன. சாஸ்திரிகள் பகல் பூஜை ஆரம்பிப்பதற்கு அறிகுறியாக மணியடிக்கிறார். அந்த மணியும் எங்கள் திவான் தாத்தா அளித்தது. மணியின் சப்தத்தில் வெளியில் உறங்கிக்கிடந்த நாய் தன்னுடைய ஓட்டத்தை ஆரம்பித்தது.

இரண்டு நாட்களில் நான் வந்த காரியம் முடிந்துவிட்டது. வாய்க்காலின் நகலைத் தயார் செய்து, எப்படி ரிப்பேர் செய்ய வேண்டும் என்பதற்கு ஒரு எஸ்டிமேட்டையும் பூர்த்தி செய்தேன். உள்ளூர் இன்ஸ்பெக்டரிடம் எல்லா தஸ்தாவேஜு களையும் அளித்தேன். தகுந்த மேஸ்திரிகளையும் தேர்ந்தெடுத்து

அவர்களிடம் வேலையை ஒப்படைக்க வேண்டும். சூப்ரண்ட் எஞ்சினியர் எஸ்டிமேட்டை அங்கீகரித்து, பொறுக்கிய மேஸ்திரிகளையும் அனுமதித்து விட்டால் காரியம் தன்னால் நடந்தேறிவிடும். அதன் பிறகு மாதத்திற்கு ஒருமுறை வேலை சரியாக நடக்கிறதா என்று மேற் பார்வை இடவேண்டியதுதான் என் பொறுப்பு.

இரண்டாம் நாள் காலையில் டூத் பிரஷுடன் வாய்க்கால் கரையில் நின்று கொண்டிருந்தேன். தலை சுற்றுவதுபோல ஒரு பிரமை. அந்த பிரமையில் நகரத்துப் பூங்காவும், கோட்டையும், கடை வீதியும் கண்முன் தோன்றின. இரவு நேரம். அதோ! தூரத்து விளம்பர விளக்குகள். அதோ! கடை வீதியின் கூட்டம், அடிதடி, நாற்றம். அடுத்த வீட்டு தாத்தா கடிகாரம் எட்டு மணி அடிக்கிறது. பாட்டி காய்கறிக்காரனுடன் பேரம் பேசுகிறாள். குழந்தையும் ‘வீரெ’ன்று அழுகிறது. குடுகுடுப்பாண்டியும் வந்து விட்டானே!... ஊமை வரிசை மௌனமாகக் தலை குனிந்து செல்கிறது... ஆபீஸின் பழைய செங்கல் கட்டிடம் எழுகிறது... அடபாவி! அடுத்தநாள் நீ நகரத்தில் இருக்கப் போகிறாய்! அதற்குள் ஏங்கி விட்டாயே! நீதானா ஆண்டாண்டுகளாக வாழ்ந்த கிராமங்களைச் சுவடில்லாமல் மூழ்கடிக்கப் போகிறாய்?

அன்று நான் சரியாகச் சாப்பிடவில்லை. பெரியப்பாவுக்கும், பெரியம்மாவுக்கும் அது கவலையாகப்போய்விட்டது. ‘உடம்பு கொஞ்சம் சரியில்லை’ என்று தட்டிவிட்டேன் சாக்கை. அவர்கள் அதை நம்பியதாகத் தெரியவில்லை.

“உடம்பு சரியில்லை என்றால் ரெண்டு நாள் கழிச்சுப் போயேன். என்ன அவசரம்?” – பெரியப்பா.

“இல்ல பெரியப்பா! தலைக்குமேல் வேலையிருக்கு ஆபீசில்,”

“நல்ல ஆபீஸ் வந்தது சனியன். நீ சொன்னா கேக்க மாட்டே. உங்கப்பனுக்கு எழுதிடறேன்...

மௌனம்.

“அப்படித்தான் போகணும்னா பஸ்ஸில் போகாதே! ரயில்லே போ!”

“சரி” என்று ஒத்துக்கொண்டேன்.

இரவு எட்டு மணிக்கு வண்டி. ஏழு மணிக்கே என்னை ஸ்டேஷனுக்கு இழுத்துச் சென்றார் பெரியப்பா. பழைய ரயில் பெட்டி ஒன்று மேட்டில் நின்றுகொண்டிருந்தது. அதுவே ரயில் ஸ்டேஷன்; அதுதான் ரயில் ஆபீஸ்; அதுதான் எல்லாம். பெட்டிக்கு ஒரு பர்லாங் கீழே பள்ளத்தில் ஒரு சிறு வீடு. அது ஸ்டேஷன் மாஸ்டரின் வீடு. நான் சிறுவனாக இருந்தபோது – இருபது ஆண்டுகளுக்கு முன்னால் – அப்பாவுடன் குழுமணி வந்தபோதும் அதே வீடும், அதே பெட்டியும் அங்கேயேதான் இருந்தன. ரயில் பெட்டி ஓரத்தில் கரையான் அதிகமாகக் கரைத்திருந்தது. ஸ்டேஷனை அடுத்து பழைய பாம்புப் புற்றுகள் சில. ஸ்டேஷன் மாஸ்டர் ஒரு ராயர். பாம்புப் புற்றில் அவருடைய மனைவி நாகசாந்தி செய்ததற்குச் சின்னமாகக் காய்ந்த பூமாலைகள் தென்பட்டன. புற்றில் ஊற்றிய பாலின் சுவடு இருட்டில் அவ்வளவாகத் தெரியவில்லை. பாம்புகள் ஒரு வேளை பாலைக் குடித்து விட்டனவா?

பெரியப்பாவைக் கண்டவுடன் ராயர் பெட்டியிலிருந்து வெளியில் வந்துவிட்டார். அவருடைய சிறு உடல் பழைய 'யூனிபார்'மில் மறைந்திருந்தது. ராயருக்கு எப்பொழுதும் சிரிப்புதான் – ஒரு அசட்டுச் சிரிப்பு. ராயரின் சிரிப்பில் அவருடைய சொத்தையான பல் வரிசை வெளிப்பட்டது.

"பையன் எப்படிப் படிக்கிறான்?" என்று ராயர் மரியாதையுடன் கேட்டார்.

"தேவலாம். ஆனால் கணக்கில்தான் மோசம்" என்றார் பெரியப்பா, வாத்தியார் என்ற தோரணையில். ராயருக்கு வாழ்க்கையில் ஒரு பெரிய கவலை, அவருடைய மகன் எப்படியாவது எஸ். எஸ். எல்.சி.யை முடித்துவிட வேண்டும் என்பது. அவன் பள்ளிப்படிப்பை முடித்துவிட்டால் உடனே அவனும் அவரைப்போல ஒரு ஸ்டேஷன் மாஸ்டராகி விடலாம். ராயரின் கவலையையெண்ணி எனக்கு ஒரு புறம் அநுதாபம். பெரியப்பாவும்கூட தன்னுடைய மாணவர்களின் தரத்தை மதிப்பிட்டு வைத்திருக்கிறாரா? என்று ஆச்சரியம் மறுபுறம்.

ஸ்டேஷன் போர்ட்டர் வயல் வழியாக ஓட்ட ஓட்டமாக ஓடிவந்தான். அவனும் இருபது வருடமாகப் போர்ட்டர்

தொழிலைப் புரிகிறான் ராயருடன். முன்பு உடல் கட்டு மஸ்தாக இருந்தது. இப்பொழுது சதை சுருங்கி ஆள் உருமாறிப் போய்விட்டான்.

ஸ்டேஷனிலிருந்து பார்த்தால் வலது பக்கம் கண்ணுக் கெட்டிய வரையில் வயல்வெளி, விளைச்சல். இடது பக்கம் பரலி நெளிந்து ஓடுவது தெரிகிறது. நட்சத்திரங்களின் சில சில பாகங்களே தெரிகின்றன. நெளியும் பாம்பின் அடி வயிறு வெய்யிலில் சில சமயம் மின்னுவதைப்போல.

“ராயர்வாள்! அவன்தான் என் தம்பி புள்ளை. அரசாங்க எஞ்சினியர். நம்மூர் வாய்க்காலை சரிபண்ண வந்திருக்கான்” என்று என்னை ராயருக்கு அறிமுகம் செய்தார் பெரியப்பா.

“ஹும்... பெரிய புண்ணிய காரியம் செய்கிறீர்கள் நீங்கள்... நீங்கள் சிறுவயதில் இங்கே மண் மேட்டில் விளையாடுவதை நான் பார்த்திருக்கிறேன். அப்பவே நீங்கள் ஏதாவது பெரிய காரியத்தைச் செய்வீர்கள் என்ற நினைப்பு எனக்குத் தோன்றியது” என்றார் ராயர். அவர் யாரைப் பற்றியாவது எப்பொழுதாவது இழிவாக நினைப்பதுண்டா, நினைத்ததுண்டா என்று என்னால் சொல்ல முடியாது. ராயர் பேசி முடிப்பதற்குள் அவருடைய கால்களை நான்கு குழந்தைகள் கட்டிக் கொண்டன. ஒரு வயதான சிறுவன் தயக்கத்துடன் தூரத்தில் நின்று கொண்டிருந்தான். ஒருவேளை அவன் பெரியப்பாவின் மாணவன் – கணக்குப் புலியாக இருக்கலாம்.

மணி ஏழு ஐம்பதாக இருக்கலாம். போர்ட்டர் மணியை அடித்தான். அதிகமாக கூட்டம் சேரவில்லை–அரை டஜன் ஆசாமிகள் வந்திருக்கலாம்.

எட்டு மணிக்கு ரயில் வண்டி வந்தது. போர்ட்டரும், ராயரும், பெரியப்பாவுமாக என்னுடைய மூட்டையையும் பெட்டியையும் வண்டியில் ஏற்றினார்கள். அடுத்த மணி அடிக்க, வண்டி கிளம்பியது புகையைக் கக்கிக்கொண்டு. ரயில் ஜன்னலின் வழியாகப் பார்த்தால் வயலுக்கு நடு நடுவே சிறு விளக்குகள் தெரிந்தன. அவை குழுமணி இன்னும் உறங்கவில்லை என்று அறிவித்தன. பெரியப்பாவின் கையசைவு முடிந்ததாகத்

தெரியவில்லை. ராயர் ஐந்து குழந்தைகள் புடைசூழ தன் வீட்டை நோக்கிச் சென்று கொண்டிருந்ததும் தெரிந்தது. எட்டுமணி வண்டிக்குப் பிறகு அவருக்கு வேலை கிடையாது.

இரயில் இருட்டைக் கிழித்துக்கொண்டு சென்றது. வெளியில் தலையை நீட்டினால் எங்கும் ஒரே இருட்டு. இருட்டிலும் எத்தனை ரகம்! கும்மிருட்டு, காரிருட்டு, லேசான இருட்டு, மரத்தில் ஊடுருவின இருட்டு. வயலில் ஒருவித இருட்டு. எங்கோ உண்டான வெளிச்சத்தினால் சற்றே வெளுத்த இருட்டு. ஒரு அறையில் உட்கார்ந்து விறைத்துப் பார்த்தால், இருட்டு நம்மைக் கௌவுகிறது. ஓடும் ரயிலிலிருந்து இருட்டை நாம் கௌவலாம் என்று தோன்றுகிறது. திடீரென்று வெளிச்சப் புள்ளிகள் வயல் நடுவில் தோன்று கின்றன. ஏதோ ஊர் வருகிறது. ஏதோ ஸ்டேஷன். ரயில் நிற்கிறது. இரண்டு, மூன்று நிமிஷம் ரயில் அமைதி மக்களின் கூச்சல், அடிதடி, ஸ்டேஷன் மணி. ரயிலின் ஊதல். மீண்டும் ஓட்டம். மீண்டும் இருட்டு. ரயில்தான் இருட்டில் நுழைகிறதா அல்லது இருட்டுதான் ரயிலைக் கௌவுகிறதா என்ற பிரமை உண்டாகிறது. இடதுபுறம் ரயிலுடன் ரயிலைத் தொடர்ந்து ஓட்டமிடுகிறாள் பரலி.

ரயில் பெட்டியில் ஒரு குழந்தை அழுகிறது. அதனுடைய தாய் அதை எடுத்துப் பாலூட்டுகிறாள். ஆறு முழப் புடவையினால் அரைகுறையாக மூடப்பட்ட அவளுடைய தோள்களும் மார்பகமும் கரு கருவென்று மங்கிய ரயில் விளக்கில் வாழ்வை வலியுறுத்துகின்றன.

பெட்டியில் ஏறிய சில ஜனங்கள் குழுமணியில் இந்த வருஷ விளைச்சலைப் பற்றிப் பேசுகிறார்கள். பூமி விளைகிறது – அதில் அவர்களுக்கென்னவோ அத்தனை பெருமை. நடுவில் எவனோ ஒருவன் "அடுத்த வருசம் இன்னும் அதிக வெளச்சல் இருக்கும். புதுக் கால்வாய் போடறாங்க இல்ல?" என்று சொன்னதும் காதில் விழுந்தது.

பெட்டியின் ஓரத்தில் கைக்குழந்தையுடன் இருந்தவள் மற்றொருத்தியுடன் பேசியதும் காதில் விழுந்தது. குழு மணியில்தான் சுகப்ரசவம் என்று தன்னுடைய தாய் வீட்டுக்கு வந்தவள் என்று புரிகிறது. அவளுடைய கையில் இரண்டு

அல்லது மூன்று மாசத்துக்கு மேலாகாத ஒரு சிசு ரப்பர் பொம்மையைப்போல துவண்டு கிடந்தது. அடிக்கடி அதைத் தடவிக்கொண்டும், முத்தமிட்டுக் கொண்டும் இருந்தாள் அதன் தாய்.

அரைத் தூக்கத்தில் தலை ஆடியது. ரயிலில் தூங்கவே கூடாது என்று விறைப்பாக உட்காருகிறோம். நம்மையும் அறியாமல் தலை பக்கத்தில் அமர்ந்திருக்கும் ஆசாமியின் மேல் சாய்கிறது. வெட்கம் பிடுங்கித் தின்கிறது. விழிப்பு, விரைப்பு, மீண்டும் தலை ஆடுகிறது.

'கனம் மந்திரி அவர்களின் நேரம் மிகவும் விலை வாய்ந்தது. இந்த சிறு பிரச்னையைப் பத்து நிமிடங்களில் முடித்துவிடலாம்' – ராமானுஜத்தின் குரல்தான், சந்தேகமில்லை.

'உணர்ச்சிவசப்பட்டு இந்தத் திட்டத்தை நாம் தள்ளி விடக் கூடாது... சில கிராமங்கள் திட்டத்தினால் அழிவது ஒரு நாட்டின் வரலாற்றில் புள்ளி விவரமே......' மந்திரியின் குரலேதான், ஐயமில்லை.

திடுக்கிட்டு எழுந்தேன். அடே! ரயிலில் குட்டித் தூக்கத்தில் கனவு! பிரயாணிகளின் பங்களாவில் நடந்த கூட்டம் என் கண்முன் மீண்டும் நடந்தது.

ரயில் புது மணப் பெண்ணைப்போல் எங்கெல்லாமோ நின்று நின்று அடுத்த நாள் காலை நகரத்தை அடைந்தது.

ஸ்டேஷனிலிருந்து அரைமைல் தூரத்தில் பூங்கா. பூங்காவிலிருந்து அடுத்தபடி பிரிட்ஜ். அந்த பிரிட்ஜிலிருந்து காலை வேளையில் இடப்புறமாகப் பார்த்தால் ஆகாயத்தைத் தொடுவதுபோல் மூன்று சிம்ணிகள் புகையைக் கக்கிக் கொண்டிருக்கும். வாழ்வை நிலையுறுத்தும் அந்தக் காட்சியை என் கண்கள் பருகுகின்றன. அடுத்தபடி கோட்டை.

ஆமாம்! கோட்டையில் எல்லா கற்களும் சரியாக இருக்கின்றன. ஆந்தைகளும், வௌவால்களும் வீட்டை அடைந்து விட்டனவா? கடைவீதி வந்து விட்டதே! அனாதைச் சிறுவர்கள் தண்ணீர் லாரியின்பின் ஓடுகிறார்கள். நீராடிய தெருவின் மண் வாசனை நெஞ்சையள்ளுகிறது. கடை

வீதியைத் தாண்டி விட்டோம். வீடுவந்து விட்டது. இன்னும் பத்து நிமிஷங்களில் காய்கறிக்காரன் வந்து விடுவான். பாட்டியும் கீழே இறங்கிவிடுவாள். தாத்தாவின் கடிகாரம் சரியாக ஓடுகிறதா?... மீண்டும் அதே பழைய, நகர வாழ்வு.

8

மேக்கூர் திட்டத்தை அரசாங்கம் வெகு சீக்கிரத்திலேயே அங்கீகரித்துவிட்டது. அரசாங்கத்தின் வேகம் ராமானுஜத்தையே ஆச்சரியத்தில் ஆழ்த்தியது. ஒரு ஆயிரம் ரூபாய் செலவில் செய்யக்கூடிய சமாசாரங்களில் எத்தனை தாமதம் ஏற்படுகிறது! அப்படியே அனுமதிப்பதானால் எத்தனை கேள்விகள், கடிதங்கள்! மேக்கூர் திட்டம் எப்படி இவ்வளவு துரிதமாக முன்னேறியது? மூன்று கோடிக்குமேல் செலவழிக்கக் கூடாதாம்; இரண்டு வருடம் அல்லது முப்பது மாதத்திற்குள் முடித்துவிட வேண்டும் என்ற கெடுபிடி வேறு. அச்சிட்ட அரசாங்க சாங்ஷன் பள பளவென்றிருந்தது, கல்லறையில் பதித்த சலவைக்கல்லினால் ஆன சாசனம் போல.

திட்டத்தின் முழுத் தகவல்களையும் உடனே ஜனங்களுக்கு வெளிப்படுத்த வேண்டாம் என்றும் அரசாங்கத்திடமிருந்து ஒரு ரகசியக் கடிதம் வந்தது. அப்படி வெளியிடப்பட்டால் அவர்கள் மனதில் அனாவசியமான பீதி உண்டாகலாம் என்றும், அது திட்டத்தைப் பங்கப்படுத்தலாமென்றும் அவர்கள் எண்ணம். திட்டத்திற்கான பூர்வீக நடவடிக்கைகள் நிறைவேறியவுடன் சட்டசபையில் முழுத் திட்டத்தையும் வெளிப்படுத்தி அதன் அநுமதியைப் பெறுவது தனது பொறுப்பு என்று மாவட்டக் கலெக்டருக்கு மராமத்து மந்திரி தன்னுடைய கைப்படவே ஒரு கடிதம் எழுதியிருந்தார், மந்திரி குழுவிலே அதை எப்படி எத்தனை நேரம் ஆலோசனை செய்திருப்பார்கள்? சர்கிட் ஹௌஸ் கூட்டத்தைவிட அதிக நேரம் செலவழித்திருப்பார்களா?

திட்டம் அங்கீகாரம் ஆகிவிட்டது. அதைத் தொடர்ந்து ஒரு வாரத்திற்குள் நூற்றைம்பது கிராமங்களிலும் கலெக்டரின் நிலப் போக்குவரத்துத் தடையுத்தரவு மணியக்காரர்களால் படிக்கப்பட்டது. மேக்கூர் திட்டம் முடியும் வரை குழுமணி போன்ற கிராமங்களில் நிலம் வாங்குவதோ விற்பதோ சட்ட விரோதமானது என்பது அதனுடைய சாராம்சம். அந்த உத்திரவுக்குக் காரணம் நிலத்தில் கள்ள மார்கெட் ஏற்படக்கூடாது என்பதும், மேலும் அரசாங்கமே அணை விஷயமாக நிலங்களைச் சட்டப்படி விலைக்குப் பெறலாம் என்ற நிபந்தனையும் நில விலையைக் கட்டுப் படுத்தவும் நிலத்தடை அவசியமாகிறது என்று கிராமங்களில் தண்டோரா போட்டனர். மிராசுதார்களுக்கு அதனால் மனக் குழப்பம்; புகைச்சல். சிறிது நிலம் படைத்தவர்கள் அரசை வாழ்த்தினர், அவர்கள் மனதிலும் அபிவிருத்தி செஸ் எத்தனை போடுவார்களோ என்ற பயம் தோன்றாமல் போகவில்லை. நிலத்தின் விலை கட்டுப் படுத்தப்பட்ட தல்லவா? திடீரென்று பெரியப்பா எனக்குக் கடிதம் ஒன்று எழுதினார். திட்டம் வருவதில் தனக்கு மகிழ்ச்சியே என்றும், விளைச்சல் திட்டத்தினால் அதிகமாகும் என்றும் எழுதியிருந்தார். ஆனால் அடுத்த கடிதத்தில் எப்படியாவது என்னுடைய அதிகார உதவியில் 'எப்படியாவது முறை'யில் ஒரு ஐந்து ஏக்கராவது வாங்க முடியுமா? என்று கேட்டிருந்தார். அந்தக் கடிதத்திற்கு பதில் போடவில்லை. அதற்கு அவர் 'அவன் ஏட்டுச் சுரைக்காய் தொடை நடுங்கி' என்று பெரியம்மாவிடம் சொல்லியிருக்கலாம்.

மூன்று வாரங்களுக்குப் பின் ராமானுஜம் எதிர் பார்த்ததும் நடந்து விட்டது. ஆபீஸில் என் அறையில் வேலையில் ஆழ்ந்திருந்தேன். 'தடதட' வென்று அவர் அறையில் நுழைந்தார்.

"கங்ராஜு°லேஷன்ஸ்!" என்று ஏதோ கடிதத்தை என்னிடம் நீட்டினார். அரசாங்கம் அவரைத் தற்காலிகமாக மேக்கூர் திட்டத்தின் சீப் எஞ்சினியராக நியமனம் செய்திருந்தது. எனக்கும் வேலை ஏணியில் ஒரு படி உயர்வு.

"உங்களுடைய கனவு பலித்து விட்டது" என்றேன். என் குரலில் ஏளனம் தோன்றியதோ என்னவோ எனக்குத் தெரியாது.

"... ... ...! உங்களுக்கு இதுதான் நல்ல சான்ஸ்! இதில் நீங்கள் சரியாக வெற்றிபெற்றால் உங்களுடைய ஃப்யூச்சரைப் பற்றிக் கவலையே வேண்டாம்" என்றார்.

அவர் விட்டுப்போன காகிதம் ஜன்னல் வழியாக வந்த காற்றில் படபடவென ஆடியது.

இரண்டு வாரம் வேலை உயர்வு வந்ததற்காக நண்பர்களுக்குத் தேநீர் விருந்து அளிப்பதிலும், நண்பர்களிடமிருந்து விருந்து பெறுவதிலும் ஆழ்ந்திருந்தார். அவருடைய மேஜையில் கட்டுத் தந்திகள் கிடந்தன – எல்லாம் வாழ்த்துத் தந்திகள். எனக்கு ஒன்றிரண்டு வந்திருந்தன. அரசாங்கத் தாளுடன் தந்திக் கடிதங்களும் காற்றில் ஆடின.

"மிஸ்டர்! உங்கள் அப்பாவுக்கும், பெரியப்பாவுக்கும் வேலை உயர்வைப் பற்றி எழுதி விட்டீர்களா?" என்று கேட்டார் ராமானுஜம் ஒரு வாரம் கழித்து.

"இல்லை. இன்னும் இல்லை. மெதுவாக எழுதினால் போகிறது."

"உங்களுடைய மனோநிலை எனக்குப் புதிராக இருக்கிறது. உங்கள் வயதில்தான் எனக்கும் முதல் பிரமோஷன் வந்தது. தெரிந்த அத்தனை பேருக்கும் தந்தியடித்தேன் ஆர்டர் வந்த நாளே......"

"அப்படியா?"-நான் உணர்ச்சியை வெளிக்காட்டாமல்.

".......... நீங்கள் என்னடாவென்றால் சும்மா இருக்கிறீர்கள். யூ ஆர் பஸ்லிங் மீ!"

"................."

மௌனம்.

"திட்டம் என்றால் அவ்வளவு சுலபமானது அல்ல. பல நாட்கள் சாப்பாடுகூட இல்லாமல் இருபது மணி உழைக்க நேரிடும்" – ராமானுஜம்.

"நான் எதற்கும் தயார்!"

திடீரென்று அவர் அதிகார தோரணையிலிருந்து கீழ் இறங்கினார்.

"உங்களுடைய மதிநுட்பமும், மனோதிடமும் இந்தத் திட்டத்தை நிறைவேற்றுவதற்கு எனக்கு மிகவும் தேவை. உங்களை நம்பித்தான் நான் இதில் இறங்க முடியும்."

"உங்களுடைய நம்பிக்கை வீண்போகாது."– நான்.

ராமானுஜம் சிந்தனையில் ஆழ்ந்து தன்னுடைய காரில் அமர்வது என் அறை ஜன்னலின் வழியாகத் தெரிந்தது.

இரண்டாம் பாகம்

1

ஒரு அணை உருவாகிறது.

மலை, மலையாக ஆபீஸில் காகிதத் குவியல்கள். நகல்கள்! நகல்கள்!! முதல் நகல், இரண்டாம் நகல்..... நகல்களுக்கு முடிவே கிடையாதா? எந்த இடத்திலிருந்து எதுவரை அணைகட்டினால் குறைந்த செலவு என்பதற்கு ஒரு ஆராய்ச்சி, அஸ்திவாரத்தை எவ்வளவு ஆழத்தில் போட்டால் நூறு சதுர மைல் தேங்கும் நீரின் அழுத்தத்தைத் தாங்க முடியும் என்பதற்கு வேறு ஒரு ஆராய்ச்சி. எத்தனை கல்கள் வேண்டும்? கற்களை எங்கிருந்து எப்படிக் கொண்டு வருவது? சிமென்ட்டுக்கென்ன செய்வது? எத்தனை ரயில்களில் எங்கிருந்து கொண்டு வந்து கொட்டுவது? சிமென்ட்டிற்கென பொன்குன்றின் வடக்கில் ஒரு சிறு தொழிற்சாலையையே நாட்டிவிடுவது நல்லதல்லவா? வேலையை எந்த எந்த கான்டிராக்டரிடம் ஒப்படைப்பது? வழக்கம் போல டெண்டரை வரவழைத்து இம்மாதிரியான காரியங்களைச் செய்துவிட முடியுமா? டெண்டர் கூடாது என்று சொல்ல நிதி இலாகா அனுமதிக்குமா? அப்படியே அது அனுமதித்தாலும் கான்டிராக்டர்கள் நம்பிக்கை மோசம் செய்து விட்டால்? தொழிலாளர்களுக்கு எத்தனை நிதக் கூலி கொடுப்பது? திட்டமென்றால் வெறும் பேச்சல்ல என்பது ஒரு திட்டத்தில் ஈடுபட்டு உழைத்தால்தான் புரிகிறது.

பொன் குன்றின் உச்சியில் நின்று பார்த்தால் மனிதர்களின் வரிசை ஈக்களின், எறும்புகளின் வரிசைகளைப் போல் தெரிகிறது.

அதோ இரவில் ஜகஜ்ஜோதியாக மேக்கூரில் வெளிச்சம் தெரிகிறதே, அங்கு என்ன சூழ்ச்சி நடக்கிறது? அரையாடை அணிந்த ஆண்களும், ஆண்களும், பெண்களும் கூடை சுமந்து வரிசை வரிசையாகச் செல்கின்றன அந்த வரிசைக்கு ஒரு முடிவு கிடையவே கிடையாதா? அவர்கள் எத்தனை நாட்கள் கல்லையும், மண்ணையும் அள்ளி அள்ளிக் கொட்டிக் கொண்டேயிருப்பார்கள்? கல்லுடைக்கும் யந்திரங்களின் 'ஓ' வென்ற சப்தம் இரு மலைகளிலும் எதிரொலிக்கிறது. அடிக்கடி பாறையில் வெடி சப்தம் கேட்கிறது. பறவைகள் பயத்தில் தங்களுடைய போக்கை மாற்றிக் கொள்கின்றன. அந்தக் காட்சியே ஒரு தனி அழகுள்ளது. பறவைகள் மரத்தில் உட்கார்ந்து அளவளாவுகின்றன. திடீரென்று வெடி சப்தம் கிளம்புகிறது. அந்த சப்தத்தில் குருவிகளும், கிளிகளும், மைனாவும் பயந்து படபடவென்று இறக்கையை அடித்துக் கொண்டு ஒன்றாக ஆகாயத்தில் கிளம்புகின்றன. இரண்டாவது உலக யுத்தத்தில் நள்ளிரவில் லண்டன் நகரத்தின் மேல் ஜெர்மன் விமானங்கள் அப்படித் தோன்றியிருக்கலாம். விமானத்தைக் கண்டு லண்டன் மக்கள் பதைபதைத்துப் போயிருக்கலாம்; இங்கே பறவைகள் உயிருக்காக மேலே ஓடுகின்றன. வெடிச் சப்தம் அடங்கியவுடன் பறவைகள் திரும்புகின்றன. அடுத்த நிமிஷம் யந்திர சப்தம். ஆடுகளும், மாடுகளும் மேயத் துவங்குகின்றன.

இரவு பகலாக ஓய்வின்றி ஒழிவின்றி வேலை. எத்தனை முயற்சிகள்? எத்தனை இடுக்கண்கள்? நகலில் ஏதோ தவறு இருக்கிறது. நகல் உண்மை நிலைக்குப் புறம்பாக இருக்கிறது சில சமயங்களில். நகலை உடனே மாற்றிவிட வேண்டும். ஆயிரம் பக்கெட் சிமெண்ட் கொட்டினால் போதாது. அணையின் உயரத்திற்கு, அடித்தளத்தின் பரப்பிறகு ஒரு மணிக்கு ஆயிரத்து ஐநூறு பக்கெட்டாவது கொட்ட வேண்டும். அகலம் திட்டத்தில் கூறியது போல இருந்தால், மக்களுக்குச் சேதம் அதிகமாக ஏற்படலாம். அதைப் பத்து அடி அதிகமாகவே கட்டித் தொலைத்தால் நல்லது. கல் உடைக்கும் யந்திரத்தில் திடீரென்று ஏதோ பழுது. அதை உடனே சரி செய்ய வேண்டும். எங்கிருந்தோ மெகானிக்குகள் வர வேண்டும். வேண்டுமானால் அவர்கள் ஆகாய விமானத்தில் வந்து சேருவது நல்லது. சிமெண்ட் உற்பத்தி போதவில்லை. அதை அரை மடங்காவது அதிகரிக்க

வேண்டும். அப்படி சிமெண்ட் குறைந்து போனால் திட்டம் ஓராண்டு தாமதமாகி விடும். தொழிலாளரின் எண்ணிக்கை போதவில்லை. இன்னும் ஒரு ஐநூறு ஆட்கள் இருந்தால் நல்லது. ஆனால் அப்படி அதிக ஆட்களுக்கு எங்கே போவது? ஆட்கள் குறைந்து விட்டால் அவர்களின் தினக் கூலியை அரசாங்கம் நிர்ணயித்த அளவிலே கொடுப்பது சாத்தியமா? தொழிலாளர்களுக்கு ஏனோ திடீரென்று மனக்குறை. தினக் கூலியை எட்டணாவாவது உயர்த்தாவிட்டால், அவர்கள் வேலை நிறுத்தம் செய்யப் போவதாக எச்சரிக்கை இடுகிறார்கள். ஒரு வாரம் வேலை நிறுத்தம் உண்டாகுமானால், திட்டம் ஒரு மாதம் தாமதம் ஆகிவிடும். காலத்துடன் போர். சப்தங்களுக்கும், குறைகளுக்கும் நடுவில் திட்டம் ஓடுகிறது – இரண்டு தண்டவாளங்களின் மேல் ரயில் ஓடுவது போல.

●

மேக்கூர் ஒரு சிறு நகரமாகி விட்டது. ஊரைச் சுற்றிலும் சேரிகள். தொழிலாளர்களுக்காக தற்காலிகமாக ஏற்பட்ட ஓலை வீடுகள். மாலையில் குடிசைகளுக்கு நடுவில் சென்றால், வேலையிலிருந்து திரும்பிய ஜனங்கள் வெளியில் அயர்ந்து விழுந்து கிடப்பது தெரிகிறது. ஆடையற்ற மார்பு புடைத்து நிற்கிறது. தசைநார்கள் உடம்பைச் சாராதது போல் தனித்து நிற்கின்றன. மூலையில் ஒரு டீக்கடை. அதிலிருந்து கூச்சலும், கும்மாளமும் கிளம்புகிறது. இடையிடையில் அவர்களுக்குள் பூசல். மேஸ்திரி எவனையோ ஏமாற்றி விட்டதற்காக உதைக்கப்படுகிறான். யாரோ ஒருவன் மேஸ்திரியிடம் வேலைக்காகக் கெஞ்சுகிறான். பொதுவில் சொல்லப் போனால் வேரூன்றாத வாழ்வு. அவர்களுடைய குடிசைகளும் நிரந்தரமான தல்ல; அணையும் என்றும் நடக்கக் கூடியதல்ல. அப்படி தற்காலிகமாக காலச் சூழ்ச்சியினால் சேர்க்கப்பட்டுள்ள இந்த மனிதக் கும்பலுள் பந்தமென்ன? பிணையென்ன? மேக்கூரில் சோறு கிடைக்கிறது – திட்டத்தினால். இரண்டு ஆண்டுகளுக்குக் கவலை கிடையாது. சோறிலேயே, சோற்றை சேகரிப்பதிலேயே நம் நாட்கள் அழிந்தால் தர்மத்திற்கு நேரம் ஏது? பண்பாடு எப்படி, எங்கிருந்து முளை விடும்? பண்பாடு என்ன பாறையில் முளைவிடக் கூடிய காக்டஸா? மேக்கூரில் சோறு கிடைக்கிறது.

வாரீர் மேக்கூருக்கு! மேக்கூரில் திட்டம் முடிந்து விட்டால்? எத்தனையோ திட்டங்கள் வேறு ஊர்களில் இல்லையா? நம்மையும் நம்முடைய சொத்துக்களையும் இழுத்துச் செல்ல ரயில் வண்டி ஓடவில்லையா?

மேக்கூரில் என்னுடைய வீடு தற்காலிகமாக மரத்தினால் கட்டப்பட்ட வீடு. இரண்டு மூன்று அறைகள் இருந்தன. தேவைக்கு அதிகம் என்றே சொல்லலாம். திட்டத்தைக் காண வந்த நண்பர்களையும், உறவினர்களையும் வசதியுடன் வரவேற்க முடிந்தது. ஓய்வு நேரம் என்று தனியாக ஒதுக்கியிருந்த காலம் போய்விட்டது. திட்டம் காலத்தில் முடிய வேண்டும் என்றால் ஓய்வு எடுக்க முடியுமா? என் அறை தான் என் வீடு; என் அறைதான் அலுவலகம். காகிதங்களும், ஆட்களும் வந்து போனவாறு இருந்தன. ஓய்வு வேண்டுமென்றால் திட்டம் வெற்றியாகி முடிந்தவுடன் ஒரு ஆண்டு வேண்டுமானாலும் எடுத்துக் கொள்ள முடியாதா? கல்லுடைக்கும் யந்திரம் உடைந்து விட்டது என்று மேஸ்திரி ஓடி வருகிறான், இரவு பதினோரு மணிக்கு, நேரமும், காலமும் பார்க்காமல் ஓட வேண்டியிருக்கிறது. எங்கோ விபத்து, பல தொழிலாளர்களின் சாவு. அதற்கான அரசாங்க, மதச் சடங்குகள் ஓய்வுக்கு நேரம் எங்கே?

ஆட்கள், பைல்கள் வராத நேரத்தில் வீட்டை விட்டு வெளியில் சென்றால், கண்ணுக்கெட்டிய வரையில் மனித வரிசை. லாரிகள் இங்கும் அங்குமாக விரைகின்றன. யந்திரங்களின் அதிர்ச்சி. வெடியின் எதிரொலி. நகரத்தில் பூங்காவில் படுத்துக் கொண்டு மதகில் உண்டாகும் நீர் சப்தத்தைக் கேட்டது ஞாபகம் வருகிறது. மேக்கூரில் வானம் அவ்வளவாக வித்தை காட்டுவதில்லை. அதுதான் வித்தையாடுவதில்லையா அல்லது நான்தான் கவனம் குறைந்து விட்டேனா? மாலையில் இருட்டினவுடன் மலையில் எங்கும் விளக்குகள் தோன்றுகின்றன. நகரத்தில் பிரிட்ஜிலிருந்து அனுபவித்த கடைத்தெரு விளக்குகள் ஞாபகத்துக்கு வருகின்றன. ஆனால் அந்த விளக்குகளின் வர்ணம் எங்கே? நகரத்துக் கோட்டை சரியாக இருக்கிறதா? பூகம்பம் அதை அழித்து விடவில்லையே! சில நாள் நள்ளிரவில் படுக்கையில் தூக்கமற்று உருளும்போது, நகரத்தின் காட்சிகள் தோன்றி மறைகின்றன. படித்து கர்வமடைந்த நான் ஏன்

அந்த நகரத்திற்காக, நகரக் காட்சிகளுக்காக ஏங்க வேண்டும்? என்னுடைய வேர் அங்கே ஆழ ஊன்றி விட்டதா?

ராமானுஜத்தின் திறமை என்னை ஆச்சரியப்படுத்தியது. அவருடைய திறமையை நான் எப்பொழுதும் சந்தேகித்தது கிடையாது. ஆனால் அதை மிகவும் குறைத்து மதிப்பிட்டு விட்டேன். வேலைப் பளு அதிகமாக ஆக அவருடைய உற்சாகமும் அதிகமாயிற்று. ஒரு சில அதிகாரிகள் வேலை நெருக்கம் அதிகமானவுடன் என்ன செய்வது என்று புரியாமல் தவிப்பார்கள். கீழ் அதிகாரிகளின் மேல் எரிந்து விழுவார்கள். ஆனால் ராமானுஜம் போன்றவர்கள் அப்பொழுதுதான் தங்களுடைய முழுத்திறனையும் வெளிக் காண்பிக்கிறார்கள். எதற்கும், எந்த நேரத்திலும் அவரிடம் போகலாம். எந்தவிதமான கடினமான பிரச்னைக்கும் அவரிடம் தயாராக விடை இருந்தது. எங்கிருந்து அத்தனை சக்தியையும், திறமையையும் அவர் அடைந்தார்? அவருடைய சொந்தமான திறமைதானா அது அல்லது சந்தர்ப்பம் கொடுத்த வரமா?

“.........! நீங்கள் ரொம்ப இளைத்துப்போய் விட்டீர்கள். உங்களுக்கு வேலை அதிகம். சாப்பாட்டு வசதி அவ்வளவு சரியாக இல்லை என்று நினைக்கிறேன் ” என்றார் ஒரு நாள்.

“சாப்பாட்டுக்கொன்றும் குறை கிடையாதே! பியூன்கள் செட் வேளா வேளையில் கொண்டு வந்து துன்புறுத்துகிறார்களே” என்றேன் அவருக்காக. பல நாட்கள் சாப்பாட்டைச் சரியாகக் கவனித்துக் கொள்ள முடியாதது வாஸ்தவமே. ஆனால் இளைத்து விட்டேன் என்று அவர் சொல்லித்தான் எனக்குத் தெரிந்தது. அதன் பிறகு பல நாட்கள் அவர் வீட்டில் சாப்பாடு; அப்படி இல்லையானால் அவர் உணவு அனுப்பவும் துணிந்தார்.

சூரியனின் கதிர்கள் ‘சுரீ’ரென்று உடம்பைத் தாக்குகின்றன. வியர்வையில் தொழிலாளர்களின் உடம்பு குளித்து எழுகிறது; வியர்வை வழிந்த உடல்கள் சூரிய ஒளியில் பள பளக்கின்றன. வானம் பொழிகிறது. உடம்பில் நீர் வழிகிறது. யந்திரம் நிற்பதே கிடையாது. ‘சீக்கிரம்? சீக்கிரம்!! கல்லையும், சிமென்ட்டையும் கொட்டுங்கள். காலம் யாருக்கும் காத்திருப்பதில்லை.’ இந்த மனித வரிசைக்கு எண்ணம், உணர்ச்சி என்பதே கிடையாதா? அது சிந்தனை செய்வதையே ஒழித்து விட்டதா? அதற்கு

அன்பு, காதல், பரிவு என்றெல்லாம் உணர்ச்சிகளே இல்லையா? எங்கிருந்து தோன்றினார்கள் இந்த மனிதப் பிராணிகள்?

அரை நிஜாருடன் அணைக்குச் செல்ல நான் தயங்கினதே. கிடையாது. சூரிய உஷ்ணத்தைத் தாங்க ஒரு ஹாட்–அது ஒன்றுதான் நாகரிகத்தின், என் செல்வாக்கின் சின்னம். எப்பொழுதும் ராமானுஜத்தையும் அதே உடையில் காணலாம். வழியில் மேஸ்திரிகள் சலாமிடுகிறார்கள்; தொழிலாளர்கள் மரியாதை செலுத்துகிறார்கள். மூழ்கவிருந்த கிராமங்களிலிருந்து வந்தவர். பெரும்பாலும். ஆனால் அவர்கள் மண் கொட்டுவதையும், கூலி பெறுவதையும் தவிர வேறு எதையும் அறிந்தார்களா என்று புரிவதில்லை. கிராமத்திலிருந்து வந்தவனுக்கும், வேறு கிராமத்திலிருந்து வந்தவனுக்கும் அவ்வளவாக வித்யாசம் தெரிவது கடினமாக இருக்கிறது. ஊன்றிக் கவனித்தால் பேச்சில் வேறுபாடு தெரியாமல் போகவில்லை. ஒரே கிராமத்திலிருந்து வந்தவர்கள் எப்படியோ ஒன்றுசேர்கிறார்கள். அவர்களுக்குள்ளே ஏதோ குசுகுசுப்பேச்சு.

அன்று வழக்கம்போல அணையில் நின்று கொண்டிருந்தேன். நான்கைந்து ஆசாமிகள் நிதானமாக பீடி பிடித்துக் கொண்டிருந்தார்கள். சற்று தூரத்தில் நான் நின்று கொண்டிருந்தாலும் அவர்களுடைய பேச்சு என் காதில் விழுந்தது.

“ஐயாவுக்கும் நம்ம ஊர்” – ஒருவன்.

“கோடி வீட்டய்யாவின் தம்பி மகன்” – வேறு ஒருவன்.

அவர்களுடைய கிராமத்திலிருந்து நான் வருகிறேன் என்பதில் அவர்களுக்குப் பெருமை; மகிழ்ச்சி.

“அடுத்த மாசம் குழுமணியில் புலிவேசம் போடுவாங்க....” ஒருத்தன்.

“இந்த வருசம் ஆர் ஆடறானோ? பத்து வருசத்துக்கு முன்னே நீ ஆடினே!”

மௌனம்.

“இந்த அணை முடிச்சுட்டா நமக்கு நல்ல காலம். மூணா வருசம் ஜமாய்ச்சுப்புடலாம்.”

மேக்கூரில் சேரிகள் போல வீடுகள் தோன்றியிருந்தாலும், அதற்கு நடுவில் எப்படியோ ஒரு கோவில் ஒன்று தோன்றி விட்டது. யார் வைத்தார்கள், எப்படி எனக்குத் தெரியாமல் போயிற்று? முதல் முதலாக என்னுடைய அதிகார முறையில் என் கவனத்திற்கு வந்தது. கோவில் இருந்த இடம் லாரிகள் போகும் வழியில் இருந்ததால், போக்குவரத்துக்குத் தடங்கல் என்று அதை அழித்து விடவேண்டும் என்று ஆணை. லாரிக்காரர்கள் கொடுத்த மனுவினால் சீஃப் எஞ்சினியர் இட்ட ஆணை அது. வழக்கமாக இந்தமாதிரி ஆர்டருக்குக் கட்டுப்பட வேண்டியது அதிகாரிகளின் கடமை. அன்று மாலை என் அறைக்கு வெளியில் பல ஜனங்கள் கூடி விட்டார்கள். அவர்களின் முகத்தில் கோபமும், கவலையும் பிரதிபலித்தது. சக்தி வாய்ந்த கோவிலை அழிக்கக் கூடாது என்பதே அவர்கள் கட்சி. இந்த மூட ஜனங்களை வைத்துக்கொண்டு அணையொன் றைக் கட்ட முடியுமா? என்று முதலில் எனக்குத் தோன்றியது. அரைமணி நேரத்தில் கூட்டம் அதிகமாகக் கூடி விட்டது. அந்த அரைமணியில் என் மனம் மாறியதும் எனக்குப் புரியாத புதிராக இருந்தது.

"கோவில் நிலைக்கும். நீங்கள் கவலைப்பட வேண்டாம். நான் சீஃப் எஞ்சினியரிடம் சொல்கிறேன்" என்றேன் என்னையும் அறியாமல்.

"மிஸ்டர்....! படித்தவர் நீங்கள். ஏன் இந்த மூடத்தனத்தை ஆதரிக்கத் துணிந்தீர்கள்?" - சீஃப் எஞ்சினியர் அன்றிரவு.

"மூடப் பழக்கமோ என்னவோ. அப்படியே இருந்தாலும் நாம் கவனமாக இருக்க வேண்டும்......"

"???" - சீஃப் எஞ்சினியர்.

"கோவில் இருந்தால்தான் அவர்களால் உழைக்க முடியும் என்ற எண்ணமிருந்தால் அவர்களுடைய நம்பிக்கையில் நாம் ஏன் தலையிடவேண்டும்?"

"லாரிகளுக்கு வழி முக்கியமா? அல்லது நம்பிக்கை முக்கியமா?"

"லாரிகள் செல்ல வேறு ஒரு பாதையைச் சுலபமாகப் போட்டு விடலாம், அரைநாளில். அதற்குப் போதிய இடம் இருக்கிறது...."

"ஹும்."

".....ஆயிரம் தொழிலாளிகள் வேலை நிறுத்தத்தில் இறங்கினால் திட்டம் என்னவாகும் என்பதையும் நீங்கள் கவனிக்க வேண்டும்..."

ராமானுஜம் தயங்கினார்.

"நீங்கள் சொல்வதிலும் உண்மை இருக்காமல் போகவில்லை."

மௌனம்.

"என்ன செய்ய வேண்டும் என்பதை உங்கள் பொறுப்பில் விட்டு விடுகிறேன் – கடைசியில் சீஃப் எஞ்சினியர்.

கோவில் பிழைத்து விட்டது. யார், யார் என்னை வாழ்த்தினார்கள் என்பது எனக்குத் தெரியாது; தெரியவும் வேண்டாம்.

கோவில்கள் எப்படி உண்டாகின்றன? பரலியின் வளைவில் எத்தனை கோவில்கள்! கடை வீதியில் – நகரத்தில் – உண்டான கோவில் ஞாபகத்திற்கு வருகிறது. எவனோ வழியில் எறிந்த விக்ரகம் ஒரு மூலையில் வைக்கப்பட்டது. எவனோ பூஜை செய்ய ஆரம்பித்தான். முதலில் பரிகாசம். மெதுவாக ஜனக்கூட்டம் சேர்ந்தது. அதற்குப் பெயரும் வைத்து விட்டார்கள். 'மார்கெட் விநாயகர்' ஆகி விட்டது அது. நாளடைவில் அதைச் சுற்றி கதைகள் தோன்றின. அந்த விநாயகருக்குச் 'சக்தி'யும் தோன்றி விட்டது. மக்களின் அபிப்ராயத்தை மாற்றுவது கடினம். பரிகாசத்தைப் பற்றி அவர்கள் கவலைப்படுவது கிடையாது.

மேக்கூரில் நான் 'காப்பாற்றிய' கோவிலில் மக்கள் கூடுவதைக் கண்டிருக்கிறேன். அன்று ஒரு சிறு பையனும் அவன் தாயும் அதனருகில் நின்றுகொண்டிருந்தார்கள். அவர்களுடைய பிரார்த்தனை என் காதில் விழுந்தது. தாய் குழந்தைக்குத் தான் சொல்வதைத் திரும்பச் சொல்லும்படி கட்டளை இட்டிருக்கலாம்.

"சாமி! பகவானே!" – தாய்.

"சாமி! பகவானே!' – குழந்தை.

"எனக்கு ஆயுசைக் கொடு."

“எனக்கு ஆயுசைக் கொடு.”

“அடுத்த வருசமாவது கருமணிக்குப் போக வேண்டும் தாய்.”

“அடுத்த வருசமாவது.......” குழந்தை.

நான் நடந்து கொண்டேயிருந்தேன். என்னை விரட்டிக் கொண்டு காதில் விழுந்தது அந்தப் பிரார்த்தனை. கருமணி குழுமணிக்கப்பால் பத்து மைலில் இருக்கும் கிராமம். அதுவும் குழுமணியின் கூடவே ஆழவேண்டிய கிராமங்களில் ஒன்று! இன்னும் ஆயிரம் கோவில்கள் கட்டினாலும் அப்பிரார்த்தனை நிறைவேறுமா? திட்டமாவது திட்டம்! ஆயிரக்கணக்கான மனிதர்களை அவர்களுடைய வேரையெல்லாம் வெட்டி எங்கோ நகரத்திலும், சேரியிலும் தள்ளத் துணிந்த இந்தப் பாதகச் செயலுக்குப் பெயர் திட்டமா? அவர்கள் பிரார்த்தனையிலும், வாழ்வையும் நிலத்தையுமல்லவா கேட்கிறார்கள்! பணத்தைக் கேட்கவில்லையே! வேண்டாத வளத்தைக் கொடுத்து மனிதர்களை அவர்களுடைய நாட்டிலேயே ‘நாடு கடத்துவது’ தான் நாகரிக முன்னேற்றமா? வாழ்வுக்காக முன்னேற்றமா? முன்னேற்றத்திற்காக வாழ்வா?

நான் என் வீட்டை அடைவதற்குள் அடுத்த ‘ஷிப்ட்டுக்கான ஆட்கள் அணையை நோக்கி ஓடிக்கொண்டிருந்தார்கள். ஓடுங்கள்! ஓடுங்கள்!! காலம் உங்களுடைய வீட்டு மாடல்ல. அதை எந்தக் கொட்டத்திலும் கட்டிப் போட்டு விட முடியாது.’ மேக்கூரில் கைக்கடிகாரமே தேவையில்லை. நாட்களை சைரன் சப்தங்களினால் அளவிடலாம். காலை ஐந்து மணிக்கு ஒரு சைரன். அது மக்களைத் தூக்கத்திலிருந்து எழுப்பிவிடுகிறது. ஐந்தரை மணிக்கு வேறொரு சைரன் ஊளையிடுகிறது. முதல் ஷிப்ட் ஆரம்பம் என்பதற்கு அது அறிகுறி. பகலில் ஒரு மணிக்கு மற்றொரு சைரனின் இரைச்சல் – ‘இரண்டாம் ஷிப்டுக்கு ஓடுங்கள்.’ இரவு எட்டு மணிக்கு மூன்றாவது ஷிப்டுக்குச் சைரன். இடையிடையே விதவிதமான சைரன்கள், விசில்கள். கான்கிரீட் யந்திரம் வேலை தொடங்குவதைக் காட்ட சிறிய விசில் ஒலி. பகலில் பாறையில் வெடி வைக்குமுன் அபாய அறிவிப்புக்கு ஒரு சைரனின் ஓலம். அந்த ஓலத்திற்குப் பிறகு அரைமணி நேரம் அகோர மௌனம். உலகமே நின்றுவிட்டது

போன்ற ஒரு பிரமை. லாரிகள், ஜனங்கள் எல்லாரும் இருந்த இடத்திலேயே நிற்க வேண்டும். அந்த மௌனத்தை 'டுமீ'ல் 'டுமீ'ல் என்று வெடி சப்தம் கலைக்கிறது. வெடியின் சப்தம் ஒய்ந்தவுடன் மீண்டும் வாழ்வு – யந்திரங்களின் ஓசை, லாரிகளின் ஓட்டம், ஜனங்களின் கூக்குரல். சப்தமில்லாத வாழ்வே கிடையாதா? யந்திரங்களின் ஓசையில் பறவை களின் நாதம் காதில் விழுவதில்லை. பறவையின் கீதத்தைப் பிறகு கேட்கலாமே! இதோ திட்டம் நடந்து கொண்டிருக்கிறது; அது முடியட்டும். காலத்தைக் கூட்டில் அடைக்க முடியாது. பறவைகளின் குரலை டேப் ரிகார்டில் அடைத்து விடலாம்.

வேலையின் அயர்வில் கண்கள் மூடுகின்றன. நகரத்தில் நான் வாழ்ந்த வீதி கண்முன் எழுகிறது–திரையில் பின்னால் உள்ள காதலியின் உருவம் போல. தாத்தா கடிகாரம் நேரம் தவறாமல் அடிப்பதும் கேட்கிறது. மாடியில் பாட்டி தப்பும் தவறுமாகக் கூட்டெழுத்து ராமாயணம் படிக்கிறாள். குழந்தைகூட வீரிட்டு அழுவது கேட்கிறதே! கோடி வீட்டுப் பெண் ஓட்டமும் நடையுமாக விரையும் காரிகை; .... விழுதுகள் ஏன் அசைகின்றன? அவை வேரை நாடுகின்றனவா? நான் வேரற்ற நகரத்தான் அல்லவா? எந்த வேரை நான் நாடுகிறேன்?

ஏறக்குறைய ஆறு மாதங்கள் முடியலாயின. காலத்திற்கு முன்பே–எதிர்பார்த்ததை விட துரிதமாகவே – திட்டம் அமைந்து கொண்டிருந்தது. சொல்லப்போனால் திட்டத்திற்கு அடிப்படையான காரியங்கள் பூர்த்தியாகி விட்டன. அணையின் அஸ்திவாரம் முடிந்துவிட்டது. சிமென்ட்டைக் கொட்டக் கொட்ட அது நாடகமேடையில் உள்ள திரைபோல் உயர்ந்து கொண்டு போகும். திட்டம் பரலி வறண்டிருந்தபோது ஆரம்பிக்கப்பட்டது. பரலியின் நீர் அணைக்கு இடது புறமாகவும், வலதுபுறமாகவும். அணை முடிந்து விட்டால் அந்த ஓட்டம் தடைபட்டுவிடும். தற்காலிகமாகக் கட்டப்பட்டிருந்த டைவர்ஷன் சானல் மூடப் பட்டுவிடும். பதினெட்டு மாதங்களில் அது. அடுத்த ஆண்டிலிருந்தே நீர்த் தேக்கத்திற்குப் பூரணமான வசதிகளைச் செய்ய வேண்டும்.

"மிஸ்டர்.........!! இனி அணை கட்டி முடிந்து விட்டது என்றே கொள்ளலாம். ஆனால் இனிமேல்தான் மிக முக்கியமான

கட்டம் ஆரம்பிக்கிறது. அத்தனை கிராமங்களையும் சர்வே செய்து ஜனங்களை எங்கு புனருத்தாரணம் செய்வது? எதைக் காப்பது, எதை அழிப்பது என்பதெல்லாம் கவனிக்க வேண்டி வருகிறது. உங்களுக்கும் சற்று ஓய்வு தேவையாகிறது. நீங்கள் ஏன் குழுமணியில் உங்களுடைய ஆபீஸைத் தற்காலிகமாக வைத்துக் கொள்ளக் கூடாது? உங்களுடைய பெரியப்பாவுடன் இருக்கலாம்...... சாப்பாட்டிற்கும் கவலை இருக்காது!....” என்று ராமானுஜம் பேசிக் காண்டே போனார். அவர் எத்தனை சாதுர்யமாக எல்லா விஷயங்களையும் மனதில் கொண்டு அரசாங்கப் பணியில் ஈடுபடுகிறார்! ராமானுஜம் ஒரு புதிரான மனிதர்தான்.

அடுத்த மாதம் என் ஆபீஸ் குழுமணிக்கு மாற்றப்பட்டது.

2

பஸ் குழுமணியை அடைந்தது. பெரியப்பா என்னை வரவேற்க பஸ் ஸ்டாப்பிற்கு வந்திருந்தார். ஆறு மாதத்தில் அவர் எப்படி ஒடுங்கிக் கிழமாகிவிட்டார்! அவரைக் கட்டிக் கொண்டு அழலாம் போலத் தோன்றியது எனக்கு. பெரியப்பாவோ என் உடல் நிலையைக் கண்டு கதறி விட்டார்.

“ஏண்டா! இப்படி அடையாளம் தெரியாம இளச்சு! உனக்கு உடம்புக்கு வியாதி கியாதி ஒண்ணும் இல்லயே?” – அவர் என் கையை அழுத்திப் பிடித்தார்.

“வியாதி ஒன்றும் இல்லை பெரியப்பா! ராப்பகலா வேலை. சாப்பாடு குறைச்சல். தூக்கம் கிடையாது...”

“நல்ல வேலை வந்தது போ!... உயிரக் கொடுத்து உழைக்கறே.... உன்னால் அஞ்சு ஏக்கர் நெலம் வாங்க முடியல...”

இருவரும் வாய்க்காலைத் தாண்டினோம்.

“இதோ! நீ கட்டின வாய்க்கால். இந்த வருஷம் முப்போகம். ஊரே உன்னப் புகழுறது.....’

வாய்க்காலில் நீர் தேங்கியிருக்கவில்லை; நீர் வேகமாக ஓடிக் கொண்டிருந்தது.

மௌனம்.

வயல் வெளியில் அவ்வளவாக ஜனங்களைக் காணவில்லை.

‘ஏன் வயலில் அவ்வளவாக ஆட்களைக் காணவில்லையே?’ – நான்.

'நீங்கதான் அபூர்வமா அண கட்டறேளே! எட்டணாக் காசு அதிகமாகக் கிடைக்கறது. விசுவாசமில்லாமல் அங்கே ஓடறான்கள். கிராமமே அழியறது உங்க அணயாலே.'

வீட்டில் பெரியம்மா கூடத்து மூலையில் சுருண்டு கிடந்தாள். அவளுடைய முனகல் வீட்டு இடைகழியில் கால் வைத்தவுடனே கேட்டது.

"பெரியம்மாக்கு உடம்பு எப்படி இருக்கிறது?"

'உடம்புக்கென்ன? எல்லாம் வயதுதான்.'

பெரியம்மா என்னை மிகக் கஷ்டத்துடன் "வா!" என்று வாய் திறந்து அழைத்தாள். சந்திரனைப் பார்ப்பதுபோல இருக்கு என்று அவளால் சொல்ல முடியவில்லை. அது எனக்கு ஏதோ அபசகுனம் போல 'திக்'கென்று இருந்தது.

பெரியப்பா பழைய காலத்தைப்போல அவ்வளவாகப் பேசவில்லை. எத்தனை உரத்த குரல்? என்ன பேச்சு? என்ன கோபம்? எத்தனை வசவுகள்? அவையெல்லாம் எங்கே மறைந்து விட்டன?

சாப்பிட உட்கார்ந்தோம். பெரியப்பா சாப்பிட வேண்டியதைப் பற்றி உபதேசம் செய்யவில்லை. சமையற்காரிதான் சமைத்திருந்தாள்; அவள்தான் பரிமாறினாள். பெரியம்மா மூலையில் பாயில் படுத்தவாறே நாங்கள் சாப்பிடுவதை கவனித்துக் கொண்டிருந்தாள்.

"பசியே போய்விட்டது. 'அவள்' சமைக்க வேண்டும்; சாப்பிட வேண்டும்..." – பெரியப்பா.

சாப்பாட்டுக்கு நடுவில் பெரியப்பா தன்னுடைய குரலைத் தாழ்த்தினார்.

"ஏண்டா! மேக்கூரில் என்ன நடக்கிறது? ஜனங்க என்னவெல்லாமோ பேசறாளே!"

"என்ன பேசறா?"

"ஊரெல்லாம் அழியப் போறதாமே!"

"........................."

"ஏண்டா! உனக்கொண்ணும் தெரியாதா? பெரிய எஞ்சினியர் வேலை பாக்கறயே!"

மௌனம்.

திண்ணையிலிருந்து பெரியப்பா பாடம் நடத்துவதைக் கவனிக்கலானேன். விநாயகர் கோவிலிலிருந்து பகல் பூஜைக்கான மணி அடித்தது. அரை மணி நேரமாக வகுப்பில் பெரியப்பா ஒரு தமாஷ்கூடச் சொல்லவில்லை போலிருந்தது. பையன் ஒரு தடவை கூடச் சிரித்ததாகத் தெரியவில்லை.

அடுத்த தெருவில் தம்பட்டம் அடிக்கும் சப்தம் கேட்டது. பட்டப் பகலில் பனிரெண்டு மணி வெய்யிலில் தம் பட்டம் அடித்தால் அது சூரியனுக்குச் சென்று எதிரொலிப்பது போலத் தோன்றுகிறதல்லவா? எங்காவது தாரையாவது, தம்பட்டமாவது அடிக்கப்பட்டால் சில நிமிஷங்களாவது நின்று கேட்காமல் இருக்க முடிவதில்லை. நாதம், சங்கீதம் என்று எதற்காக எங்கெல்லாமோ ஓடி ஓடிக் கேட்க வேண்டும்? இதோ வாழ்க்கையிலேயே நம்மிடையிலேயே சில சாதாரணக் கருவிகளால் நாதம் உண்டாக்கப் படுகிறது. நகரத்தில் ஒரு காளிப் பண்டிகை நடக்கும். ஒரு வாரம் கடை வீதியில் தம்பட்டத்தின் ஓசை கேட்கும். அதில் சுருதி கிடையாது; லயம் இருக்காது. சரிகை அங்க வஸ்திரம் தாங்கிய பாகவதர்கள் அந்த திசையை நோக்கக் கூடக் கூசுவார்கள். வாழ்வில் ஒன்றிய ஒலிக்கு லயம் ஏன்? சுருதியும் தேவையா?

புலி வேஷம் போட்டு ஆடிக்கொண்டிருந்தார்கள். அடுத்த வீதியைத் தொட்ட வெட்ட வெளியில் அது, அரை டஜன் வாலிபர்கள் உடல் முழுவதும் வரி வரியாக சாயத்தை அப்பிக்கொண்டு கிருகிருவென்று ஆடினர். வட்டமான கூட்டம். ஏறக்குறைய இரு நூற்றைம்பது ஆட்கள்; ஆண்களும், பெண்களும். மனித வட்டத்தின் நடுவில் புலிவேட நாட்டியம். நாட்டியக்காரர் எழும்பி எழும்பி ஆகாயத்தில் குதித்தனர். அவர்கள் அணிந்திருந்த செயற்கை வால் தரையைத் தொடுவதும், காற்றில் பறப்பதுமாக இருந்தது, புலி வேஷ ஆசாமிகளுக்கு வெறிபிடித்துவிட்டது போல விருந்தது. அதைப் பார்த்துக் கொண்டிருந்தவரும் தங்களை மறந்தனர். அந்த அரை நாளில் மனிதனுக்கு மனிதன் ஏற்றத் தாழ்வு கிடையாது.

சாகுபடியைப் பற்றியோ சோற்றைப் பற்றியோ யாரும் கவலைப்பட்டதாகத் தெரியவில்லை. எத்தனையோ மனிதர் விதவிதமான வேடங்களைத் தாங்குகிறார்கள். மைதானத்தில் பல ரகமான சாமான்களை விற்கும் கடைகள். குழந்தைகள் ஊதியை ஊதும் சப்தம் காதைப் பிளந்தது. சிற்றுண்டிக் கடைகளுக்கும் கணக்கே கிடையாது அசுத்தத்தைப் பற்றிக் கவலைப்பட வேண்டாம். நாங்கள் சேற்றில் பிறந்தவர்கள்; சேற்றில் வாழ்பவர்கள்; உழுபவர்கள். எங்களைச் சேறோ, மண்ணோ, அழித்து விட முடியாது. கோட்டியப்பன் புலி வேடம் தாங்குகிறான். வாரீர் எல்லோரும் அதைக் கண்டுகளிக்க."

நகரத்தில் விளம்பரத்திற்காக விதவிதமான வேஷங்களுடன் மனிதர்கள் தெருவில் போவதைக் கண்டிருக்கிறேன். அதோ 'பாண்ட்' வாத்யம் கேட்கிறது. அதைத் தாடர்ந்து ராணியின் உடையைத் தாங்கிய ஒரு அலி நடமாடுவது தெரிகிறது. போகிறவர்களையும், வருகிறவர்களையும் கண்டு ' ஜாடை'யாகக் கண் சிமிட்டல். அலியின் உடல் ரப்பர் போல இப்படியும் அப்படியுமாக வளைகிறது. ஒரு வண்டியில் 'மைக்' அமைப்பு. மைக்கிலிருந்து "எங்கள் ராணி பீடியையே உபயோகியுங்கள்' என்ற அறிவிப்பு... ஒரு சிறுவன் பெண் வேடம் தாங்கி நாட்டிய மாடுகிறான். அவனைத் தொடர்ந்து நகைக் கடைக்கோ, துணிக் கடைக்கோ விளம்பரப் பலகைகள், தட்டியினாலான ஏடுகள். வாழ்வில் பிழைக்க எத்தனை வேஷங்கள்! ஆனால், இந்தப் புலி வேஷத்தில் ஏமாற்றுதல் கிடையாது. புலி வேஷத்தில் கிராமமே தன்னை மறக்கிறது. அதுதான் கலை; அதுவே கேளிக்கை; அதுவேதான் பக்தியும். கோட்டியப்பன் புலி வேஷம் தாங்கவே பிறந்தவன் அல்லவா? கோட்டியப்பன் என்ன? அதற்கு முன் ஆண்டி இருந்தான். அவனுக்கும் முன்னால் கோடை ஆடவில்லையா? அடுத்த ஆண்டு எவன் ஆடுவான்?

புலி வேஷம் தாங்கிய ஒருவனுக்கு மயக்கம் போட்டு விட்டது. திடீரென்று கீழே விழுந்து தரையில் உருள ஆரம் பித்தான். சற்றே பரபரப்பு. அவனை எங்கோ கொண்டு சென்றார்கள். மீண்டும் புலி வேஷத்தில் கவனம். நெருப்பில் காட்டிய தம்பட்டத்திலிருந்து 'விண்'ணென்ற சப்தம் கிளம்புகிறது. அது மலையில் எதிரொலித்தது.

படித்த மனக்கலக்கத்துடன் வாழ்வுக்கு ஒரு தத்துவத்தை எங்கெல்லாமோ தேடுகிறோமே, இந்தப் புலி வேஷக்காரனும் அவனைச் சுற்றி வேடிக்கை காண்போரும் எந்தத் தத்துவத்திற்காக வாழ்கிறார்கள்? வாழ்க்கை அவர்களை எப்படி நடத்துகிறது? அவர்கள் வாழ்க்கையில் எதை நாடுகிறார்கள்? அதைப்பற்றி என்ன கவலை? இதோ புலி வேஷம் நடக்கிறது. அது முடியட்டும். அது முடிந்தால் அடுத்த ஆண்டு. அதுவும் முடியட்டும். அதன் பின்?

கூட்டத்தின் கூச்சலில் என்னை மறந்தேன். மூலையில் சிறுமிகள் சிரிக்கிறார்கள். மலிவான புதிய ஆடை அவர்களை அலங்கரித்தது. உரத்த குரலில் பெரியவர்கள் ஏதோ பேசிக் கொண்டேயிருக்கிறார்கள். பேசாமல் அவர்களால் இருக்கவே முடியாதா? வழி தவறிய குழந்தை அழுவது கேட்கிறது. ஏக்கத்துடன் மிட்டாய் கடைகளை நோக்கும் சிறுவர்கள். ஓரத்தில் பட்சி ஜோசியக்காரன் மணியடிப்பது காதில் விழவில்லையா? காலணாவுக்குக் குருவி உங்களுடைய கவலையைத் தீர்க்க நல்ல செய்தி சொல்லத் தயாராக இருக்கிறது. காலணா போடலாமா? குருவி மூக்கினால் ஒரு கவரை எடுக்கிறது. லட்சுமி படம் அதற்குள்; குறி அதன் பின் பக்கம். படத்தைப் பார்த்தவுடனே அதன் பின் எழுதியிருப்பதைப் பார்க்காமலே ஜோசியக்காரனின் வாய் பாட ஆரம்பிக்க 'லட்சுமி படம் கடாக்ஷம் ஐசுவரியம் வரும் தை மாதத்தில்...... " ஆமாம்! நிலமிருந்தால் தையில் ஐசு அறுவடையல்லவா ஐசுவரியம்? காலணாவுக்கு அறுவடையில்லாத ஐசுவரியம் கிடைக்குமா? கிடைக்கலாம் என்ற நம்பிக்கை எங்கோ ஊசலாடுகிறது. ஊசலாடட்டும். அதை நாம் தடுக்க வேண்டாம். அதைக் குருவி சொல்கிறது; கிளி சொல்கிறது; மங்கிய ஏடுகள் சொல்கின்றன. மேக்கூரில் இரவு பகலாக உழைக்கும் மனிதர்கள் என்ன சொல்கிறார்கள்? யந்திரங்கள் என்ன சொல்கின்றன?

இவ்வாண்டு முன்பு போல அவ்வளவு கூட்டம் சேரவில்லை என்ற பேச்சு என் காதில் விழுந்தது. ஒரு கிழவர் அவரைச் சுற்றியிருந்தவர்களிடம் சொல்லிக்கொண்டிருந்தார். ஆச்சரியத்துடனும், அவநம்பிக்கையுடனும் அதைக் கேட்டனர் சுற்றியிருந்தவர்கள்.

“கோடை புலி வேசம் போட்டால் பொம்பிளகள் பயந்து ஓடுவாங்க. நாற்பது வருசத்துக்கு முன்னால் அது. ராசா இருபது வருசம் ஆடினான். பத்தாயிரம் சனங்க வருவாங்க அதப் பாக்க....”

கோடையைப் பற்றி நானும் பல தடவை கேள்விப்பட்டிருக்கிறேன். அவனுடைய ஆட்டத்தைப் பார்த்த எத்தனையோ சர்க்கஸ் கம்பெனி ஆசாமிகள் அவனைக் கூப்பிட்டதுண்டாம். அவன் அந்த மாதிரியான ஆசைக்கெல்லாம் இடம் கொடுக்கவில்லையாம். அவன் குடித்துவிட்டு ஆடினான் என்று அவனுடைய எதிராளிகள் சொல்லாமல் போகவில்லை. குடித்துவிட்டு ஆடினானோ, வெறிபிடித்து ஆடினானோ அது வேறு சமாசாரம். ஆனால் இருபது ஆண்டுகள் அவனுக்கு சமமான ஆசாமி அந்தக் கலையில் தோன்றவில்லை. அரசனைப் போல புலி வேஷம் தாங்கி தீயில் ஓடின கோடை, ஒரு வருஷம் தீக்குப் பலியாகிவிட்டான். அதைவிட வேறு விதமான சாவு அவனுக்கு மரியாதை செய்திருக்குமா?

“கோடைக்குப் பிறகு ஆண்டி பரவாயில்ல. ஆனால் கோடை கோடைதான்...... கூட்டம் ரொம்ப குறஞ்சு போச்சு. எல்லாரும் காசுக்காக மேக்கூருலே போய் விழறாங்க....... ஒரு பண்டிக பூசனம் கிடயாது....... சாமி சீறினா நமக்கு வழி உண்டா?.....” – கிழவன்.

கிழவனின் கண்கள் அவனுடைய முகத்தில் ஆழ்ந்திருந்தன. வலையை முகத்தில் பதித்தது போல எங்கும் சுருக்கம். கூட்டத்தின் திசையைக் கூர்ந்து கவனித்த அவனுடைய கண்கள் நீரில் ஆழ்ந்த குப்பிகள் போலத் தோன்றின. கூட்டத்தை அவன் பார்ப்பது போலத் தோன்றினாலும், அவன் கண்கள் நிகழ்காலத்தைக் கடந்து ஏதோ வருங்காலத்தைக் காண்பது போலத் தோன்றியது. அவன் அந்தப் பார்வையில் கோடையை மீண்டும் கண்டிருக்கலாம். நூறு, நூற்றைம்பது ஜனங்கள் இருந்த மைதானத்தில் ஆயிரக்கணக்கான ஜனங்கள் வந்த நாட்களை சிருஷ்டித்துக் கொண்டிருக்கலாம். விழா முடிந்த பிறகும் கூட அவன் அங்கேயே அமர்ந்து கொண்டேயிருக்கலாம்.

இரண்டு மணி நேரத்திற்கு மேல் நான் புலி வேஷத்தையும், கூட்டத்தையும் கவனித்திருக்கலாம். கூட்டம் கொஞ்சம்

கொஞ்சமாகக் கலைந்து கொண்டிருந்தது. திசையறியாமல் கால்கள் எங்கோ இழுத்துச் சென்றன.

மைதானத்தின் கோடியில், மூங்கிலினால் – தட்டியினால் அமைந்த சிறு அறை. விழாவுக்காகத் தற்காலிகமாக கட்டப்பட்ட அறை. அதைச் சுற்றி சிலர் பரபரப்புடன் 'குசு' 'குசு' வென்று மெல்லிய குரல்களில் பேசிக் கொண்டிருந்தார்கள்.

"ராமசாமி " என்றான் ஒருவன்,

"அப்படியா?"–மற்றவன்.

"... மயக்கம் போட்டு விட்டான்."

"அப்படியா? ஐயோ!"

"என்னவானாலும் கவலையில்லை. டாக்டரய்யா தான் இருக்கிறாரே!"

ஜனங்கள் மௌனமாகவும் கவலையுடனும் அறையைச் சுற்றி நின்றனர். பஞ்சாயத்து முதல் உதவி அறையாக இருக்கலாம் என்று எண்ணினேன் முதலில். ஆனால் சிறிது நேரத்தில் அது யாரோ ஒரு டாக்டர் தன்னுடைய சொந்தச் செலவிலே செய்யும் பணி என்று தெரியவந்தது. பத்து ஆண்டுகளாக அவர் அந்தத் தர்மத்தை நடத்தி வருகிறார் என்றும் விளங்கியது. குழுமணியில் இருந்துகொண்டு 'டாக்டரய்யா'வை நான் அறிந்து கொள்ளாதது சில பேருக்கு ஆச்சரியமாக இருந்தது.

"ஊருக்குப் புதிது" என்றேன்.

"டாக்டரய்யா வடத் தெருவில் மருந்து கொடுக்கிறார். மகராசன் எங்கிருந்து வந்தார் என்று தெரியாது. ஏழை ஜனங்களிடம் பணம் வாங்குவது கிடையாது.... எத்தனை உயிர்."

வடத்தெரு குழுமணியின் சேரிகளில் ஒன்று. தள்ளப் பட்ட 'கீழ் ஜனங்கள்' வாழும் வீதி. அங்கு ஒருவன் மருந்து கொடுக்கிறான். அவர்களுடைய அகலமான கண்களையும், அவர்கள் 'டாக்டரய்யா' என்று பயபக்தியுடன் அவரைக் குறிப்பிடுவதையும் கேட்டால் யாரோ ஒரு கடவுளைப் பற்றிப் பேசுவதுபோல இருந்தது. யார் இந்த டாக்டரய்யா? யாராவது ரிடையரான ஆசாமி தன்னுடைய காலத்தில் தர்மத்தில் இறங்கியிருக்கலாம் என்று எண்ணாமல் இருக்க முடியவில்லை. எத்தனை பண ஆசை பிடித்து வாழ்ந்தாலும்,

ஒரு சிலருக்கு வாழ்வின் கடைசி நாட்களில் அந்த மாதிரி தர்ம சிந்தனை தோன்றி விடுவதில்லையா? நாட்கணக்காக மக்களை ஏய்த்துக் கோடீஸ்வரன் ஆனவர்கள் பாவத்தைக் கழிக்க தர்ம சாலைகளும், கோவில்களும் கட்டுவதில்லையா?

தட்டியறையிலிருந்து வெளியே வந்த உருவம் என் சிந்தனையைக் கலைத்தது. நல்ல உயரமான உடல். வயது நாற்பது அல்லது சற்று அதிகமாக இருக்கலாம். எடுப்பான மூக்கு, அகல நெற்றி, கலையாத தலை. தலைமயிரின் அமைப்பு அது என்றோ அபரிமிதமாக இருந்திருக்க வேண்டும் என்றும் காலத்துடன் இட்ட போரில் சற்றே பின் வாங்குகிறது என்றும் அறிவித்தது. முகம், உணர்ச்சியை அடக்கி வாழ்ந்த வாழ்வை நிலை நாட்டியது. டாக்டரின் உருவத்திலே மக்களுக்கு நம்பிக்கை உண்டாகிறது. உணர்ச்சியை அடக்கினாலும், சிரிப்பை அடக்க முடியவில்லை அந்த முகத்திற்கு. என்ன சிரிப்பு? அவருடைய உருவம் நம்பிக்கையை அளித்தால் அவருடைய சிரிப்பு வாழ்வை, மறு வாழ்வை அளிக்கிறது. சிரிப்பு என்றால் முகம் முழுவதும் சிரிக்கிறது வயதானால், செல்வக்காரனானால் சிலருக்கு உதடுகள் மட்டும் சிரிக்கின்றன. டாக்டரின் முகமே சிரித்தது. யார் இந்த டாக்டரய்யா? ஏன் பெரியப்பா இவரைப்பற்றி எப்பொழுதும், ஒன்றுமே பேசியதில்லை?

டாக்டர் அருகில் வந்துவிட்டார்.

"உடம்புக்கு ஒன்றுமில்லை. கொஞ்சம் பலவீனம். இன்னும் பத்து நிமிஷத்தில் நடந்து விடுவான்"-டாக்டர்.

நான் டாக்டரை ஊடுருவிப் பார்த்ததுபோல அவர் இப்பொழுது என்னை நோக்கினார்.

மௌனம்.

"நீங்கள் தானே அணை எஞ்சினீயர்?"

"ஆமாம்!"

"உங்களைப் பார்க்க வேண்டும் என்று இருந்தேன்..."

".............."

"ஒன்றுமில்லை. சும்மாத்தான்."

க. சுப்ரமணியன்

அரைக்கை சட்டையை அணிந்திருந்தார் அவர். திடமான அவருடைய கைகள் ஆரோக்யத்தையும், கட்டுப் பாட்டுடனும் நாணயத்துடனும் வாழ்ந்த அவருடைய வாழ்க்கையையும் பறை சாற்றின. எங்கோ நகரத்தில் ஆயிரமாயிரமாகச் சம்பாதித்து வாழ்க்கையில் வாழ வேண்டிய மனிதர் குழுமணியில் வடத்தெருவில் என்ன செய்து கொண்டிருக்கிறார்?

"இந்த வருஷம் ஒரு ஆக்ஸிடன்ட் கூடக் கிடையாது. இந்த மனிதன் திருவிழாவுக்கு வராமல் தன்னுடைய வீட்டிலே முடங்கியிருந்தாலும் மயக்கம் போட்டிருப்பான். பட்டினியால் வரும் மயக்கத்திற்கு மருந்து, உணவு தான்..."

"உண்மை."

"இவ்வருடம் வந்தது கூட்டமே அல்ல. என் ஞாபகத்திலேயே ஆயிரக்கணக்கான மக்கள் வந்திருக்கிறார்கள். என் ஒருவனால் தனியாகச் சமாளிக்க முடியாமல் கஷ்டப் பட்டுப்போன விழா நாட்கள் எத்தனையோ!"

கிழவனின் கதையை டாக்டர் சொல்லுகிறார் அவர் வாயிலாக.

"கிராமத்தின் வேர் அறுந்து போகிறது. என் கண்ணால் காண்கிறேன். அதில் எனக்கு அவ்வளவாகக் கவலையில்லை. ஜனங்கள் ஓடுகிறார்கள். ஓடட்டும், அதிலும் கலக்கம் இல்லை. ஆனால் அவர்களுடைய புது வாழ்வு எங்கு உண்டாகிறது? என்ன வாழ்வு? என்றுதான் நினைக்க முடியவில்லை......" – அவர் பேசிக்கொண்டே போனார். அவருடைய பேச்சில் வருத்தமோ, பரிதாப உணர்ச்சியோ ஒலிக்கவில்லை. உண்மை அறியவேண்டும் என்ற தாகம் தொனித்தது.

பத்து நிமிஷத்தில் ராம சாமி வெளியில் தள்ளாடி வந்தான். அவனுடைய நண்பர்கள் உதவ மெதுவாக அவன் நடக்கலானான். டாக்டர் அவனுடைய உருவம் மறையும் வரையில் சிந்தனையில் ஆழ்ந்தார்.

"வாருங்கள்" என்று என்னை இழுத்துக்கொண்டு தட்டியறையில் நுழையலானார் திடீரென்று. அவரைத் தொடர்ந்தேன்.

3

டாக்டரய்யாவின் வாழ்க்கையை அவருடைய சொற்களிலேயே சொல்லிவிடுவது நல்லது. சொற்களுக்கு உயிருண்டு. அவற்றை நாம் சிதைக்கக் கூடாது. அதுவும் டாக்டரின் சொற்களென்றால் சொல்லவே தேவையில்லை. உயிருள்ள எப்பொருளையும் துன்புறுத்த எவனுக்கும் உரிமை கிடையாது.

"நான் பிறந்தது இதே ஊரில்தான். சரியாக நாற்பது ஆண்டுகள் முடிந்துவிட்டன. எனக்கு பதிமூன்று வயது முடியும் வரையில் நாங்கள் இந்த ஊரில் வாழ்ந்தோம். அதன் பிறகுதான் ஊரை விடவேண்டிய நிலை உண்டானது. மேலத் தெருவில் உங்கள் பெரியப்பாவின் வீட்டை அடுத் த மூன்றாவது வீட்டில் இருந்தோம். இப்பொழுதும் அந்த நாட்களை நினைத் தால் உடம்பு புல்லரிக்கிறது. நினைத்தால் தெருவில் இருபது குழந்தைகள் ஓடி விளையாடும் காட்சி கண்முன் எழுகிறது. என்ன விளையாடுவது, எத்தனை நேரம் விளையாடுவது என்ற நினைப்பே விளையாட்டுக் குழந்தைகளுக்குத் தோன்றியது கிடையாது. இப்பொழுது கவனித்தீர்களா? நம்முடைய குழந்தைகள் அவ்வளவாக விளையாடுவது கிடையாது. மாலை நேரங்களில் குழந்தைகள் விளையாடாத தெருக்கள் சூன்யம் பிடித்ததுபோலத் தோன்றுகின்றன அல்லவா? ஏன்? நம் குழந்தைகள் ஆரோக்யமற்றுப்போய் விட்டார்களா? அல்லது அவர்கள் சிந்தனையிலாழ்ந்து செயலற்றுப் போய்விட்டார்களா? போட்டி போட்டுக்கொண்டு பரலியில் எத்தனை நீச்சல் அடித்திருப்போம் தெரியுமா? கரையில் சிவன் கோவில் இருக்கிறதே, அதை நீங்கள் பார்க்காமல் இருந்திருக்க முடியாது.

அந்த சிவன் கோவிலிலிருந்து எங்களுடைய நீச்சல் போட்டி ஆரம்பமாகும். அங்கிருந்து ஐந்து மைல் தூரத்தில் உள்ள ஒவ்வொரு மரத்தையும் என்னால் விவரிக்க முடியும். அதிகமான மரங்கள் இப்பொழுது வெட்டப்பட்டு விட்டன.

"என் தகப்பனார் சமையல் வேலை செய்து பிழைத்தவர். அடிக்கடி புரோகிதச் சாப்பாடும் கிடைக்கும். சுற்றியிருந்த கிராமத்திலிருந்து கல்யாணத்திற்கோ அல்லது வேறு சில விசேஷ தினங்களுக்காகவோ சமையல் செய்ய அழைப்பு வரும். சமையல் ராமய்யரைப் பற்றி நீங்கள் கேள்விப் பட்டிருக்கலாமே! அவருடைய மகன்தான் நான். இன்னும் அவரை நான் நினைத்துப்பார்த்தால் ஒரு சோகம் கலந்த எண்ணம்தான் தோன்றுகிறது. ஒரு மகனுக்கு அப்படித் தகப்பனைப் பற்றி சோகமான நினைப்புடன் எண்ண உரிமையுண்டா? நான் டாக்டர் வாழ்க்கையில் எத்தனையோ என் உள்ளம் துன்பங்களையும் சாவுகளையும் கண்டவன். எப்படியோ கட்டுப்படுத்தப்பட்டிருக்கிறது. ஆனால் என் தந்தையை உணர்ச்சியில்லாமல் நினைக்க முடிவ முடிவதில்லை. பரிதாப உணர்ச்சியல்ல. அவர் வாழ்க்கையில் பரிதாபத்தையோ அநுதாபத்தையோ எதிர்பார்த்தவர் அல்லர். எங்கள் மாமாவிடத்தில் ஏதோ பெரிய வேலையில் இருந்தார். பதவி நிலையின் திமிர் அவருக்குச் சற்று அதிகமாகவே இருந்தது. என்றைக்கோ அவரிடம் உதவி என்று அப்பா கையை நீட்டியிருக்கலாம். ஆனால் அப்பா கையை நீட்ட வில்லை.

"சமையல்காரர்களுக்கும் சில சில காலம் தசை ஒடிந்து விடுகிறது. ஒரு காலம் எத்தனையோ கிராமங்கள் என் தந்தையின் சமையலுக்காகக் காத்திருந்தன. ஏனோ திடீரென்று அழைப்புகள் குறைந்துவிட்டன. அப்பாவுக்கு வரும்படி குறைந்துவிட்டது. அவர் குழுமணியை விட்டு எங்காவது சென்றிருக்கலாம். ஏனோ அவர் குழுமணியை விடவில்லை. மாமாவைப் பற்றிச் சிலர் அடிக்கடி பேசியதுண்டு. சிரித்து அதைத் தள்ளியிருக்கிறார். எனக்குப் பத்து வயதிருக்கலாம். ஒரு நாள் என் தாயும் தந்தையும் பேசியது என் காதில் விழுந்தது. நடுத்தரக் குடும்பத்தைச் சார்ந்த சிறுவர்கள் எப்படி ஒரு ரகசியமான கவலை உலகில் சஞ்சரிக்கிறார்கள்? குடும்பக்

கவலை அவர்களுக்கு நேரடியாகத் தெரிவது கிடையாது. கதவோரத்திலும், ஜன்னலருகிலும் நின்று ஒட்டுக் கேட்டுப் புரிந்தும் புரியாத உலகம் அது.

"அண்ணாவுக்கு நான் எழுதட்டுமா?" அம்மா.

"................"

"ஏன்னா?"

".......... அவனுக்கு எழுதிக் காசு வரவழச்சா அதை வெச்சு என் பிணத்தைத்தான் எரிக்கலாம். எனக்குச் சோறு போட முடியாது" - அப்பா.

அம்மாவின் முகத்தை என்னால் அப்பொழுது பார்க்க முடியவில்லை. சிறுவனான எனக்கு அப்பா அப்படி ஏன் கடுமையாக நடந்து கொள்கிறார் என்று அப்பொழுது புரியவில்லை. இப்பொழுது புரிகிறது.

"அப்பா எத்தனை திடகாத்திரராக இருந்தார்! என் நினைவில் அவர் சட்டை அணிந்தது கிடையாது. குழு மணியில் இருந்தவரை, அடுப்பின் அருகில் நின்று அவர் சமைத்துக் கொண்டிருப்பார். தோளிலும் மார்பிலும் வியர்வை வழியும். அது தகதகவென்று எரியும் அடுப்பு வெளிச்சத்தில் பிரகாசிக்கும். அம்மா என்னை ஏதாவது செலவுக்குச் சில்லறை வாங்கி வருமாறு அனுப்பியிருப்பாள். தான் புரிந்த தொழிலில் அவருக்குத் தாழ்வு மனப்பான்மை கிடையாது. தன் பிள்ளை தன்னைத் தேடிக் கொண்டு வந்தானே என்ற மதிப்பை, மகிழ்ச்சியை அவர் மற்றவரிடமிருந்து மறைத்தது கிடையாது. இப்பொழுதும் அந்த உருவம் என் கண் முன் நிற்கிறது.

"அப்பாவுக்கு அழைப்பு குறைந்துபோய்விட்டது. அத்துடன் உடம்பும் குன்றிவிட்டது. சட்டையணியாத உடம்பில் சுருக்கங்களும், மடிப்புகளும் தோன்றின அவருக்கு நான் நன்றாகப் படித்து முன்னேறி, குடும்பத்திற்கு உதவ வேண்டும் என்று சொல்லி முடியாத ஆசை. வறுமையில் வாழும் குழந்தைகள் தங்களுடைய வயதுக்கு மேலாக நான்கைந்து மடங்கு சிந்தனையுடையவர்களாக ஆகிவிடுகிறார்களல்லவா? அவருடன் எத்தனையோ பேச்சு."

“சோமு! நீ ஏன் குடும்பக் கவலையை மனத்தில் வைத்துக் கொள்கிறாய்? எல்லாம் தன்னால் சரியாகிவிடும்.” அவர் அப்படி எத்தனையோ நாட்கள் சொன்னது இன்றும் என் காதில் ஒலிக்கிறது.

‘சோமு! உன் கையாலேயே நீ வாழ வேண்டும். பட்டினியே கிடந்தாலும் மற்றவன் கொடுக்கிறான் என்று கைநீட்டி வாங்காதே!’

அவர் இறுமாப்பில் சாப்பாட்டுக் கவலை இல்லாத நாட்களில் சொன்னதல்ல அது. நாங்கள் வறுமையில் ஆழ்ந்திருந்தபோது சொன்னது.

உங்கள் பெரியப்பாவின் பள்ளியில் நான் படித்தவன். இன்றைக்கும் அவரை ‘சார்’ என்றழைக்காமல் அவருடன் என்னால் பேச முடியாது. அவருடைய உரத்த குரலும், பலத்த சிரிப்பும் காதில் தொனிக்கின்றன. அப்பொழுதெல்லாம் அவர் அத்தனை கலைகளையும் அறிந்தவர் என்று எண்ணினேன். ஆனால் நாம் வளர, வளர மேலே படிக்கப் படிக்க நம்முடைய பழைய ஆசிரியர்களின் ‘அறியாமை’ கசப்பான ஒரு உண்மையாக இருக்கிறதல்லவா உங்கள் பெரியப்பா பழைய உலகைச் சார்ந்தவர். அவரைக் குறை சொல்கிறேன் என்று எண்ண வேண்டாம். குழந்தைகளை அடிக்காமல் பாடம் சொல்லிக் கொடுக்க முடியாது என்று நினைத்த உலகம் அவருடையது. இன்றைக்கும் அவர் காதைத் திருகியதையும், ‘பிரப்பம் பழம்’ அளித்ததையும் நினைத்தால் உடல் கூசுகிறது.

“வறுமையைச் சிலர் போற்றுகிறார்களே, நீங்கள் படித்திருக்கிறீர்களா? வறுமையைப் போற்றுவது சிலருக்கு வேதாந்தமாகி விடுகிறது. அப்படி எழுதுவோரில் எத்தனை ஆசாமிகளுக்கு வறுமை என்றால் என்ன என்று தெரியும்? அஜீரணத்திற்காகப் பயந்து ஒரு வேளை சாப்பிடாமல் இருப்பது வறுமையல்ல. அது பத்தியம். அடுத்த வேளைச் சோற்றுக்கு என்ன செய்வது என்று தெரியாமல் மனங் குன்றி மனிதத் தன்மையை இழந்து வாழ்வது வறுமை வறுமையென்றால் என்ன என்பதை நான் அறிவேன். வறுமையைப் போற்றுபவர்கள் மனிதர் குல எதிரிகள். உலகம் சீர்பட வேண்டுமானால் வறுமையை ஒழிக்க வேண்டும். அது ஒழிந்தால் வாழ்வு முடிந்து

விடுவதில்லை; வாழ்வு ஆரம்பிக்கிறது. வறுமையைப் போற்றி மனிதனை அழித்தல் கூடாது; வறுமையைப் போக்குகிறேன் என்று மனித குலத்தை வாங்கி விடவும் கூடாது.

"இதே கிராமத்தில் என் வீட்டில் நான்கு குழந்தைகள் இறந்தன. என் தம்பிகள், தங்கைகள். ஒரு குழந்தை இறப்பது என்றால் என்னவென்று உங்களுக்குத் தெரியுமா? ஒரு குழந்தை பிறக்கிறது. அதன் அழுகையிலும், சிரிப்பிலும் வாழ்வு துடிக்கிறது. ஒரு பச்சிளங் குழந்தையை நீங்கள் முகர்ந்து பார்த்துண்டா? அந்த உணர்ச்சியை விவரிக்க நம்முடைய மொழியில் சொற்கள் கிடைக்குமா? குழந்தை அயர்ந்து தூங்குகிறது. அது தூக்கத்தில் சிரிக்கிறது. பகவான் அதன்முன் தாமரைப் பூவை ஆட்டுகிறார் என்று என் அம்மா சொன்னதுண்டு. இல்லை. குழந்தைக்குப் பகவானையும், தாமரைப் பூவையும் பற்றி ஒன்றும் தெரியாது, அது வருங்கால வாழ்வை வரவேற்றுப் புன்னகை பூக்கிறது. குழந்தை வளர்கிறது; தவழ்கிறது. மழலைச் சொல்லினால் மனத்தை மயக்குகிறது. அதே குழந்தை சீவனற்று, குடல் வீங்கி, உடம்பு மஞ்சளடித்துப் பாயில் ஆஸ்பத்திரியில் எரிந்த பஞ்சு போல் கிடப்பதை நான் பார்த்திருக்கிறேன். அந்தக் குழந்தை இருந்து கஷ்டப்படுவதைக் காட்டிலும் இறந்து போவதே சுகம் என்று என் தாய் வேண்டிக் கொண்டதையும் பார்த்திருக்கிறேன். ஒன்றல்ல, இரண்டல்ல. ஒன்றன்பின் ஒன்றாக நான்கு குழந்தைகள். குடல் வியாதி காரணம். அவற்றைத் தாங்க முடியாமல் என் தந்தை தன்னுடைய கையில் தாங்கிச் சென்ற கோலத்தையும் கண்டிருக்கிறேன். ஒரு குழந்தைக்கு முழு வாழ்வையளிக்காத கடவுளா மனிதனுக்கு மகிழ்ச்சியை அளிக்கப் போகிறார்? என்னுடைய வாழ்விலிருந்து கடவுளை நான் ஒதுக்கிவிட்டேன். மனிதன் வாழ வேண்டுமானால் அவனே அவனுடைய சிக்கல்களுக்கு வழி காண வேண்டும். அந்த எண்ணமே ஒரு விதத்தில் என்னை மருத்துவனாக்கியது. என் கைத்திறன் உள்ள வரையில் ஒரு குழந்தை இறக்காது. என் வீட்டில் குழந்தைகள் ஒன்றன் பின் ஒன்றாக இறந்தது நம் நாட்டில் குழந்தைகள் ஒரு வயதைத் தாண்டி வாழ முடியாதா? என்ற அச்சத்தையே எனக்கு உண்டாக்கியது என்று உங்களுக்குத் தெரியுமா? அது ஒரு காலத்தில். அறிவு அந்த அச்சத்தை ஒழித்தது.

குழூமணி என்னுடைய சிறுவயதில் அளித்தது என்ன? வறுமையும், அவமானமும். அதற்காக நான் யாரையும் குறை சொல்ல முயலவில்லை, வெறுக்கவுமில்லை. அறியாமை ஒழிந்தால் நம்முடைய துன்பங்கள் ஒழிந்து விடலாம். துன்பம் ஒழியும் என்றால் நாட்டில் தேனும் பாலும் ஓடும் என்ற அர்த்தமல்ல. வாழ்க்கையை அமைக்க, சீராக்க மனோ சக்தி உண்டாகிறது. அந்தச் சக்தியில் ஒளி பிறக்கிறது. வாழ்வு புதுமையடைகிறது. குழந்தைப் பருவத்துக் கனவுகளுக்கு ஏங்குவது அறியாமை. வளர்ந்த மனிதனின் அறிவையும், ஆற்றலையும் போற்றுவோம். அதில்தான் வாழ்வு இருக்கிறது.

"அவமானம் என்று கூறினேனே அதைப்பற்றி நீர் அறி வீரா? அதை உள்ளபடி சொல்லாவிட்டால் நான் கடமையில் தவறியவன் ஆவேன். என்னுடைய அக்கா என்னைவிட பத்து வயது வயதில் பெரியவள். கடைந்தெடுத்த விக்ரகம் போன்ற உடல் வாய்த்தவள். சில நாட்கள் நான் மாலையில் தெருவில் விளையாடும்போது அவள் வீட்டு வாசலில் நின்று கொண்டிருப்பாள். நெற்றியில் பொட்டு; துவைத்த வர்ணப் புடவை. அவளைக் கண்டு 'அக்காவுக்கு என்ன அழகு!' என்று என்னையறியாமல் நானே வியந்ததுண்டு. அவளுக்கு என்மேல் அலாதிப் பிரியம். அது தம்பியை உடைய எல்லாப் பெண்களுக்கும் உண்டாகிறது என்று நினைக்கிறேன். அவள் செய்த ஒரே பாவம் சமையல்காரனின் மகளாகப் பிறந்ததுதான். அக்காவுக்கு வயதாகிறது, கல்யாணம் ஆகவேண்டும் என்ற கவலை அம்மாவைத் தூங்க விடவில்லை. அம்மாவும் அப்பாவும் அடிக்கடி தாழ்ந்த குரலில் ஏதோ பேசிக் கொண்டிருந்தார்கள். நாட்கள் ஆக ஆக, அடிக்கடி மிராசுதார் வீட்டுப் பையன் பெயரும் அடிபட்டது. அக்காவையும் மிராசுதார் வீட்டு ஸ்தாணுவையும் சில சமயங்கள் சேர்ந்து பார்த்திருக்கிறேன். ஒரு சிறுவனுக்கு என்ன புரிகிறது? திடீரென்று ஸ்தாணுவை ஊரில் காணவில்லை. ஊரெல்லாம் ஏதோ மறைமுகமாகப் பேச ஆரம்பித்தார்கள். நண்பர்கள் என்னுடன் விளையாட வரவில்லை. பல நாட்கள் கழித்து அக்காவுக்குக் குழந்தை பிறக்கப் போகிறது என்று தெரிந்து கொண்டேன். ஆமாம்! அக்காவுக்குக் குழந்தை பிறந்தால் அதில் என்ன துக்கம்! அக்காவும் ஒரு பெண்தானே! கல்யாணம் ஆகாமல்

குழந்தை பிறக்கலாம். நம்முடைய கடவுள்கள் அம்மாதிரி பிறக்கவில்லையா? ஏன் சந்தோஷப் படக்கூடாது? அந்த நாட்களில் என் அக்கா பல முறை என்னைக் கட்டிக் கொண்டு அழுதாள். அப்பொழுதெல்லாம் எனக்கு ஒன்றும் புரியவில்லை. மூன்று மாதத்திற்குப் பிறகு ஒரு நாள் அக்கா கோடியறையில் கதறிக் கொண்டிருந்தாள். அம்மாவின் உதவிக்கு ஒரு மாமியும் முன் வரவில்லை. கிராமமே வீதியில் நின்று வேடிக்கை பார்த்தது. பகல் நான்கு மணியிருக்கலாம். என் தந்தை கையில் தாங்கிய மூட்டையொன்றை இடுகாட்டின் பக்கம் கொண்டு சென்றது தெரிந்தது. பார்த்தால் ஒரு குழந்தையின் இறுதிச் சடங்கு போலத் தோன்றியது. நான் நான்கு குழந்தைகளின் சடங்குகளைக் கண்டவன் அல்லவா? அக்காவுக்கு அரை குறைப் பிரசவம். தகப்பனில்லாத குழந்தை உலகில் பிறக்காமல் இருப்பதே நலம் என்று முடிவு கட்டிவிட்டதோ என்னவோ!

“அந்தச் சம்பவத்திற்குப் பிறகு அடிக்கடி மிராசுதாரும், புரோகிதரும் எங்கள் வீட்டு வாசலில் நின்று சப்தமிட்டனர். கிராமமே எங்களுக்கு எதிராகக் கிளம்பிவிட்டது போலத் தோன்றியது. அடுத்த வாரம் எங்கள் குடும்பம் குழுமணியை விட்டு வெளியேறினது. அப்பாவின் உடம்பு மோசமாகியிருந்தது. அம்மா பேசவேயில்லை. அக்கா ஆரோக்யத்தையும், அழகையும் இழந்து சடலமாக இருந்தாள். முதன்முறையாக அப்போதுதான் ரயிலில் சென்றேன். சிறு வயதிலிருந்தே ரயிலில் போக வேண்டும் என்று கொள்ளை ஆசை எனக்கு. அந்த ரயில் பிரயாணம் ஏதோ நரகத்திற்குக் கொண்டு செல்வது போல இருந்தது. என்ன நடந்தது? எங்கு போகிறோம்? என்று ஒன்றையும் அறியாவிட்டால் கவலை ஆழங்காண முடியாததொன்றாகி விடுகிறதல்லவா? அதுவே ஒரு சிறுவனின் கவலை.”

வெளியில் நன்றாக இருட்டிவிட்டது. டாக்டர் தட்டியறையில் கிடந்த சாமான்களை கைப் பெட்டியில் அடுக்கினார். அவருடைய உதடுகள் சிரித்துக் கொண்டிருந்தன.

“ஆமாம்! ஏதேதோ பேசிக்கொண்டு போகிறோமே! நீங்கள் வசிப்பது எங்கே?”

"உங்கள் தெருக்கோடியில் ஒரு புதுக்கட்டிடம் தெரிகிறதல்லவா? அங்குதான்."

"உங்களால் எப்படி அங்கு வாழ முடிகிறது?"

"ஏன்?"

"உங்களுடைய ஞாபகங்களும், நடந்த அநியாயங்களும்......"

"அதுதான் தவறு. என்னுடைய அறிவு மழுங்கிவிடாது. ஒருவனையும் நான் குறை கூறுவது கிடையாது. வஞ்சனை மனப்பான்மை அறிவின்மையின் சின்னம். இப்பொழுது நான் டாக்டரல்லவா? வலி, பிணி என்று யார் வந்தாலும் சிகிச்சை செய்வது என் கடமை. நான் எங்கு வேண்டுமானாலும் என் தொழிலை வைத்திருக்கலாம். அது என்னில் ஒரு மாறுதலையும் உண்டாக்கியிருக்காது."

டாக்டருடன் மெதுவாக நடந்து கொண்டிருந்தேன். சந்திர ஒளியில் வயற் செடிகள் சிரித்து மயக்கின. எங்கிருந்தோ வந்த காற்று மென்மையாக அடித்தது.

"இந்நிலவுக்காகவும் தென்றலுக்காகவுமே ஆயிரம் ஆண்டுகள் உலகில் வாழலாமல்லவா?" – டாக்டர்.

"ஆமாம்! வாழ்வை விட்டு வெளியில் வாழ்வைத் தேடுவது வழக்கமாகி விட்டது" – நான்.

"ஏது... எஞ்சினீயரானாலும் வாழ்வைப் பற்றி அதிக சிந்தனை போலிருக்கிறதே!"

"சிரங்கையும் சீழையும் பரிபாலிக்கும் டாக்டர் வாழ்வைப் பற்றி எண்ணினால், அணையையும் தெருவையும் ஆக்கும் எஞ்சினீயர் எண்ணுவது தவறா?"

"எண்ணலாம், எண்ண வேண்டும்; ஆனால் எண்ணுவதில்லையே!" – டாக்டர் மீண்டும் தொடர்ந்தார். "சிரங்கு, சீழ் என்று பேசுகிறீரே! அவற்றை அறியாத வாழ்வு பொய். அவற்றை அறிந்து வென்றால்தான் வாழ்வு."

"உண்மை. ஏதோ வேகத்தில் சொல்லிவிட்டேன். மன்னிக்கவும்."

டாக்டரிடம் விடைபெற்றேன்.

வீட்டில் பெரியப்பா நாள் முழுவதும் காணாமல் எங்கோ போய்விட்டதற்காக என்னைக் கடிந்து கொண்டார்.

"புலி வேஷம் பார்த்தேன் பெரியப்பா."

"ஊர் பத்தியெரியறது, புலி வேஷம் ஆடினாளாம் இவன்; பாத்தானாம்!"

சாப்பாடு முடிந்தவுடன் மெதுவாக பெரியப்பாவிடம் டாக்டரைப் பற்றிக் கேட்டேன்.

"சமையல்காரன் புள்ளைதானே! அவன் அக்கா. அப சாரி, இவன் டாக்டராம்.... கலி.... ஆனா வேலயில் கெட்டிக்காரன்னு தெரியறது..."

பெரியப்பா குறட்டைவிட ஆரம்பித்தார். இப்பொழுதெல்லாம் அவர் சீக்கிரமாகவே தூங்கிவிடுகிறார். சில ஆண்டுகளுக்கு முன்னால் அவர் இரவு ஒரு மணி இரண்டு மணி வரையில் கூடப் பேசி ஒழிய மாட்டார்.

விட்டத்திலிருந்து பாச்சைகள் ரீங்காரமிட்டுக் கொண்டிருந்தன.

க. சுப்ரமணியன்

4

கிராமத்தில் வாழ வாழத்தான் எனக்கு மேக்கூரில் உண்டாகும் திட்டத்தால் என்ன மாறுதல்கள் உண்டாயின என்று விளங்கியது.

வயல்களில் ஜனங்களின் கூட்டம் முன்பு போல அவ்வளவாக இல்லை. என்னுடைய ஞாபகத்திலேயே நூற்றுக்கு மேற்பட்ட குடியானவர்கள் ஏருடனும் மாட்டுடனும் வயல் ஏரிக்கரையில் பக்கம் போவதைக் கண்டிருக்கிறேன். வேலையற்றுச் சிலர் சீட்டாடுவார்கள். மேல வீதியில் கூலி வேலைக்காக ஒவ்வொரு வீட்டிலும் கெஞ்சும் கூட்டம். 'வேலை கிடையாது போ' என்று துரத்திய என்று துரத்திய நாட்களும் உண்டு. வேலை இல்லாவிட்டாலும் மனமிரங்கி கஞ்சியும் பழைய சாதமும் வழங்கிய நாட்களும் உண்டு. இப்பொழுது அந்த மனிதர்களைக் காணவில்லை. சில வயதான குடியானவர்கள் பழைய காலப்படியே தங்களுடைய 'எசமானர்'களுக்காக வேலை செய்து கொண்டிருந்தார்கள். எஞ்சிய ஒன்றிரண்டு இளங் குடியானவர்கள் வழக்கத்திற்கு மேல் இரண்டு மடங்கு கூலி கேட்டனர். கூலியின் உயர்வு மேலத் தெருவிலே 'எசமானர்'களின் உணர்ச்சியை உயர்த்தியது.

"காலம் கெட்டுவிட்டது. அரைப் பணத்துக்கு உழைத்தவன் ரூபாய் கணக்கில் கேட்கிறான்........."

"ஆமாம், ஜனங்களுக்கு விசுவாசமும் நாணயமும் போய்விட்டது. ஆசைபிடித்து அலைகிறார்கள்..........."

"எல்லாம் இந்த மேக்கூர் அணையின் வேலை. காசு அதிகம் கிடைக்கிறது என்று ஓடுகிறார்கள்......"

“ஓடட்டும், ஓடட்டும். அணை இன்னும் ஒரு வருடமோ இரண்டு வருடமோ. அது முடிந்தால் இங்கு வந்து விழ வேண்டியது தானே!”

குடியானவர்களின் பதிலும் காதில் விழாமல் இல்லை.

“காலமாவது கெடவாவது. அரைப் பணக் கூலி காலத்திலே ரூபாய்க்கு பத்துபடி அரிசி. இப்போ?”

“மேக்கூர் அணையில் கூலி அதிகம்தான் கிடைக்கிறது. குழுமணி அரிசிக்கு வெல அதிகமாகல?”

“கவர்மென்ட்லே நல்லது பண்ணினாங்க. இத்தனக்கிம் மேக்கூர் அணையால நிலவெலை எவ்வளவு எகிறியிருக்கும்?”

“மேக்கூர் முடிந்தா வேற ஊர். குழுமணியிலே அடிமையா இருக்கணும்னு எங்கே சொல்லியிருக்கு?”

நடு நடுவே விவசாய அலுவலகத்திலிருந்து வந்த யந்திரங்கள் மனிதன் செய்த வேலைகளைச் செய்து கொண்டிருந்தன. ஆண்டுகளுக்கு முன்னால் எவனாவது யந்திரங்களை வாடகைக்கு அமர்த்தினால், அது அவமானம் என்று மற்றவர் நினைத்ததும் உண்டு. இப்பொழுது தூற்றுவது நின்றுவிட்டது. யந்திரத்துக்கு வாடகை கொடுப்பது கூலியைவிடக் குறைந்துவிட்டது. லாப நஷ்டக் கணக்கின் முன்னால் ஒழுக்கத்தைப் பற்றிய பேச்சு நிற்க முடியுமா?

குடியானவர்கள் மரியாதையும் நாணயமும் கெட்டுப் போய்விட்டார்கள் என்ற பேச்சு வலுத்தது. மிராசுதார் ராமசுப்பன், ‘மரியாதை கெட்டுப் பேசிவிட்டான்’ என்று அவருடைய குடியானவனை அடித்து விட்டார். மரியாதை கெட்டுவிட்டான் என்றால் அவர் சொன்ன பேச்சை எதிர்த்து பதில் கூறிவிட்டான் என்ற அர்த்தம். கிராமமே அவர் வீட்டின்முன் கூடிவிட்டது. நடந்தது இவ்வளவுதான். ஏதோ காரியம் ஒன்றை ‘அன்றே செய்ய வேண்டும்’ என்றார். அதற்கு பதில், அவன் தன் வீட்டில் ஆட்கள் மேக்கூரிலிருந்து வந்திருப்பதால் இரண்டுநாள் கழித்துச் செய்யலாம் என்று சொன்னான்.

“நான் சொல்கிறேன். இன்னக்கே செய்வாயா? மாட்டாயா?” – ராமசுப்பன்.

“இன்னக்கி நம்மால ஆகாது. அது செய்யறதுலே அவசரம் என்ன?” – மாடன்.

‘உன்னை வேலையிலிருந்து தொலைத்துவிடுவேன்.’ ராமசுப்பன் உறுமினார்.

‘உன்னப்போல எத்தனையோ பேர். உன் வேல போனால் எத்தனயோ வேலை.’

ராமசுப்பனின் முகம் சிவந்துவிட்டது. அவருக்கு வந்த கோபத்தில் என்ன செய்வதென்று தெரியாமல் மாடனை அடித்துவிட்டார். மாடன் அவரை பதிலுக்கு அடித்துவிட்டு ஓடிவிட்டான். அன்று மாலையே ராமசுப்பன் வீட்டெதிரில் பத்துப் பதினைந்து ஆட்கள் கருவிக்கொண்டு நின்றார்கள். ராமசுப்பன் நடுங்கிவிட்டார். அத்தனை ஆட்களுக்கும் நடுவில் அவர் மன்னிப்புக் கேட்கவேண்டி வந்தது.

பெரியப்பா ராமசுப்பனின் சண்டையைக் கண்டு மிகவும் மனம் நொந்து விட்டார்.

“எத்தனை நாணயமாகவும் விஸ்வாசமாகவும் உழைத்தார்கள். காலம் மிகவும் கெட்டுவிட்டது. வீட்டுக்கெதிரில் வந்து போக்கிரிகள் போல நடந்து கொள்கிறார்களே!”

“ஆமாம் பெரியப்பா! ராமசுப்பன் அவனை அடிக்கலாமா? அடக்கம் வேண்டாமா?”

“நீ அந்த டாக்டருடன் சேர்ந்து மனத்தை வளைய விடுகிறாய். ஒரு வேலைக்காரன் சொன்ன வேலையைச் செய்ய வேண்டியதுதானே.”

“வேலைக்காரனும் மனிதன் தானே. அவனுக்கும் விஷயம் தெரியாதா?”

“உனக்குக் கர்வம் தலைக்குமேல் ஏறுகிறது. பள்ளனையும் பறையனையும் சரிசமானமென்று பேசுகிறாய்........”

“.................”

"முன்பெல்லாம் எவ்வளவு நாணயமாக உழைத்தார்கள். நம் வீட்டு முனியனைத் தெரியுமா? அவன் முப்பது வருஷமாக உழைக்கிறான். ஒரு நாளாவது எதிர்த்துப் பேசியிருப்பானா? ஒரு காலத்தில் எல்லோரும் அப்படித்தான் இருந்தார்கள். பூமி விளைந்தது."

பெரியப்பாவுடன் அதிகம் பேச விரும்பவில்லை நான்.

முன்பு குழுமணி வந்த போதெல்லாம் இரவில் நான் வயல் வெளிக்குச் செல்வதுண்டு. குடியானவர்களின் வீடுகளைத் தாண்டிச் செல்ல வேண்டும். குடிசைகளில் சிறு விளக்குகள் கண் சிமிட்டிக்கொண்டிருக்கும். குடிசைகளுக்கு வெளியில் சில இடங்களில் கூட்டமாக ஜனங்கள் உட்கார்ந்திருப்பார்கள். மண்ணெண்ணெய் விளக்கின் மங்கிய ஒளியில் அவர்களுடைய முகங்களின் மடிப்புகளை எண்ணலாம். கூட்டத்தின் தலைப்பில் ஒரு வயதானவன் உட்கார்ந்திருப்பான். அவன் கண்கள் மூடினவாறு இருக்கும். அவனுடைய மூதாதைகள் விட்டு விட்டுப்போன ராமாயணமோ மகாபாரதமோ அவனுடைய வாயிலிருந்து வெளிவரும். மனப்பாடம் செய்திருந்த வரிகள். இடையிடையே அவனுடைய விளக்கம். சில நாட்கள் அது இரவு பனிரெண்டு, ஒருமணி என்று போகும். இப்பொழுது குடிசைகளில் அவ்வளவாகக் கூட்டத்தைக் காணவில்லை. ராமாயணக் கூட்டம் மிக மிகக் குறைவு. அப்படிக் கூட்டம் இல்லாமல் இருந்தது எனக்கு எப்படியோ இருந்தது.

"கலி முற்றுகிறது. நாஸ்திகம் வளர்கிறது" என்றார் பெரியப்பா.

"நம் குடியானவன் சிந்திக்கத் தொடங்கிவிட்டான். கதையும் காவியமும் அவனுடைய மனதை அடிமைப் படுத்தின. அவை ஒழிவதில் எனக்குச் சந்தோஷம்தான்" என்றார் டாக்டர்.

"ஆனால் டாக்டர்! அவர்களுடைய வாழ்வுக்கு வழி காட்டுவது யார்? அவர்கள் தர்மம் என்னாவது?"

"அவர்கள் வாழ்வுக்கு வழிகாட்ட யார் உங்களை அமர்த்தினார்கள்? அவனவன் தன்னறிவில் கண்டுகொள்ள வேண்டியதல்லவா? தர்மம் என்று நீங்கள் நினைப்பது அவர்களுக்கு அடிமைத்தனமாக இருந்தால்?"

டாக்டர் ஏதோ சிகரத்தில் வாழ்ந்தார். எல்லோரையும் அவர் தன்னிலையிலே வைத்துப் பேசினார். என் மனத்திற்கு ஏதோ 'திக்'கென்று இருந்தது.

கிராமத்திலே வேறு கூட்டங்கள் அதிகமாகின. நகரத்திலே சுவரொட்டிகளும் சுவரில் எழுதுவதும் என் மனத்தைக் கவர்ந்திருக்கின்றன. பண்டைய காலத்தில் குகையில் வாழ்ந்த மனிதன் பாறையில் செதுக்கினான், கிறுக்கினான். தன்னுடைய கலை ஆசையை அதில் காட்டினான், நவீன மனிதன் சுவரில் ஒட்டுகிறான், சுவரில் சாயத்தைத் தீட்டுகிறான். உங்களுக்கு என்ன தேவை? சோப்புகளா? பீடிகளா? நல்ல சினிமாவா? சுவரொட்டிகளைப் பாருங்கள். நாட்டிலே அரசாங்கம் எப்படி? ஜனங்கள் எதை எதிர் பார்க்கிறார்கள்? சுவரில் எழுதியதைப் பாருங்கள். யாராவது அரசியல்வாதி ஊருக்கு வருகிறாரா? ஊரிலே தேர்தல் நடைபெறவிருக்கிறதா? அவற்றைப் பாருங்கள்.

நான் முன்பு குழுமணிக்குச் சென்றபோதெல்லாம் சுவரொட்டிகளை அவ்வளவாகக் கண்டதில்லை. ஏதாவது பீடிக்கு விளம்பரம் ஒட்டியிருக்கலாம். ஆனால் ஆறுமாதமாக சுவரில் எழுதுவது அதிகமாகக் காணப்பட்டது. "அரசாங்கமே, குழுமணி எங்கள் மண். அதை மூழ்கவிடாதே" என்றொரு நோட்டீஸ். 'யந்திரங்கள் ஒழிக' என்று வேறொன்று. கரியிலே கொட்டை கொட்டையாக விநாயகர் கோவில் சுவரில் யாரோ எழுதியிருந்தார்கள்: 'மனிதனுக்கு முதலில் சோறு. சாமிக்குப் பூஜை பிறகு.' 'ராம சுப்பன் ஒழிக. 'பிச்சை கேட்கவில்லை. உழைப்புக்குக் கூலி கேட்கிறோம்.....' என்னால் கணக்கெடுக்க முடியவில்லை.

பொதுக் கூட்டங்கள் அதிகமாகிவிட்டன. புலிவேஷம் நடந்த வெளியில் ஒரு சிறு மேஜை. அதைச் சுற்றிலும் நூறு ஆட்கள். மேஜையின் அருகில் இரண்டு நாற்காலிகள். ஒன்றில் மீசைக்காரன் அமர்ந்திருக்கிறான். ஜனங்களின் கூச்சல் இடையில் அதிகமாகிறது.

"சகோதரர்களே! நமது தலைவர் இன்னும் அரை மணியில் வந்து விடுவார்" என்கிறான் மீசைக்காரன்.

மீசைக்காரனை நான் எங்கோ பார்த்திருக்கிறேன். ஆமாம். நகரத்தில் காண்ட்ராக்டர் ஒருவன் இருந்தான். அவனிடம் கையாளாக வேலை பார்த்தவன். காண்ட்ராக்டர் அரசாங்கத்தை ஏமாற்றியதற்காக சிறைக்குச் சென்றான், இவன் எப்படியோ தப்பிவிட்டான். இளைத்த உருவம். நீண்ட முகம் ஒட்டியிருந்தது. அதில் கருணையோ, தாபமோ, அறிவோ ஒன்றன் அறிகுறியும் தெரிவதில்லை. ஜெயில்போக வேண்டிய மீசைக்காரன் அரசியல்வாதி ஆகிவிட்டானா?

அரைமணி நேரத்தில் 'தலைவர்' வந்துவிட்டார். பரபரப்பு அடங்கியது. ஆறேழு மாலைகள் 'தலைவரி'ன் கழுத்தில் ஏறின. கூட்டம் ஆரம்பித்தது.

"என்னருமைச் சகோதரர்களே! உங்கள் தலைவர் குழுமணி நாரணன்......"

மீசைக்காரன் குழுமணி நாரணன்!

".......... நாம் மிக முக்கியமான சந்தர்ப்பத்தில் கூடியிருக்கிறோம். அரசாங்கம் குருடாக இருக்கிறது. ஆளும் கட்சி பதவி மோகத்தில் எது வேண்டுமானாலும் செய்யத் துணிகிறது. மேக்கூரில் என்ன சதி நடக்கிறது தெரியுமா? நம்முடைய கிராமங்களை நதியில் ஆழ்த்தத் துணிகிறது ஆளும் கட்சி. நம் மூச்சு நிற்கும்வரை இதை நாம் எதிர்ப்போம் ....

ஜனங்கள் விடாமல் கை தட்டினர், தலைவர் பேச்சு முடிந்தவுடன்.

குழுமணி நாரணன் தலைவர் சொன்னதை வேறுவிதமாகச் சொன்னான். ஆனால் எங்கிருந்து அவன் பேசக் கற்றுக் கொண்டான்?

வேறு ஒருநாள் சமூக சீர்திருத்தத்தைப் பற்றி ஒரு கூட்டம். மூட இந்து மதத்தை ஒழித்து விடவேண்டும் என்று இடிபோல் இடித்தார் ஒரு தலைவர். குழுமணி நாரணன் வாழ்த்துக் கூறினான். நிலப் பிரச்னை ஒருநாள். குழுமணி நிலத்தை அரசாங்கம் விலைக்கு வாங்கி குடியானவர்களுக்கு சமமாகப் பங்கு செய்து விடவேண்டும் என்றார். குழுமணி மூழ்குவதைப் பற்றின பேச்சு அடிக்கடி நடந்தது.

விநாயகர் கோவில் மணி ஒரு நாளைக்கு ஐந்து முறை அடித்துக் கொண்டிருந்தது. மாலையில் கூட்டம் முன்பு போல் இல்லை. பாட்டிகளும் கிழவர்களும் தங்கள் வழக்கத்தில் தவறவில்லை. கூட்டமற்ற கோவிலிலிருந்து வந்த மணியொலி சோகத்தை நினைவுறுத்தியது. கோவிலின் வெளியில் ராமசாமி சாஸ்திரி சிந்தனையில் ஆழ்ந்திருந்தார். அவர் உடல் இளைத்தது போல இருந்தது.

“என்ன சாஸ்திரிகளே! சௌக்யமா?’

“ஹி... ஹி... சௌக்யம். உங்களைப் போன்ற பக்தர்களால்தான் தர்மம் தழைக்கிறது.”

மௌனம்.

“ஊரிலிருந்து ஓடுகிறார்கள் ஜனங்கள். நாஸ்திகம் அதிகமாகிறது. இருப்பவர்கள் கோவிலுக்கு வருவது கிடையாது.....” சாஸ்திரிகள் சொல்லிக் கொண்டே போனார்.

கர்ப்பகிருஹத்திலிருந்து எண்ணெய் வழிந்து வினாயகரின் சிலை மங்கிய வெளிச்சத்தில் தெரிந்தது. சுற்றிலும் அந்தி மந்தாரைப் பூ தனித்தனியாக சிதறிக்கிடந்தது. வெளியில் விபூதியுடன் தட்டம் கிடந்தது. சாஸ்திரிகள் என்னிடம் தட்டத்தை நீட்டினார். காலணாவும் அரையணாவும் ஒன்றிரண்டு, விபூதிக்கு நடுவில் தெரிந்தன. ஒரு காலத்தில் அத்தட்டத்தில் எவ்வளவு காசு கிடக்கும்? அதுவும் வெள்ளிக்காசுகள். சாஸ்திரிக்கு வரும்படி குறைந்து விட்டது. ஏன் இளைக்க மாட்டார்?

மேலத் தெருவிலே ஒரு காலத்தில் நள்ளிரவு வரை ஜனங்கள் அரட்டை அடித்துக்கொண்டு இருப்பார்கள். ஊரிலிருந்து உறவினர்கள் வருவதும், போவதும். உறவினர் வந்தால் கேட்க வேண்டுமா? திண்ணையில் அரட்டை சப்தமும், சிரிப்பும் காதைச் செவிடாக்கிவிடும். சீட்டாட்டம் நான்கு வீட்டுக்கு ஒரு வீட்டில். சீட்டில் பணம் உண்டு. பணத்தினால் ஆட்டத்தில் வெறி. வெறியினால் கூச்சல், சில சமயம் அடிதடி. அடுத்தநாள் அடிதடி மறந்து விடுகிறது. புது நாள், புது ஆட்டம். ‘ஆட்டத்திற்கு ஒருகை குறைகிறது. நீங்கள் வருகிறீர்களா?’ சீட்டுடன் வெற்றிலை பாக்கு. இடையிடையில் காப்பி. சீட்டு என்றால் கண் முழிக்க வேண்டாமா?

இப்பொழுதெல்லாம் கிராமம் சீக்கிரமே இரவில் அடங்கி விடுகிறது. மேலத் தெருவில் யாருமே சீட்டாடுவதாகத் தெரியவில்லை.

நள்ளிரவில் கைத்தடியை திண்ணையிலும், வாசற் படியிலும் தட்டிக் கொண்டு கொண்டு 'பாராக்காரன்' போகிறான். இது என்ன புதிதாக இருக்கிறது? இச்சிறு கிராமத்திற்கு பாரா வேறு வேண்டுமா என்ன?

"ஊரில் திருட்டு அதிகமாகி விட்டதடா! மிராசுதார் வீட்டில் ஆயிரம் ரூபாய் நகை திருட்டுப் போயிற்று போன மாதம். கோடி வீட்டில் சைக்கிள்....."

"எப்படி?"

"எப்படியா? ஜனங்கள் ஒழுக்கத்தை மறந்தாச்சே..."

தெருவீட்டினர் அத்தனை பெயரும் சேர்ந்து தங்களுடைய செலவில் செய்த ஏற்பாடு அது.

அணை வளர்ந்து கொண்டிருக்கிறது என்று ராமானுஜம் மிக உற்சாகமாக எழுதியிருந்தார். மராமத்து மந்திரி அணையின் அமைப்பையும், கால தாமதமின்றி நடக்கும் விதத்தையும் நேரில் கண்டு பாராட்டினதாக எழுதியிருந்தார். எல்லாம் என்னுடைய முயற்சி என்று அவருடைய கடிதத்தின் கடைசி வரி கூறியது.

அணை வளர்கிறது. இன்னும் மூன்று மாதத்தில் மந்திரி சட்டசபையில் அறிவிக்க வேண்டும் உண்மையை. 'சில கிராமங்கள் திட்டத்தால் அழிவது ஒரு நாட்டின் வரலாற்றில் புள்ளி விவரமே......' மந்திரி அன்று நடந்த கூட்டத்தில் சொன்னது காதில் ஒலித்தது.

"ஏண்டா! மேக்கூரில் என்ன செய்கிறார்கள்? நம் கிராமத்திற்குத் தண்ணீர் வசதி தானே? ஜனங்கள் என்ன வெல்லோமோ பேசிக் கொள்கிறார்களே!" பெரியப்பா.

'அரசாங்கமே! குழுமணி எங்கள் மண். அதை மூழ்க விடாதே' – சுவரொட்டி.

ஆசை தீர குழுமணிக்குச் சேவை செய்ய வந்த டாக்டர் என்ன சொல்வார்?

க. சுப்ரமணியன் ● 115

5

எதிர் வரிசையில் பெரியப்பாவின் பள்ளிக்கு அடுத்த வீட்டில் ஒரு லாரி நின்றது. காலை ஏழு மணியிலிருந்து வித விதமான உருவங்களில் இருந்த சாமான்களைக் கூலிகள் ஏற்றியவாறு இருந்தனர். எத்தனை விதமான பழைய உடைந்த சாமான்கள்! நம்முடைய சொத்துக்கள் என்று பெருமைப்பட்டுக் கொள்கிறோமே, அவற்றை வீடு மாற்றும் போது வண்டியிலும், லாரியிலும் ஏற்றினால் நம்முடையது என்று சொல்லிக் கொள்ளத் தோன்றுகிறதா? கோணியும் கூடையும் லாரியில் ஏறினபடி இருந்தன. எவ்வளவு குப்பையானாலும் எறிந்து விடவும் மனது வருகிறதா? சாமிநாதன், வீட்டிற்கு முன்னும் பின்னும் சுற்றிச் சுற்றி வந்து கொண்டிருந்தார். அவருடைய மனம் ஒரு நிலையில் இல்லாததை அவருடைய கைகால்கள் நிரூபித்தன. பகல் பத்து மணி முடிய சாமான்கள் லாரியில் அடைக்கப்பட்டன. சிறு மலை ஒன்றே உண்டாக்கப்பட்டபடி தோற்றம். லாரிப் படலம் முடிந்தது. சாமிநாதன் வீட்டைப் பூட்டினார். லாரியைச் சுற்றிலும் நாலைந்து சிறுவர்கள் வேடிக்கை பார்த்துக் கொண்டு நின்றனர். லாரி கரியைக் கக்கிக் கொண்டு சிறு தெருவின் ஏற்ற இறக்கங்களில் தள்ளாடித் தெருவின் முனையில் திரும்பியது. சாமிநாதன் வீட்டைக் கடைசி முறையாக ஏற இறங்கப் பார்த்தார். அவருடைய கால்கள் பெரியப்பாவின் வீட்டை நாடின.

“பெரியப்பா இல்லையா?”

“உள்ளே இருக்கிறார். வந்துவிடுவார்.”

பெரியப்பா வந்து விட்டார்.

"அண்ணா! நான் போறேன். அடிக்கடி வந்து கொண்டிருப்பேன்."

பெரியப்பா சாமிநாதனின் வீட்டை முறைத்துப் பார்த்துக் கொண்டிருந்தார்.

"...... அண்ணா! வரட்டுமா?"

"சாமா! நீயெல்லாம் கூடப் போனா...?"

"என்ன பண்றது அண்ணா! எனக்குச் சொத்தா சுகமா? நகரத்திலாவது என் தம்பி இருக்கான். என் பையனுக்கும் அங்கே வேலையாகிறது. என்னை இங்க இருக்க விடமாட்டா. வந்தால் தான் ஆச்சு என்கிறார்கள்"

சாமிநாதன் பஞ்சாயத்து ஆபீஸில் வேலை செய்தவர், ரிடையர் ஆகி நான்கு வருடங்கள் முடிந்தன. அவ்வளவாகப் பணம் காசு என்பது கிடையாது. மூன்று குழந்தைகளுடன், வந்த வரும்படியில் காலந் தள்ளினவர். அவருடைய குழந்தைகள் கஷ்டத்திற்கும், பிடுங்கலுக்கும் நடுவில் தங்கள் பள்ளிப் படிப்பை முடிக்கும் நிலையில் இருந்தார்கள். மூத்த பையன் படிப்பை முடித்து விட்டான். மற்ற இருவரும் அவருடைய தம்பியின் வீட்டிலேயே இருந்து படித்துக் கொண்டிருந்தார்கள். ரிடையர் ஆனவுடனேயே நகரத்துக்கு வந்துவிடவேண்டும் என்று அவர் தம்பி எழுதியிருந்தான், சாமாவும் நான்கு ஆண்டுகள் கடத்தி விட்டார். இனிமேல் கடத்த முடியாது என்ற நிலை வந்தது. சாமா நகரத்தை நோக்கிக் கிளம்பி விட்டார்.

"அண்ணா! சாவியை வீட்டுக்காரனிடம் கொடுக்கணம். இதோ!"... சாமாவின் கடைசி வேண்டுதல் அது. பெரியப்பா சாவியைக் கையில் வாங்கினார்.

"சாமான்கள் லாரியில் போயாச்சு. நான் பஸ்ஸில் போய் விடுவேன்."

பெரியப்பாவின் காதில் சாமா சொன்னது விழுந்ததாகத் தெரியவில்லை. சாமாவின் நரைத்த சிறு மறைந்தது. பெரியப்பா தனக்குள் ஏதோ முணுமுணுத்துக் தலை கொண்டிருந்தார்.

சாமாவை இனிமேல் மார்கழி பஜனையில் காண முடியாது. பஞ்சாயத்து ஆபீஸில் காலை எட்டு மணியிலிருந்து

மாலை ஏழு அல்லது ஏழரை வரை வேலை இருக்கும். அச்சிறு ஆபீஸில் என்ன வேலைதான் செய்கிறார்களோ தெரியாது. ஆனால் அவ்வளவு நேரம் அவர் உழைக்க வேண்டியிருந்தது. சிறு உடல். அதில் சிறு தலை. கடைசி வரையில் அவர் முகம் சுருங்கவில்லை. ஆனால் தலை நரைத்து விட்டது. ஏழரை மணிக்கு சாமா வீட்டுக்கு வந்தால் கோவில் பஜனைக்குக் கிளம்பி விடுவார். இரவு பத்து மணி வரையில் பஜனை நடக்கும். சாமாவின் கையில் ஜாலரா இருக்கும். கஞ்சிரா, ஜாலராவின் ஒலியைத் தாண்டி சாமாவின் ஒலி கேட்கும். சாமாவுக்குத் தெரியாத பாட்டு கிடையாது. இவ்வளவு சிறு உடலைப் படைத்த இவருக்கு எத்தனை சக்தி என்று ஆச்சரியப்பட வேண்டியிருக்கும். மார்கழியில் தெருவில் போகும் பஜனையில் சாமாவைக் காணலாம். சாமா இல்லாத பஜனை குழுமணியில் இல்லை எனலாம். அந்த சாமா கிளம்பிவிட்டார். நகரத்திலே ஏதாவது கோவிலில் அவருடைய குரலைக் கேட்கலாம். அவரால் சும்மா இருக்க முடியாதே!

தினம் இரவு சாப்பாட்டின்போது கோவிலிலிருந்து பஜனை சப்தம் வரும். என்னுடைய மூன்று மாத வாழ்விலேயே அதைக் கவனித்திருக்கிறேன். பெரியப்பா வருடக்கணக்காக கவனித்திருக்க வேண்டும். அன்றிரவு சப்தம் கிளம்பவில்லை. பஜனையைக் கேட்காதது சூன்யம் பிடித்தது. போல் இருந்தது.

"சாமா போய்விட்டான், பஜனையில்லை." – பெரியப்பா அதற்குமேல் பேசவில்லை.

"ஏண்டா... மேக்கூரில் என்ன செய்கிறீர்கள்?" என்றார் அவராகவே சற்று நேரம் கழித்து.

"அணை தான்..."

"அணையா? ஏன் ஜனங்கள் ஓடுகிறார்கள்?"

"ஒரு சாமா போனால் ஊரே ஓடுகிறது என்று அர்த்தமா?"

"இதே வீதியில் பத்து வீடுகள் காலி. எத்தனையோ வீட்டில் அரை குறை வாசம்....."

ஆமாம். பெரியப்பா சொன்னதில் தவறு கிடையாது. மிராசுதாரின் அடுத்த வீடு காலி. அங்கு சிவராமன் இருந்தார்.

அவருக்கு யானைக்கால். பர்மாவிலிருந்து சண்டைக்கு முன்னால் ஓடிவந்தவர். கொஞ்சம் சொத்து இருந்தது. பலசரக்குக் கடை ஒன்று வைத்திருந்தார். ஜனங்களுக்குச் சேவை என்ற எண்ணத்துடன் போஸ்ட் கார்ட், கவர்களை அதே விலைக்கு விற்றார். ஜனங்கள் கார்ட், கவர்கள் வாங்கினார்கள். ஆனால் அவருடைய பல சரக்குகள் அப்படியே இருந்தன. கிராமத்தில் இங்கிலீஷ் நியூஸ் பேப்பர் படித்த சிலரில் அவர் ஒருவர். அரசாங்கத்தையும் தலைவர்களையும் திட்டுவது அவருடைய பொழுது போக்காக இருந்தது. சிவராமன் ஒரு நாள் கிளம்பி விட்டார். மீதமான விலைபோகாத சரக்குகளை அவர் என்ன செய்தார் என்று தெரியவில்லை.

சிவராமனின் வீட்டுக்கு வலப்பக்கம் மூன்று வீடுகள் தள்ளி ஒரு வீடு காலி. பெரிய வீடு அது. கணபதியின் வீடு. பெரிய குடும்பம். நான்கு பிள்ளைகளும், ஐந்து பெண்களும். எப்பொழுது பார்த்தாலும் அவருடைய வீட்டில் ஏதாவது கலியாணமோ, கார்த்திகையோ நடந்து கொண்டிருக்கும். ஆயிரம் ரூபாய் வாத்தியம் வைத்து பெண்ணுக்குக் கல்யாணம் செய்து வைத்தார் குழுமணியில். அவர் வீடு 'விரிச் 'சென்றிருந்தது. அவர் வீட்டுக்கெதிரே ஒரு வீடு காலி. அதற்கடுத்த மூன்றாம் வீடு . குழு மணியில் வீட்டு வாடகை எப்பொழுதும் குறைவு. சண்டை ஆரம்பித்தவுடன் சில புதுக் குடும்பங்கள் வந்தன. வாடகை கொஞ்சம் அதிகமானது. இப்பொழுது மிகவும் கீழே போய் விட்டது. சில வீட்டுக்காரர்கள் 'வாடகை வேண்டாம். நல்ல குடும்பத்தினர் வீட்டை சரியாக மெழுகி, அலம்பிக் கவனித்துக் கொண்டால் போதும்' என்றனர். வீடுகள் காலியாகவே இருந்தன.

பெரியப்பா நடுச் சாப்பாட்டில் மீண்டும் பேசத் தொடங்கினார்.

"ராமசாமி சாஸ்திரியின் பேரன் அவருக்கு என்னவோ எழுதியிருக்கிறான். உனக்கு ஒன்றும் தெரியாதா?"

பேரன் கலெக்டர் ஆபீஸில் வேலை பார்ப்பவன். பெரியப்பா நகரத்தில் அவனைப் பார்க்கவில்லையா?

"என்ன சொல்கிறான்?"

க. சுப்ரமணியன்

"அணை முடிவதற்குள் நாம் இங்கிருந்து ஓடிவிட வேண்டுமாம். அவன் சொல்வது சரியா?"

"அவனுக்கென்ன தெரியும்? எதையாவது பார்த்து விட்டு உளறலாம்..."

"என்றும் நீ ஏட்டுச்சுரைக்காய்...'

அடுத்த நாள் காலை ஏழெட்டு ஆட்கள் வீட்டில் கூடி விட்டார்கள்?

"நீங்கள் அணைக்கு என்ஜினீயரே, உங்களுக்குத் தெரியாதா?"

"குழுமணியை மூழ்கடிக்கப் போகிறார்களா?"

"எங்கள் நிலம் என்னாவது?"

"நாங்கள் எங்கே போவது?"

என்னுடைய முழுத் திறனையும் உபயோகித்து அவர்களை ஏதோ சொல்லி அனுப்பினேன். அவர்கள் அதனால் மனத்திருப்தி அடைந்ததாகத் தெரியவில்லை. விஷம் உடம்பில் ஏற ஆரம்பித்து விட்டது.

அன்று கலெக்டர் என் ஆபீஸுக்கு விஜயம் செய்தார். அவர் வந்ததன் நோக்கம் ஜனங்களின் மனப் போக்கை அறியவும், திட்டத்தினால் அகற்றப்பட வேண்டிய ஜனங்களுக்கு செய்ய வேண்டிய நன்மைகளை விவாதிக்கவுமே. வந்தவுடன் அணைத்திட்டம் மிகவும் வெற்றிகரமாக நடந்து கொண்டிருக்கிறது என்று என்னைப் புகழ்ந்தார்.

"என் கையில் என்ன இருக்கிறது? எல்லாம் ராமானுஜம் தான்."

"உங்களுக்கும் அவருக்கும் நல்ல ஒப்பந்தம். அவரைக் கேட்டால் உங்களைக் காட்டுகிறார். நீங்கள் அவரை....."

"கடினமான காரியம் இனிமேல்தானே இருக்கிறது..."

'புனர்நிர்மாணத்தைச் சொல்கிறீரா? அது நான் நினைத்ததுபோல் அவ்வளவு கடினமானதாக இருக்கப் போவதில்லை...'

"நீங்கள் எப்படி அப்படிச் சொல்லலாம்?"

"அத்தனை கிராமங்களும் மெதுவாகக் காலியாகின்றன தானாகவே. மந்திரி சட்டசபையில் அறிவித்தால் ஒரு ஆண்டில் அதன் வேகம் அதிகமாகிவிடும். ஒரு இருபதாயிரம் மக்களுக்கு வீடு கட்டவேண்டியிருக்கலாம்......" - கலெக்டர் சிரித்துக்கொண்டே பேசினார். அவருக்கு முப்பத்தைந்து வயது இருக்கலாம். அவருடைய நிதானமும், புத்திக் கூர்மையும் என்னை ஆச்சரியத்தில் ஆழ்த்தியது.

"ஆனால் நீங்கள் அவர்களுடைய மனோ வேதனையை எடுத்துக் கொள்ளவில்லையே."

"மனோ வேதனையை எடுத்துக்கொண்டும் ஒரு காரியமும் நடக்காது. ஜனங்களின் நன்மை என்று நிச்சயித்து அரசாங்கம் உத்தரவிட்டால் அதைச் செய்ய வேண்டியது நம் கடமை..."

"திட்டம் ஜனங்களுக்கு மறைமுகமாக வெளிப்பட்டிருக்கிறது என்று உங்களுக்குத் தெரியுமா?"

"தெரியும். அதை வேண்டுமென்று செய்திருக்கிறோம். திடீரென்று செய்வதைவிட மந்திரியார் சட்டசபையில் அறிவிக்கும் முன், ஜனங்களை அந்த அதிர்ச்சிக்குப் பக்குவம் செய்வது நல்லதல்லவா?"

"வாஸ்தவம். படு சூரராக இருக்கிறீரே!" என்றேன், என்னுடைய ஆச்சரியத்தைக் கட்டுப்படுத்த முடியாமல்.

"என்னுடையதல்ல அது. கனம் மந்திரியாரே அப்படிச் செய்யுமாறு எழுதியிருந்தார்."

"என்னுடைய கவலையெல்லாம் நிலத்திற்கும், வீட்டிற்கும், சொத்துக்கும் அளிக்க வேண்டிய காம்பென்சேஷனைப் பற்றிதான்."

"அவ்வளவு கஷ்டமிராதே. உங்களுடைய நிலச் சட்டம் இருக்கிறதே."

"அதை மீறி எத்தனையோ காரியங்கள் நடந்திருக்கின்றன. சிக்கல்கள் அதிகமாக இருக்கின்றன."

கலெக்டருடன் பேசிக்கொண்டு போனதில் நேரமே தெரியவில்லை. ஒருமணி நேரத்தில் வெளியே ஜனக்கூச்சல் கிளம்பியது. "அரசாங்கம் ஒழிக", "குழுமணியை மூழ்கடிக்காதே"

என்ற மொழிகள் காதில் விழுந்தன. சிறிது நேரம் கழித்தே அது கலெக்டரைப் பேட்டி காணவந்த கூட்டம் என்று தெரிந்தது. இரண்டு மூன்று பிரதிநிதிகளைப் பார்க்கத் தயார் என்று சொல்லி அனுப்பினார். மீசைக்காரனும், அவனுடன் இரு நண்பர்களும் அறைக்குள் வந்தனர்.

"அமருங்கள்." - கலெக்டர்.

"கிராமம் அடியோடு போகிறது. நாங்கள் நின்றே பேசுகிறோம்."

"அதிலும் தவறில்லை."

மௌனம்.

"நீங்கள் குழுமணியை மூழ்கடிக்கப் போகும் சதி உண்மைதானே?" - மீசைக்காரன்.

"அதைப் பற்றி எங்களுக்கு ஒன்றும் தெரியாது. அரசாங்கத்தைக் கேளுங்கள்."

"அரசாங்கத்தின் கைப்பொம்மையல்லவா நீங்கள்."

"ஊழியர்கள்."

"நல்ல ஊழியர்கள். ஊருக்கே வெடி வைக்கிறீர்கள். அதன் பெயர் ஊழியம்."

"பிரசங்கத்திற்கு நேரம் இல்லை. உங்களுக்குச் சொல்ல வேண்டியது ஏதாவது உண்டா?"

மீசைக்காரன் மீசை துடித்தது. அவனுடைய நண்பர்கள் தங்கள் கால் விரல்களைப் பார்த்துக் கொண்டிருந்தார்கள்.

"அரசாங்கம் அப்படித் திட்டமிட்டால் உங்கள் அபிப்ராயத்தை மந்திரியாரிடம் சொல்லுங்கள். அவரல்லவா உங்களுடைய பிரதிநிதி?"

மீசைக்காரன் மறைந்தான்.

"இவனைத் தெரியுமா உங்களுக்கு?" - கலெக்டர்.

"அரசாங்கத்தை ஏமாற்றியவன். இவன் பிழைத்து விட்டான்."

"இனிமேல் பிழைக்க முடியாது. இன்னும் ஒரு வருஷத்தில் ஊரைவிட்டு ஓடிவிடுவான்."

"எப்படி?"

"ஊரில் அத்தனை நிலத்தையும் சரியான தாக்கீது இல்லாமல் சட்டவரம்பைத் தாண்டி அரை விலைக்கும், கால் விலைக்கும் வாங்கியிருக்கிறான். குழுமணி மூழ்கினால் அவனும் மூழ்கிவிடுவான்; இல்லையானால் அவன் லக்ஷாதிபதி. அதனால்தான்; இந்தக் கூச்சல்."

மீசைக்காரன் போனவுடன் சட்டத்திற்குக் கட்டுப்பட்ட, சப்தமற்ற சிறு கூட்டம் ஒன்று வந்தது. நிலச்சுவான்களின் பிரதி நிதிகள் அவர்கள். நான்கைந்து பேர். அவர்களைச் சமாளிப்பது கலெக்டருக்குக் கஷ்டமாகவே இல்லை. மிராசுதார் ராமசுப்பன் முதலில் ஆரம்பித்தார் பேச்சை.

"நிலச் சட்டம் எங்கள் உரிமையைப் பாதிக்கிறது... அதை ரத்து செய்து விடவேண்டும்."

"கள்ள மார்க்கெட்டை ஒழிப்பதே அதன் எண்ணம். நாணயமாக நிலத்தைப் போற்றிப் பயிர் செய்யும் நிலச்சுவான் அதை வரவேற்பான்."

"அதற்கு 'தாக்கவி'க் கடன் கொடுக்கிறோம்; யாருக்குப் பணம் தேவையானாலும் என்னிடம் வாருங்கள்."

ராமசுப்பனும் அவர் நண்பர்களும் நழுவி விட்டார்கள்.

"இந்த ராமசுப்பனை உங்களுக்குத் தெரியுமா?"

"அதிகமாகத் தெரியாது. கொஞ்சம் கொஞ்சம் தெரியும்."

"நிலச்சட்டத்தை மதியாதவரில் முதல் நம்பர் இவர். செப்புக் காசுக்கு நிலம் வாங்கியிருக்கிறார். தன்னுடைய நிலத்தின் சில பாகங்களை நான்கைந்து மடங்கு விலைக்கு விற்றிருக்கிறார். அவருடைய உரிமை பாதிக்கப்படுகிறது."

அதை முடித்தவுடன் கலெக்டர் வழக்கத்தை விட பலமாகவே சிரித்தார்.

வீட்டிற்குத் திரும்புவதற்குள் நன்றாக இருட்டி விட்டது. வயல்களிலே பூச்சிகளின் சப்தம் 'ஙொய்' என்று இடை விடாமல்

ஒலித்துக் கொண்டிருந்தது. தெருவின் முனையில் ஒரு நாய் சந்திரனை நோக்கி அழுது கொண்டிருந்தது. ஒவ்வொரு வீட்டு ஜன்னலிலிருந்து வெளிப்பட்ட விளக்கு வெளிச்சம் தெருவில் நீண்ட நிழல்களை உண்டாக்கியது. இடையிடையே இருட்டு. தெருவின் கோடியில் விநாயகர் கோவிலில் வெளிச்சம் தெரிந்தது. அருகில் வரவர பஜனை சப்தம் கேட்டது. பெரும்பாலும் சிறுவர்களின் குரல், நடுவில் கட்டையான ஒரு குரல். யாருடைய குரல் அது? சாமிநாதனின் பாகத்தை யார் எடுத்துக் கொண்டிருக்கிறார்கள்? சந்தேகமில்லை, பெரியப்பாதான். திடீரென்று அவருக்கு என்ன பக்தி கிளம்பிவிட்டது? விபூதி அணிவதைத் தவிர வேறு ஒன்றும் அறியாதவர் ஆயிற்றே!

பத்து மணிக்கு பெரியப்பா வீடு திரும்பினார். அவர் உடல் வேர்த்து இருந்தது. சற்றே பெருமூச்சு வாங்கினார்.

"நீங்களா பஜனை?"

"ஆமாம்."

"ஏது...."

"எனக்கு நினைவு தெரிந்த நாளாக அது நடக்கிறது. அது இல்லையென்றால் எனக்கு எப்படியோ இருக்கு. சாமா போனால் என்னால் நடத்த முடியாதா? என் ஸ்கூல் பையன்களைச் சேர்த்துக் கொண்டேன்...."

"உங்கள் உடம்பு தாங்குமா?"

"அப்படிப் போனால் போகட்டுமே."

மேலும் நான் பேசுவதற்கில்லை.

மூலையில் பெரியம்மாவின் முனகல் கேட்டது.

6

ராமசுப்பனின் வீட்டு வாயிலில் சிறு கூட்டம் கூடியிருந்தது. அவர் வீட்டெதிரில் போக விரும்பாதவர்கள் தங்கள் வீட்டிலிருந்தே கவனித்துக் கொண்டிருந்தார்கள். நடுவில் தாழ்ந்த குரலில் பேச்சு. மற்றவர்களுக்கு ஏற்படும் சம்பவங்களை அறிய மனித உள்ளம் எவ்வளவு நாடுகிறது? யாரோ வீட்டிலே உறவினர் வண்டியில் வந்து இறங்குகிறார்கள். கிராமமே வீதியில் கூடிவிடுகிறது. அதைக் கவனிக்காதது போல பாசாங்கு. ஆனால் ஓரக்கண்களால் யார் இறங்குகிறவர்கள் என்று கவனிக்கப்படுகிறது. எங்கோ அழுகைக் குரல் கிளம்புகிறது. ஏன், எதற்கு என்று கிராமம் ஆராயத் துவங்குகிறது. இரவில் ஒரு வீட்டின் முன் ஒற்றை விளக்கு ஒன்று நிற்கிறது. அதனருகில் பச்சை மூங்கிலும் கயிறும். சில வறட்டிகள் புகைந்து கொண்டிருக்கின்றன. பாடை கிளம்பும் வரை கிராமமே வீதியில் திண்ணையிலும் வாசற்படியிலும் நிற்கிறது. கல்யாண ஊர்வலம் ஒன்று போகிறது. அதற்கும் அதே கவனிப்புதான். கல்யாண ஊர்வலத்தில் தெரிந்தவர் முகம் தென்படுகிறது. வாயிலில் நிற்பவர் சிரிக்கிறார். சாவின் ஊர்வலத்தில் முகம் உணர்ச்சியற்று நோக்குகிறது. வித்தி யாசம் அவ்வளவுதான்.

ராமசுப்பனின் பேரன் ஆற்றில் விழுந்து விட்டான். அவனுடைய உடல் உள்ளே போடப்பட்டு இருந்தது. இன்னும் சாகவில்லை. சாவுக்கும் வாழ்வுக்கும் இடையில் ஊசலாடியது. “குஞ்சா! குஞ்சா!” என்று ராமசுப்பனின் மனைவி அழுகுரலில் கூவியது வெளியில் இருந்த வருக்குக் கேட்டது. ராமசுப்பன் இருந்த இடம் தெரியவில்லை.

குஞ்சன் ஸ்தாணுவின் மகன். டாக்டரின் அக்காவைக் கைவிட்டு மூன்று ஆண்டுகளுக்குப் பின் கல்யாணம் செய்து கொண்டான். அவனுக்கு ஐந்து ஆண்டுகள் குழந்தை பிறக்கவில்லை. காமாட்சி (ராமசுப்பனின் மனைவி) வேண்டாத தெய்வம் கிடையாது. இரண்டு ஆண்டுகளுக்குப் பின் ஒரு மகன் பிறந்தான். பிறந்த குழந்தை அழவும் இல்லை, சிரிக்கவும் இல்லை. குஞ்சன் பிறவியிலேயே குறை புத்தியுள்ளவனாகப் பிறந்தான். மழலையற்ற குழந்தை வளர்ந்தது. ஆரோக்யமற்றதாகவும் இருந்தது. சூம்பி கவட்டிபோல் வளைந்த கால்கள். இடது கை சற்றுத் தூக்கினாற் போல இருந்தது. அதை அரையடிக்கு மேல் தூக்க முடியாது. தலை பெரிதாக இரட்டை வாகானது. முகத்தில் சொல்ல முடியாத பார்வை. அதில் அறிவும் கிடையாது, உணர்வும் கிடையாது. குஞ்சன் நம்மைப் பார்ப்பது போலத் தோன்றுகிறது. ஆனால் பார்ப்பது கிடையாது. வாயிலிருந்து நீர் ஒழுகுகிறது. “ஊ! ஊ!” என்று சப்தம் வருகிறது. அச்சப்தத்துடன் இடது கை மேலும் கீழும் ஆடுகிறது.

குஞ்சனை ஸ்தாணு, கிராமத்தில் ராமசுப்பனுடனே வைத்துவிட்டான். பத்து பதினைந்து வருஷமாக அவன் ராமசுப்பன் வீட்டிலேயே வளர்ந்தான். நாளாக நாளாக ராமசுப்பனுக்கு மனம் பொறுக்கவில்லை. அவனுக்கு வியாதி ஏதாவது வந்து இறக்கமாட்டானா என்று அவர் உள்ளம் பிரார்த்தனை செய்தது. ஆனால் குஞ்சனுக்கு பிணி ஏதுவும் பாதிக்கவில்லை. பௌர்ணமி நாட்களில் வீட்டில் இங்கும் அங்கும் சு ற்றிவந்து கொண்டிருப்பான். அமாவாசை காலத்தில் வீட்டில் மயங்கிப் படுத்துக் கிடப்பான், மூன்று நான்கு வருடங்களாகக் காக்காவலிப்பு அதிகமாகிவிட்டது. அந்த வலிப்பு அதிகமானதிலிருந்து அவனை வெளியில் விடுவது கிடையாது. வீட்டிலே கட்டி வைத்து விடுவார்கள். காமாட்சி மனம் இரங்கி அவனை விடுதலை செய்வாள். குஞ்சனை அடுத்த கணம் வீட்டில் காணமுடியாது.

கிராமம் குஞ்சனை அனுதாபத்துடன் நோக்கியது. தெரு மூலையில் கால்வளைந்த உருவம் தெரிகிறது. அதனுடைய இடது கை தூக்கிய மாதிரி இருக்கிறது. மேலும் கீழும் ஆடுகிறது. அதனுடைய பெரிய தலை வலதுபுறம் சாய்ந்திருக்கிறது. குஞ்சன் வீதியைச் சுற்றக் கிளம்பி விட்டான், அவனுடைய வலது கையில்

குச்சியோ கல்லோ இருக்கிறது. அவன் ஏதோ வீட்டையோ, மாட்டையோ முறைத்துப் பார்த்துக் கொண்டிருக்கிறான். ஒரு நாய் அவனைப் பார்த்துக் குறைக்கிறது. குஞ்சன் "ஊ ஊ" என்று கூவுகிறான். யாராவது அவனைக் கை பிடித்து ராமசுப்பன் வீட்டில் கொண்டு சேர்க்கிறார்கள். சில நாட்கள் நடுத்தெருவில் விழுந்து விடுகிறான். வாயிலிருந்து நுரை வழிகிறது. காமாட்சி ஓடி வந்து இருகைகளாலும் அவனைத் தூக்கிச் செல்கிறாள். பள்ளிக்கூடம் விடுகிறது. குழந்தைகள் ஓடுகிறார்கள். குஞ்சன் அவர்களுக்கு நடுவில் ஓடுகிறான். சில சமயம் குழந்தைகள் அவனைச் சுற்றி நின்று கேலி செய்கிறார்கள். குஞ்சன் "ஊ" "போ" "எங்கப்பா" என்று என்னவெல்லாமோ பிதற்றுகிறான். நாளடைவில் அவன் சில வார்த்தைகளைக் கற்றறிந்தான். அவன் உலகத்தை அறியவில்லை. உலகமும் அவனை அறிந்ததாகத் தெரியவில்லை. காமாட்சி ஒருத்திதான் அவனை வளர்த்தாள். அவள் ஒருத்திக்குத்தான் அவனும் பணிந்தான். குஞ்சன் திடீரென்று குளத்தில் விழுந்து விட்டான் வலிப்பில், அவன் உடல் உள்ளே கிடந்தது.

ராமசுப்பன் வெளியில் வந்தார். கூட்டம் அவருக்கு வழி விட்டது. அவர் டாக்டரய்யாவின் வீட்டை நோக்கிச் சென்று கொண்டிருந்தார். ஐந்து நிமிஷங்களில் அவர் டாக்டருடன் திரும்பினார். டாக்டரின் தீர்மானமான முகத்தில் சிரிப்பைக் காணவில்லை. அவருடைய கைகள் கோட்டுப் பைகளில் கிடந்தன. கால்கள் ஒன்றன்பின் ஒன்றாக ராமசுப்பனின் படிகளைத் தாண்டி வீட்டுக்குள் சென்றன. ஒரு மணி நேரத்தில் டாக்டர் படிகளை மீண்டும் தாண்டிக் கீழே தெருவில் இறங்கினார். அவருடைய வலது கை கைக்குட்டையால் நெற்றியில் வழிந்த வியர்வையைச் சுத்தம் செய்தது. டாக்டரின் முகம் பழையபடி சிரிப்புடன் மலர்ந்தது. ஒருமுறை அவருடைய கண்கள் மேலத் தெருவையும் ஜனங்களையும் ஆராய்ந்தன. டாக்டரின் உருவம் அவருடைய வீட்டை நோக்கிச் சென்றது.

இரண்டாம் நாள் குஞ்சன் ராமசுப்பனின் வீட்டுத் திண்ணையில் உட்கார்ந்து கூரையை வெறித்துப் பார்த்துக் கொண்டிருந்தான். காமாட்சி அவனுக்குக் காவல் நின்றாள். குஞ்சன் வாழத் துவங்கிவிட்டான்.

க. சுப்ரமணியன்

"டாக்டர்! எப்படி உங்களால் அங்கு செல்ல முடிந்தது?"

"ராமசுப்பன் என்னைக் கூப்பிட முடிந்தால் என்னால் செல்ல முடியாதா? டாக்டர் தொழிலில் உணர்ச்சிக்கு இடம் கிடையாது. குஞ்சன், ராமசுப்பன் எல்லோரும் என்னிடம் வந்தால் நோயாளிகள்தான். அதில் வித்யாசம் கிடையாது....."

"வாஸ்தவம். ஆனால் யாரால் முடிகிறது?"

"படிக்காதவர்களைப் போலப் பேசுகிறீர்கள். ஒன்றை புத்தியால் அறிய முடிந்தால் அதைக் கடைப் பிடிக்க முடியாதா?"

"ஆனால் டாக்டர்! குஞ்சன் போன்றவர்கள் வாழ்வதைவிடப் போவது மேலல்லவா?"

"நீங்களும் ராமசுப்பனைப் போலவே நினைக்கிறீர்கள். உலகில் பிறந்த எந்த உயிரையும் எடுக்க எவனுக்கும் உரிமை கிடையாது."

"குஞ்சன் தன் வாழ்வில் என்ன கண்டான்?"

"இதுவரை நம்மால் அவனுக்கு ஒன்றும் செய்ய முடியவில்லை. அவன் துன்பத்தில் உழலுகிறான். அது நமது அறியாமையைக் காட்டுகிறது. அறிவு வளருகிறது. இந்த நேரமே அமெரிக்காவிலோ ஐரோப்பாவிலோ எவனாவது மூளை ரண சிகிச்சையில் ஏதாவது கண்டுபிடித்துக் கொண்டிருக்கலாமல்லவா? அப்படிக் கண்டுபிடித்தால் குஞ்சனின் கொலைக் குற்றத்திற்கு ஆளாவோம்......" டாக்டர் திடீரென்று பேச்சை நிறுத்தினார். மறுபடியும் "குஞ்சன் ஒரு வேளை என் அக்காளின் மகனாகப் பிறந்திருக்கலாம். எவ்வுயிருக்கும் வாழ உரிமையுண்டு......." என்றார். அவருடைய கண்கள் காலத்தைத் தாண்டி எங்கோ பார்த்துக் கொண்டிருந்தன.

வாசலில் மனிதர்களின் சப்தம் கேட்டது. வெளிக் கதவு படபடவென்று தட்டப்பட்டது. டாக்டரின் வேலையாள் கதவைத் திறக்கவும், இடைகழியில் ஆணியடித்த பூட்ஸின் சப்தம் கவனத்தைக் கவர்ந்தது. மூன்று போலீஸ் காரர்கள் ஒரு துவண்ட உடலை இழுத்துக் கொண்டு வந்தார்கள். போலீஸாரின் பிடியிலிருந்து திமிறித் திமிறிக் களைத்ததற்குப் போதிய சான்று இருந்தது. உருவத்தின் சட்டை சில இடங்களில் கிழிந்து கிடந்தது. வலக்கையின் மேல் பாகத்திலிருந்து இரத்தம்

வழிந்துகொண்டிருந்தது. முகத்திலும் சிறு வெட்டுகள். உடையில் பல இடங்களில் ரத்தக் கறை, குமாரசாமியின் உடல் அது.

குமாரசாமி டாக்டரின் உள் அறையில் மேஜையில் கிடத்தப்பட்டான். டாக்டர் தனது வேலையை ஆரம்பித்து விட்டார். அறையின் மூலையில் ஒரு போலீஸ்காரன் நின்று பார்த்துக் கொண்டிருந்தான். மற்ற இரு போலீஸ்காரர்கள் என்னுடன் வெளி அறையில் இருந்தனர்.

"கொலைக் கேசு' என்றான் ஒரு போலீஸ்காரன்.

"இது இரண்டாவதோ மூன்றாவதோ தெரியவில்லை" என்றான் மற்றவன்.

என்னுடைய ஞாபகத்தில் மூன்று மாதத்தில் மூன்றாவது கொலை இது. முதல் கேஸ் ஏதோ பெண் விஷயமாக நடந்தது. ஒருவருக்கு ஏதோ சந்தேகம், மனஸ்தாபம். கடைசியில் அது கொலையில் கொண்டு விட்டது. இரண்டாவது, தகப்பன் மகனுக்கு சொத்து விஷயமாக நடந்தது. இப்பொழுது மூன்றாவது.

குமாரசாமியின் முகம் என் நினைவுக்கு வந்தது. மீசைக்காரன் கூட்டத்தில் வலது பக்கம் உட்காருபவன் அல்லவா?

கொல்லப்பட்டவன் குழந்தைவேலு. பரம்பரைச் சண்டை இரு குடும்பங்களுக்கும் உண்டு. குமாரசாமி ஒரு கட்சியில் சேர்ந்தான். குழந்தைவேலு மறு கட்சி. சண்டை முற்றியது. வயலில் கத்திக் குத்து. குழந்தைவேலு இறந்தான். குமாரசாமி போலீஸ் கைதி ஆனான்.

டாக்டர் குமாரசாமிக்கு சிகிச்சை செய்து பஞ்சுவைத்துக் கட்டினார். போலீஸார் அவனை மெதுவாக இழுத்துச் சென்றனர். டாக்டர் அறையில் இருந்த பாத்திரத்தில் தனது கையைச் சுத்தம் செய்து கொண்டிருந்தார். பாத்திரத்திருந்து உயர்த்திய அவர் கையிலிருந்து நீர்த் துளிகள் வழிந்து கொண்டிருந்தன. டாக்டர் அவற்றையே நோக்கிக் கொண்டிருந்தார்.

"டாக்டர்! கொலைக் குற்றம் அதிகமாகியிருக்கிறது அல்லவா?"

"ஆமாம்." –டாக்டர் தலையை அசைத்தார்.

"மக்களுக்கு கடவுள் பக்தியும், மதபக்தியும் போய் ஒழுங்கற்றவர்களாகி விட்டார்கள். கொலை அதிகமாகிறது."

டாக்டர் பேசவில்லை.

"ஏன்? உங்களுக்கு அது சரியென்று தோன்றவில்லையா?"

"ஒரு விதத்தில் அது உண்மையே. ஆனால்......"

"ஆனால் என்ன?"

"அந்த ஒழுக்கமும் கட்டுப்பாடும், பயத்திலும் மூட நம்பிக்கையிலும் உண்டாயின. பயமும் மூட நம்பிக்கையும் அழிந்து கொண்டிருக்கின்றன. அறிவு உதயமாகிறது. மனிதன் தந்திரவான் ஆகிறான். தன்னுடைய வாழ்வில் இன்னும் புது ஒழுக்கத்தை அவன் காணவில்லை. அதைக் காணத் தவிக்கிறான். இடைக் காலத்தில் தவறுகள் இழைக்கப்படுகின்றன. மனம்வருந்துகிறது. ஆனால் நான் சொல்கிறேன் – நம் நாட்டில் புது மனிதன் தோன்றுகிறான். அவனுடைய ஒழுக்கமும் கட்டுப்பாடும் அறிவில் பிறக்கும்; பயத்திலும் மூட நம்பிக்கையிலும் அல்ல."

மௌனம். டாக்டரின் பெருமூச்சு மௌனத்தைக் கலைத்தது.

"டாக்டர்! வெகு நாட்களாக உங்களிடம் சொல்ல வேண்டுமென்று துடித்துக் கொண்டிருக்கிறேன். சொல்வது என் கடமைக்கு விரோதமானது. ஆனால் உங்களிடம் நான் சொல்லத் தயங்கவில்லை. எதுவானாலும் சொல்லலா மல்லவா?"

"சொல்லுங்களேன். தயக்கமென்ன? காலம்தான் நரம்புகளை இரும்புக் கம்பிகளாக மாற்றியிருக்கிறதே?"

"மேக்கூரில் என்ன நடக்கிறது என்று உங்களுக்குத் தெரியுமா?"

"கொஞ்சம் தெரியும்."

"மேக்கூரின் அணை நூற்றைம்பது கிராமங்களை நீரில் ஆழ்த்திவிடும். அதில் உங்களுடைய குழுமணியும் ஒன்று."

டாக்டர் சற்று மௌனமாக இருந்தார்.

“இச்சதியை நீங்கள் அங்கீகரிக்க முடியுமா?”

“கேட்கச் சற்று கஷ்டமாகத்தான் இருக்கிறது. மக்கள் வேறு இடத்தில் வேரூன்றும் வரை கஷ்டப்படுவார்கள். ஆனால் நன்மைகளைக் கவனித்தீர்களா?”

நான் டாக்டரை உற்று நோக்கினேன்.

“என்னுடைய நினைவிலேயே பரலி தன் போக்கை மாற்றியிருக்கிறது. ஜனங்களுடன் ஒரு கிராமம் ஆற்றில் முழுகுவது என்றால் உங்களுக்கு என்ன என்று தெரியுமா? நான் கண்டிருக்கிறேன். என்னெதிரில் மனித உருவங்கள் ஆற்றில் ஓடியிருக்கின்றன. ஆற்றில் ஓடாதவர் பட்டினியில் இறந்தனர். வெள்ளத்துடன் வரும் காலராவையும், கொலையையும், கொள்ளையையும் பார்த்திருக்கிறீர்களா?...”

“டாக்டர்! கிராம வாழ்க்கையின் வேரே அறுந்து போகிறதே. மக்கள் வாழவேண்டும் வாழவேண்டும் என்று கூறும் நீர் அதை ஆமோதிக்க முடியுமா?”

“அதைத்தான் சொல்கிறேன். வாழவேண்டும் என்று சொன்னால் பிடிவாதமாக தான் பிறந்த மண்ணிலேயே இருக்க வேண்டும் என்று கிடையாது. நான் யுத்தத்தைப் பார்த்திருக்கிறேன். வட இந்தியாவில் நடந்த மதப்பூசலைப் பார்த்திருக்கிறேன். நாடு நாடுகளாகத் துரத்தப்பட்ட மனிதர்கள் இன்பமாக வேறு நாடுகளில் வாழ்வதைக் கண்டிருக்கிறேன். தீப்பிடித்த வீட்டில் உங்களால் வாழ முடியுமா? அவசியமானால் வீட்டை, ஊரை மாற்றத்தான் வேண்டும். னிதர்கள் முக்கியம். நாம் உலவும் நிலம் எங்கும் ஒன்றே!”

“அப்படியானால் உங்கள் அக்காவின் குழுமணியை விட்டு விட்டீரா?’

“உணர்ச்சியால் பேச வேண்டாம். என் அக்காவுக்குக் குழுமணியை விட குழுமணியின் ஜனங்களே முக்கியம். நாட்டிற்கு ஐந்து லக்ஷம் அதிக சாகுபடி குழுமணியை அழித்து உண்டாக வேண்டும் என்றால் அதைச் செய்ய அவள் தயங்கமாட்டாள். நானும் இந்த ஜனங்கள் எங்கு செல்கிறார்களோ அவர்களின் கூடவே செல்வேன்.”

டாக்டர் வடக்குத் தெருவுக்குச் செல்ல வேண்டியிருந்தது. டாக்டரின் மனப்பான்மை எனக்கு விசித்திரமாக இருந்தது. வறுமையிலும் சண்டையிலும் அடிபட்ட டாக்டர் மனிதத்தன்மையை இழந்து மனத்தைக் கல்லாக மாற்றிக் கொண்டாரா? என்ற சந்தேக தகம் ஒரு பக்கம் உண்டாயிற்று "டாக்டர் சொல்வது அத்தனையும் உண்மை. ஏன் உணர்ச்சி வசப்பட்டு அறிவை இழந்து விடுகிறோம்?' என்ற கருத்து அடுத்த நிமிஷமே உதித்தது. என்ன வாழ்வு? ஒரு என்ஜினீயரின் உத்தியோக ஆசையில் ஒரு அணை உண்டாகிறது. ஒரு மந்திரியின் பதவி ஆசையில் வளர்கிறது. அதை எதிர்ப்பவன் மீசைக்காரன். அந்த எதிர்ப்பிலே அவனுடைய நில ஆசை இருக்கிறது. அதை ஆமோதிப்பவர் டாக்டர். அவருடைய சொந்தமான, உயிருக்கும் உயிரான ஆசைகளையும் விடத் துணிகிறார். எல்லாவற்றுக்கும் இடையில் பெரியப்பா, மிராசுதார், குஞ்சன்...... ஏன் குழுமணியே ஓடுகிறது.

வீடு திரும்புவதற்குள் நன்றாக இருட்டி விட்டது. பெரியப்பாவின் பஜனைக் குரல் கோவிலிலிருந்து வந்து கொண்டிருந்தது. சிறுவர்கள் அடித் தொண்டையில் பெரியப்பா சொன்னதை மீண்டும் சொன்னார்கள். அப்பஜனை ஏனோ என் நகர வாழ்வை ஞாபகப்படுத்தியது. அடுத்த வீட்டுத் தாத்தா கடிகாரம் நிற்காமல் ஓடுகிறதா? மாடியில் பாட்டி ராமாயணம் படிக்கிறாளா? குழந்தை அழுகிறதா? கோடி வீட்டுப் பெண் ஓட்டமும் நடையுமாகச் சென்று கொண்டி ருக்கிறாளா? கடை வீதியில் என்ன நடக்கிறது? கோட்டை?..... பெரியப்பாவின் குரலுடன் ஒலித்த வேறொரு குரல் என் சிந்தனையைத் தடை செய்தது. யாருடைய குரல் அது? அவருக்குத் தேவாரம் திருவாசகம் எல்லாம் தெரிகிறதே! குரலில் இனிமை இல்லை. ஆனால் நாணயமும், உணர்ச்சியும் இருக்கிறது. பெரியப்பா யாரையோ தனது வலையில் இழுத்துக் கொண்டிருக்கிறார்.

பஜனை முடிந்தவுடன் பெரியப்பா அந்த ஆசாமியுடன் வீட்டுக்கு வந்தார். நெட்டையான உருவம். தலை மொட்டை அடிக்கப்பட்டிருந்தது. நெற்றியிலும் கைகளிலும் பட்டை பட்டையாக விபூதி. வருடக்கணக்காக, பரம்பரையாக பண்டாரமாக இருந்தவர் போலத் தோற்றம்.

"இவர்தான் அறம்வளர்த்தான்" என்றார் பெரியப்பா. அறம்வளர்த்தான் இரண்டு கையையும் கூப்பி வணக்கம் செலுத்தினார். எத்தனை பொருத்தமான பெயர் என்று எண்ணம் ஓடியது. அறம் வளர்த்தான் அன்று எங்களுடன் சாப்பிட்டு விட்டுப் போனார். அவருடைய வரலாறே தனி.

7

அறம்வளர்த்தான் சைவக் குடும்பத்தைச் சேர்ந்தவர். ஆண்டாண்டுகளாக அவருடைய குடும்பம் குழு மணியில் வாழ்ந்து வந்தது. அவருடைய தந்தை சிவஞானத்தை நான் பார்த்திருக்கிறேன் அவர்கள் எங்கள் தெருவுக்கு அடுத்த தெருவில் வாழ்ந்தார்கள். சிவஞானம் எப்பொழுதும் சிவப் பழமாகக் காட்சியளிப்பார். சமஸ்கிருதத்தில் வேத பாராயணம் தெரிந்ததல்லாமல் தமிழிலும் தேவாரம், திருவாசகம் எல்லாம் தலைகீழ்ப் பாடம். அவருடைய கணீரென்ற குரலில் அவர் பாட ஆரம்பித்தால் கேட்பவர் மெய் சிலிர்க்கும். சிவஞானத்தின் மூடின கண்களிலிருந்து தாரை தாரையாக நீர் வழியும். அறம்வளர்த்தான் சிறு வயதிலேயே அவற்றைத் தன் தந்தையிடமிருந்து கற்றவர். பையனுக்குத் தமிழ் ஞானம் அபூர்வமாக வருகிறது என்று சிவஞானம் அவரை எங்கோ தமிழ்க் கல்லூரிக்கு அனுப்பினார். அறம் தமிழில் பாண்டித்யம் பெற்றார். ஐயமில்லை. ஆனால் கட்சிப் பிரசாரமும், நாஸ்திகப் பிரசாரமும் அவருடைய மனத்தைத் தேவார திருவாசகத் திலிருந்து அப்பாற்படுத்தியது. அறம் பகுத்தறிவுவாதியானார். நாட்டின் முக்கியமான புலவரில் ஒருவர் ஆனார். அவருடைய பேச்சு வன்மையைக் கல்லூரிகள் புகழ்ந்தன. அதைக் கேட்கக் கூட்டம் திரண்டது.

“ஒரு பகுத்தறிவுவாதியென்றால் எப்படி நடக்க வேண்டும் என்று உங்களுக்குத் தெரியுமா? ஊரைப் பழிக்க வேண்டும், உலகைப் பழிக்க வேண்டும். கவிதையைப் பழிக்க வேண்டும். பழித்துப் பழித்துக் குற்றங் கண்டு கண்டு உலகமே

பொய்யாகிறது.உங்கள் உலகில் மீதமாவது நீங்கள் ஒருத்தர்தான். உங்களுடைய தனிமை மக்களுடைய புகழால் பெருமையாகிறது. மக்கள் புகழப் புகழ உங்கள் தனிமை அதிகமாகிறது. அத்தனிமையில் வாழ்பவர்கள் திரும்பிப்பாராமல் ஓடுகிறார்கள். ஓடிக்கொண்டேயிருக்கிறார்கள். அவர்கள் எங்கு செல்கிறார்கள் என்பது அவர்களுக்கே தெரியாது. சில சமயம் வீம்புக்காகத் தெரிய வேண்டியதில்லை என்றும் சொல்வார்கள். அச்சொல்லில் அவர்கள் எதிர்பார்ப்பது உண்மையல்ல. சுய அறிவிழந்து அவர்களின் பின் செல்லும் மனிதர்களின் கரகோஷம்தான். சாதாரணமான கருத்துகளைச் சொல்லலாம். அதை ஒரு ஆசிரியருடைய பெயருடன் கோர்த்து விட்டால் நீங்கள் ஒரு மேதை என்பார்கள். நிதானம் இழந்து பேசினால் உங்களை வீரர் என்பார்கள். செருக்குடன் பேசினால் உங்களை வைர நெஞ்சம் படைத்தவன் என்பார்கள்......." அறம் தன்னுடைய பேச்சைத் தாழ்த்தினார். அவர் எப்படி மாறினாலும் அவருடைய சொல்வன்மை எங்கும் போகவில்லை.

அறம் பேசிக்கொண்டிருந்த போது எனக்குக் கல்லூரி நாட்களின் ஞாபகம் வந்தது. அன்று கல்லூரியில் பிரசங்கம் செய்தது அவர்தான், சந்தேகம் கிடையாது. அப்பொழுது அவர் வேறு பெயர் தரித்திருந்தார். அறம்வளர்த்தான் என்பதில் தமிழ் இருந்தாலும், பொருளுடன் இருந்தாலும், வீரம் இல்லை என்று ஏதோ பெயருடன் உலவி வந்தார். மாலை நாலரை மணிக்குக் கூட்டம் நடைபெறவிருந்தது. 'கடவுள் தேவையா?' என்ற அர்த்தத்தில் ஏதோ பிரசங்கம். சரியாக ஞாபகம் இல்லை. கல்லூரி ஹாலில் ஆயிரத்துக்குமேல் மாணவர்கள் குழுமியிருந்தார்கள். கூட்டம் என்றால் ஓடும் மாணவர்களை ஏதோ மந்திர சக்தி கவர்ந்திருந்தது. ஒரு மணி நேரம் அவருடைய வெங்கலக் குரல் பெரிய ஹாலில் ஒலித்தது. ஜனங்கள் அசையாமல் அமைதியாக அமர்ந்திருந்தார்கள். ஒரு மணி நேரமும் அவர் சொன்னதையே திரும்பத் திரும்பச் சொல்லிக் கொண்டிருந்தார். நடு நடுவில் சில ஆங்கில ஆசிரியர்களிடமிருந்து வாக்கியங்கள். ஒரு பகுத்தறிவுவாதிக்குக் கடவுள் தேவை இல்லை என்றும், கடவுள் என்பது மக்களை ஏமாற்றுவதற்காக சிலரால் ஏற்படுத்தப்பட்ட உபயம் என்றும் அவருடைய கருத்து. அதையே விதவிதமாகச் சொல்லிக்

கொண்டிருந்தார். அவருடைய பேச்சைக் கேட்டவர்கள் இவருடைய மனத்தில் சந்தேகமோ சஞ்சலமோ உண்டாவதே கிடையாது என்று எண்ணினார்கள். அதில் நானும் ஒருவன். அவருடைய கருத்து எனக்குப் பிடிக்காமல் போனாலும் அவருடைய சிந்தனை சக்தி இருந்தால் எவ்வளவு நன்றாக இருக்கும் என்று நினைத்தேன். கூட்டம் முடிந்தவுடன் எத்தனை மாணவர்கள் அவர் பின் ஓடினர்! அதே அறம்வளர்த்தான் இதோ வேறு உருவில் என் எதிரில் அமர்ந்திருக்கிறார்.

"அக்காலத்தில் விடுமுறையில் நான் குழுமணிக்கு வருவேன். என் தந்தையின் விபூதி அணிந்த உருவம் எனக்கு அருவருப்பைக் கொடுக்கும். என் பகுத்தறிவு அகம்பாவத்தில் பிறந்தது. அந்த அகம்பாவத்தில் என் தந்தையின் பாசம் கூட அவமானப்படத் தக்கதாகத் தோன்றும். பணிவு என்ற சொல் அகராதியில் கிடையாதே! எனக்கும் என் தந்தைக்கும் மனப்புகைச்சல் உண்டானது. எனக்கும் என் தந்தைக்கும் என்று சொல்வது தவறு. அவர் என்னுடைய செயலிலும் போக்கிலும் மனம் நொந்தாலும், அவருடைய அன்பு மாறவில்லை. என்னுடைய அகம்பாவத்தில் அவரை விட்டும் பிரிந்தேன் என்று சொல்லலாம். கிராமத்தைப் பற்றி அறவே மறக்கலானேன். ஐந்து ஆண்டுகள் கழிந்து என் தகப்பனார் மறைந்து விட்டார் என்று தாயிடமிருந்து தந்தி வந்தது. என் தாயின் வார்த்தைக்காக முறையானபடி அவருக்கு ஈமக்கடன்களைச் செய்தேன். என்னுடைய நண்பர்கள். அதாவது மற்ற பகுத்தறிவுவாதிகள், என்னை ஏளனம் செய்தார்கள். அவர்களுக்குப் பதில் சொல்ல முடியாத நிலையில் இருந்தேன்.

"என்னுடைய தந்தை ஒரு மஹான் என்று நான் சொல்லவில்லை. ஆனால் உலகமே அவர் போல வாழ்ந்தால் வேறு சுவர்க்கத்தை நாம் எதிர்பார்க்க வேண்டாம். நாங்கள் வேளாண்மைத் தொழில் செய்பவர்கள். நிலத்தைப் போற்றுவது எங்கள் தொழில். நிலத்தைப் படைத்த இறைவனைப் போற்றுவது எங்கள் பிரார்த்தனை; பொழுது போக்கு. பரிசுத்தமான ஆடை அணிந்த, விபூதி அணிந்த உருவம் என் கண்முன் எழுகிறது. ஒழுக்கம் தவறாத வாழ்க்கை. பரிவும் தயையும் அமைந்த வாழ்வு. அகம் பாவத்தையும், செருக்கையும் போக்கித் தன்னடக்கத்துடன் வாழ்ந்த வாழ்வு. என் தந்தை தன்னுடைய

குரலை உயர்த்திப் பேசியோ அல்லது மற்றவரை ஈனப்படுத்திப் பேசியோ நானறியேன். என்னுடைய பகுத்தறிவு காலத்தில் அது மனத்திண்மை இல்லாததால் உண்டாகும் கோழைத் தனம் என்று நினைத்தேன். என் தந்தை சோகத்தால் இடிந்து போனதையும் நான் அறியேன். அடக்கத்திலும், ஒழுக்கத்திலும், இறைவனின் பயத்திலும் உண்டான அவர் வாழ்வில், மனம் இடிந்து போய்க் கதற வேண்டிய தருணம் வாய்க்கவேயில்லை. அவருடைய உதடுகள் நெஞ்சக்கன கல்லும் நெகிழ்ந்துருக' என்று ஆரம்பித்துவிடு அச்சமயங்களில்.

"ஒரு பகுத்தறிவுவாதியின் நெஞ்சழுத்தம் வெளியோரைக் கவரவே. உண்மையில் ஐயமில்லாத உள்ளம் உலகில் கிடையாது. வாழ்வற்ற மரமும் கல்லுமே சஞ்சலமற்றவை. பகுத்தறிவுவாதியின் தீர்மானத்தையும், அழுத்தத்தையும் உலகம் போற்றுகிறது. அது போற்ற வேண்டுமென்பதற்காகப் போலி நெஞ்சழுத்தம் உண்டாக்கப் படுகிறது. என்னுடைய பகுத்தறிவு காலத்திலே கூட சில சமயம் என் தந்தையைப் பற்றி நினைப்பது உண்டு. காலையில் எழுந்தவுடன் வீடு சூன்யம் பிடித்தது போல இருக்கும். என் தந்தையின் குரலும், பூஜை மணியொலியும் என் காதில் ஒலிக்கும். அது இல்லாத வாழ்வு மெய்யா என்ற கேள்வி எங்கோ எழும்பும். அதை மறைப்பதில் அரை மணி நேரம் கழிந்து விடும். எனக்கு ஞாபகம் இருக்கிறது. ஒரு நாள் நூற்றிரண்டு டிகிரி காய்ச்சல். இரவெல்லாம் உளறிக் கொண்டிருந்தார். அடுத்த நாள் காலை பூஜை அறையிலிருந்து அவருடைய குரலுடன் மணி ஒலித்தது. வாழ்வில் தன்னை மறந்து ஆழ்ந்தால் ஆனந்தம் பிறக்கிறது. பகுத்தறிவு வாதியின் மனம் 'தான்' என்ற கருத்தை வெல்ல முடியாமல் திணறுகிறது; அதிலேயே அழிகிறது.

"நான் கலப்பு மணம் செய்து கொண்டேன். கலப்பு மணத்தைக் குறை கூறுகிறேன் என்று எண்ண வேண்டாம். அது அன்பிலே பிறக்க வேண்டும். ஆனால் என்னுடையது அகம்பாவத்திலே பிறந்தது. என் மனைவி எனக்குத் துணைவியாக இருக்கவில்லை. அவள் என்னுடைய செருக்கு மனப்பான்மைக்கு விளம்பரக் கருவியாக இருந்தாள். எங்களுக்குள் காதல் பிறக்கவில்லை. உடலிச்சை தணிந்தது ஓரளவு. அவள் கருத்தரித்தாள். ஒரு குழந்தை பிறந்தது. அக்குழந்தைப் பிறப்பில்

அவள் மறைந்தாள். அவள் மறைவுக்காக நான் அப்பொழுது அவ்வளவாக வருத்தப்படவில்லை. கேட்க உங்களுக்கு ஆச்சரியமாக இருக்கிறதல்லவா? ஆனால் அவளில் நான் ஒரு பெண்ணையா கண்டேன்? அவளிலும் என்னையே அல்லவா கண்டேன்? அவள் மறைந்தால் என்னை வேறு ஒன்றில் காண முடியாதா? அவள் மறைந்தவுடனே என் நண்பர்கள் என்னிடம் மாறுதல் கண்டனர். அவர்கள் அது அவளிடம் நான் கொண்ட காதலினால் என்று நினைத்தார்கள். உண்மையில் என் மகனிடம் நான் காட்டிய அன்பினால். அன்பு பிறந்தால் அதில் அகம்பாவம் ஒழிகிறது. அகம்பாவம் ஒழிந்தால் பகுத்தறிவு பொய் எனறு விளங்குகிறது. பகுத்தறிவு என்று சொல்லி அலைவது ஒன்று; தன்னிலை மறந்து உண்மையை நாடுவது வேறு. இரண்டையும் ஒன்றெனஎண்ண வேண்டாம். என் மகன்மேல் பிறந்த அன்பிலே என் மனம் உண்மையை நாட ஆரம்பித்தது. என்னுடைய நண்பர்கள் என்னை இகழ ஆரம்பித்தார்கள். உண்மையை அடைந்து விட்டோம் என்று இறுமாந்த உள்ளம்தான் படபடப்பாக பிரசங்கம் செய்கிறது. உண்மையை நாடும் உள்ளம் பேசத் தயங்குகிறது. நான் பேசுவது குறைந்தது. 'வயதாகிறது, அதன் புத்தி மழுங்குகிறது' என்று சிலர் கூறினதும் காதில் விழுந்தது.

"என் மகனுக்கு ஐந்து வயது முடிந்தது. அவனுக்காகவே நான் வாழ்ந்தேன். என்னுள் இன்னும் பகுத்தறிவு அரைகுறையாக ஊசலாடிக் கொண்டிருந்தது. மதராசில்..... கல்லூரியில் தமிழாசிரியராகப் பணி புரிந்துகொண்டிருந்தேன். மாலை வெளியில் உலவிவிட்டு வீடுவந்து சேர்ந்தோம். என் மகன் உடம்பு சுகமில்லை என்று சொன்னான். அவனுடைய நெற்றி நெருப்புபோல சுட்டது. சாதாரணக் காய்ச்சலாக இருக்கும் என்று அவனுக்கு சாதாரண வீட்டு மருந்தைக் கொடுத்து உறங்கச் செய்தேன். நள்ளிரவில் மகனின் நிலை மிக மோசமாகிவிட்டது. அடுத்த தெருவிலிருந்த டாக்டரை அழைத்து வந்தேன். டாக்டரின் முகத்தைக் கவனிக்கவே எனக்குப் பயங்கரமாக இருந்தது. டாக்டரின் முகம் அபாயத்தைப் பிரதிபலித்தது. 'உடனே ஜெனரல் ஆஸ்பத்திரியில் குழந்தைகள் வார்டில் சேர்ப்பது நலம்' என்று கூறினார். டாக்டரின் உதவியுடன் குழந்தையை வார்டில் சேர்த்தேன். பெரிய டாக்டர்

தூக்கத்திலிருந்து எழுந்து வந்தார். ஐந்து நிமிஷம் அவனைப் பரிசோதனை செய்துவிட்டு தலையை ஆட்டிவிட்டார்.

“மூளை ஜுரம் கண்டிருக்கிறது. ஆயிரத்தில் ஒரு கேஸ் பிழைக்கலாம்.’

“டாக்டர்! எத்தனை வேண்டுமானாலும் செலவழிக்கிறேன். என் மகனின் உயிரை அளியுங்கள்.’

“நீங்கள் என்னை வேண்டுவதைவிடக் கடவுளை வேண்டுவது நல்லது.’

“டாக்டர்! உங்கள் மருத்துவக்கலை இவ்வளவு தானா?’

“என்னுடையது மட்டுமல்ல. உலகிலே எவனாலும் சிகிச்சை செய்ய முடியாது. இறைவன் இருக்கிறார்.’

டாக்டர் அவ்விடமிருந்து நகர்ந்தார். ஸ்டெதாஸ்கோப் அவர் கழுத்தில் ஆடியது.

“அன்றிரவு முழுவதும் என் மகனுடைய உயிருக்காக இறைவனை வேண்டினேன். காலை எட்டுமணிவரை தவணை கொடுத்திருந்தார்கள். என் மகன் ஒன்பது மணிக்குக் கண விழித்தான். என்னைக் கண்டு சிரித்தான். ‘ஆஸ்பத்திரி எவ்வளவு அழகாக இருக்கிறது?’ என்று கூறினான். என்னுடைய உள்ளம் குதித்தது. அந்த மகிழ்ச்சியிலே என்னை மறந்தேன். ஒருமணி நேரத்தில் மீண்டும் எப்படியோ பகுத்தறிவு புகுந்துவிட்டது. இறைவனை மறந்தேன். இரவெல்லாம் வேண்டினேனே என்று வெட்கப்பட்டேன். அடுத்த அரைமணி நேரத்தில் என் மகன் இறந்துவிட்டான். ஒரு வேளை நான் இறைவனை விடாமல் வேண்டியிருந்தால் அவன் பிழைத்திருப்பான். என் மகன் என்னைப் பார்த்துக் கண்ணை மூடினான். அப்பார்வையில் ‘என்னைக் காப்பாற்ற நீ தவறி விட்டாயே’ என்ற ஒரு ஏளனம் இருந்தது.

“மகனைப் புதைத்தவுடன் என் பகுத்தறிவு முழுதும் மறைந்தது. என்னுடைய பழைய நண்பர்களுக்கு அது தொல்லையாகிவிட்டது. பகுத்தறிவிலேயே பிழைக்கும் கூட்டம்

---

* T. S. ELIOT : Four Quartets.

நம் நாட்டில் வளர்கிறது என்று தெரியுமா? அக்கூட்டம் உண்மையை நாடுவதாக வேஷமிடலாம். ஆனால் உண்மையைக் கண்டால் அது நடுங்குகிறது. நான் பகுத்தறிவையும், பட்டணத்தையும் விட்டொழித்தேன்.

"என் தந்தை நான் அவர்போலவே நிலத்தைக் கவனித்துக் குழுமணியில் ஒழுக்கத்துடன் வாழவேண்டுமென்று விரும்பினார். அதைவிட அவமானம் வேறு கிடையாது என்று என் பகுத்தறிவு சொல்லியது. பகுத்தறிவு மறைந்தவுடன் குழுமணி வந்துவிட்டேன். எங்கள் மூதாதையரின் நிலம் இன்னும் இருக்கிறது. அதில் ஒரு பாகத்தைக் குத்தகைக்கு விட்டிருக்கிறேன். என்னால் முடிந்த ஒரு பாகத்தை நானே பயிர் செய்கிறேன். என் தந்தை விட்டுப்போன அத்தனை புத்தகங்களும் இருக்கின்றன. நெக்கு நெக்காக உருகி அவரை எண்ணுகிறேன். அவருக்கு நான் இழைத்த தவறுக்கு எவ்வாறு பரிகாரம் செய்வேன்?"

இரண்டு ஆண்டுகளாகத்தான் அறம்வளர்த்தான் குழு மணியில் வாழ்கிறார். காலையில் அவர் வசிக்கும் தெருவில் சென்றால் அவருடைய தேவார பாராயணத்தைக் கேட்கலாம். பகலில் வயலுக்குச் சென்றுவிடுவார். வாரத்தில் இரண்டு மூன்று நாட்கள் பெரியப்பாவின் ஸ்கூலில் குழந்தைகளுக்குத் தமிழ் சொல்லிக் கொடுக்கிறார். கல்லூரி மாணவர்களுக்கு ஒப்பிலக்கணம் படிப்பித்த அறம், பள்ளிக் குழந்தைகளுக்கு ஆத்திச்சுவடி படிப்பிக்கிறார். அவருடைய உற்சாகம் குறையவில்லை. 'ஓய்வு' நேரத்தில் சற்று இலக்கியப் பணியும் ஆற்றுகிறார். அறம் என்ற புனைப்பெயரில் கவிதைகளையும் கட்டுரைகளையும் பத்திரிகைகள் வெளியிடுகின்றன.

8

பெரியப்பாவையும் அறம்வளர்த்தானையும் ஏதோ ஒரு சக்தி பிணைத்தது. அடிக்கடி அவர் எங்கள் வீட்டிற்கு வர ஆரம்பித்தார். என்னுடனும் அறம் நெருங்கிப் பழக ஆரம்பித்தார். சித்தர் பாடல்களை அவர் விளக்கம் செய்யப் புனைந்தால் நேரம் போவதே தெரியாது. இடையிடையே நவீன விஞ்ஞானக் கருத்துகளுடன் அவற்றை ஒப்பிடுவார். அவர் எழுதிய சில கவிதை கட்டுரைகளையும் எனக்குப் படித்துக் காட்டுவார். எங்களுக்குள்ளே வயது வித்தியாசம் அதிகமாக இருந்தாலும் என்னை அவருக்குச் சமானமாகவே நடத்தினார். அன்று காலை அவர் வந்தது ஞாபகம் இருக்கிறது. அவருடைய பரிய உருவம் திண்ணையில் அமர்ந்தது.

"உருவகம் போல ஒரு கதை எழுதியிருக்கிறேன். உங்களுடைய கருத்து என்னவோ?" என்று சிறு காகிதம் ஒன்றை நீட்டினார். படிக்கலானேன்.

ஆலம் விழுதுகள்

ஆயிரம் வருடம் மதிப்பிட்டார்கள் அந்த ஆலமரத்திற்கு. அம் மரத்தைப் பார்த்தவர்கள் அதை நம்பினார்கள். ஒரு முகமாக எட்டுத் திக்கிலும் படர்ந்த கிளைகள். விழுதுகள் தரையில் வேரூன்றித் தனி மரங்களாக நின்றன. பார்த்தவர்கள் 'அப்பா!' என்று ஆச்சரியப் பட்டார்கள். காலப்போக்கில் ஆதிமரம் அரிந்து, உதிர்ந்து, சீவனற்று ஊசலாடிக் கொண்டிருந்ததை யாரும் கவனிக்கவில்லை.

ஆண்டுகளுக்கு முன் மாருதத்தில் ஆடிக்கொண்டிருந்த இளம் விழுதுகள் தனி மரங்களாக வானை நோக்கி நின்றன. காற்றினசைவினிலே ஒன்றையொன்று தழுவி விளையாடின. விழுதுகள் தொடர்பின்றித் தனி மரங்களாக நின்றன. இப்பொழுது பச்சிளம் விழுதுகள் அவற்றை அலங்காரம் செய்து கொண்டிருந்தன.

ஏக்கம் பிடித்த ஆதிமரம் ஆவலோடு அழிவை வரவேற்று நின்றது. பெரிய புயல் புழுதியைக் கிளப்பிக் கொண்டு எழும்பியது. இளம் விழுதுகள் ஒன்றையொன்று இணைந்து கொண்டு பேச்சு மூச்சில்லாமல் கிடந்தன. ஏதோ முறியும் சப்தம் கேட்டது. தாவர நிபுணர்கள் ஆதிமரம் அழிந்துவிட்டது என்று பூங்காவின் அதிகாரிகளிடம் எழுதிக் கொடுத்துவிட்டார்கள். அவர்கள் சொன்னால் அல்லவா 'உண்மை'! வியந்து கொண்டிருந்த ஜனக் கூட்டம் பச்சாத்தாபத்துடன் 'ஐயோ! எவ்வளவு பெரிய மரம் போய்விட்டது!' என்று தங்களுக்குள்ளேயே முணு முணுத்துக்கொண்டு சென்றது.

இளம் விழுதுகள் மீண்டும் ஒன்றையொன்று தொட்டுப் பிடித்து விளையாடின. பாரதியின் 'காற்று' என்ற வசன கவிதையில் வருகிறதே, அதைப்போல. முன்பு விழுதாக இருந்த ஒவ்வொரு மரமும் அதைக்கண்டு இறுமாந்து கொண்டிருந்தது. கால மேடையில் கால மேடையில் ஆண்டுகளுக்குமுன் அவை நடத்திய அதே நாடகம்.

ஆதிமரத்தை அக்கறையாக அப்புறப்படுத்திக் கொண்டிருந்தார்கள் பூங்காவின் அதிகாரிகள்,

'நிகழ்காலமும் கடந்தகாலமும்
இரண்டு உண்டே வருங்காலத்தில்.
வருங்காலம் கடந்தகாலத்தில் பிணைந்து இருக்கிறது.*'

"உங்கள் கருத்தைப்பற்றி நான் ஒன்றும் கூற விரும்பவில்லை. ஆனால் இந்த விரக்தி அல்லது சூன்யவாதம்?"

"விரக்தி உண்டு. ஆனால் சூன்யவாதம் என்று சொல்ல முடியாது. குழுமணியின் வாழ்வு நசிந்து போகிறதல்லவா? அதை எண்ணும்போது என் மனம் விம்முகிறது. சோகம் பிறக்கிறது. ஆனால் பிறப்பும் இறப்பும் வட்ட வட்டமாக காலத்தில் ஓடுவதைக் காட்ட விரும்புகிறேன்."

"சரியே. ஆனால் வாழ்வும் அழிவும் நம்முடைய சக்திக்கு மீறியதைப்போல இருந்தால் வாழ்வில் ஒரு நோக்கம், ஒரு உயர்வான எண்ணம், தியாகம் என்று இல்லாமல் சூன்யமாகப் போய் விடுகிறதே. நீங்கள் விரும்புவது அதுவா?"

"அல்ல, அல்ல." - அறம் சிந்தனையில் ஆழ்ந்தார். அவருடைய மனம் பக்குவம் அடையாமல் திணறுகிறது என்று தெரிந்தது.

அடுத்த வாரம் அறம் வேறு ஒரு கதையுடன் வந்தார்.

'பழைய கதையைக் கிழித்து எறிந்துவிட்டேன். மக்கள் மனத்தில் சூன்யத்தை உண்டாக்குவது என் எண்ணமல்ல. அழிவிலும் உயர்வைக் காக்கும் ஒன்றை எழுதியிருக்கிறேன், படியுங்கள்."

காட்டாறு

கூழாங்கற்களுடன் மழலையில் இரகசியம் பேசியது அந்த ஓடை. இந்த ஓடையா மைல்களுக்கப்பால் நாடுகளையும், நகரங்களையும் கடந்து காட்டாறாக மாறுகிறது? என்று மக்கள் வியந்தார்கள்.

ஆண்டாண்டுகளுக்கு முன்னால் நடந்தது அது. பிரம்மனின் விளையாட்டு. இல்லை. பூதேவியின் திருவருள். மலையருகே நீர் சுரந்தது. ஓடை பிறந்தது. பிறப்பின் களிப்பிலே துள்ளி ஓடியது ஓடை.

'வா! வா!! அண்டத்தின் எல்லைக்கே, அன்னையின் திருவடிக்கே செல்வோம்' என்றோடியது. வழியில் மற்ற ஓடைகளும் சேர்ந்தன. ஓடை காட்டாறாக மாறியது. நாடுகள் அழிந்தன. மக்களின் கூக்குரல் அதன் பிரளய ஓலத்தில் ஆற்றுக்குக் கேட்கவில்லை.

'அன்னையே! ஏன் இந்தச் சீற்றம்?' என்ற பக்தனின் குரல் கேட்டுத் திடுக்கிட்டது நதி.

'சீற்றமா? யாருக்கு? களிப்பல்லவா?'

'உனக்குத்தான். அன்னையின் திருவடிக்கு நீ அளிக்கப் போகும் காணிக்கை மனித, மிருக சடலங்கள் தானா?'

க. சுப்ரமணியன்

சீற்றம் அடங்கியது. 'நீ! நான்!' என்று கிளை நதிகள் நாட்டை அலங்கரித்தன. நதி தன்னையே நாட்டுக்கு ஈந்தது.

சிறு ஓடை கடலை நோக்கித் தவழ்ந்து ஓடிக் கொண்டிருந்தது. 'மேலே! மேலே!! அன்னையை அடைந்து விட்டோம்' என்று ஆர்ப்பரித்து ஓடியது. இதுவா காட்டாறாக ஓடினது? என்று மக்கள் மலைத்தனர். அலைகள் கைகொட்டி வரவேற்றன நதியை.

'எவ்வளவு பெரியதாக இருந்தது தெரியுமா? அழிந்து விட்டது' என்று கூறியது, நதியுடன் பயணம் செய்த ஒரு மீன் கடல் நண்டிடம்.

'இல்லை. நான் அழியவில்லை. என்னையே மக்களுக்கு ஈந்துவிட்டேன். சேர்த்துச் சேர்த்து நான் கண்டதெல்லாம் அழிவு தான். ஈதலில் இன்பம் கண்டேன். ஒவ்வொரு நெற்கதிரிலும், புல் நுனியிலும், மக்களின் உள்ளத்திலும் வாழ்கின்றேன். அழிவை வென்றேன்.'

நதி கடலில் மறைந்தது. சங்கமத்தின் இரகசியம் மற்ற வருக்கு எப்படித் தெரியும்?

"அற்புதம் அற்புதம். இதைத்தான் உங்களிடமிருந்து எதிர்பார்க்கிறேன்"– நான்.

அறம்வளர்த்தான் பேசவில்லை.

"பரலியைப் பற்றிக் கவிபாடவில்லையே என்று நான் ஏங்கியிருக்கிறேன். நீங்கள் குறையைத் தீர்த்து விட்டீர்கள். உங்களுடைய நதி பரலி தானே?"

"ஆமாம்" என்றார் உணர்வற்றவர் போல.

"பின் ஏன் தயக்கம்?"

"ஒன்றுமில்லை. ஈவதையும் இழப்பதையும் உயர்வாக எழுதிவிடுகிறோம். ஆனால் அதற்கு மனம் பக்குவம் ஆவதற்குள் எவ்வளவு கஷ்டத்திற்கு ஆளாகிறது........ உங்களை நான் கேட்கிறேன் என்று நினைக்கக்கூடாது. மேக்கூரின் அணையால் குழுமணி அழிந்துவிடுமா?"

"ஒருவேளை அழியலாம்."

"குழுமணி அழிந்தால் என் வாழ்வில் என்ன இருக்கிறது, சொல்லுங்கள்? என்னுடைய பெரும்பாலான நாட்களைக் கட்டுப்பாடில்லாத மனப்போக்கில் வீணாக்கினேன். எனக்கு ஒரு வழி தோன்றியது. என்னுடைய மூதாதையரின் நிலத்தை அடைந்தேன். அதையும் இழக்க வேண்டும் என்று சொல்கிறீர்கள்........."

"நாட்டின் நலத்தையும் கவனிக்கவேண்டுமல்லவா?"

"பகுத்தறிவுவாதிகள் போலப் பேச வேண்டாம். நாடு தான் மக்கள். மக்களே நாடு. மக்களை அழித்து நாட்டிற்கு நலம் காண முடியாது.

"சிக்கலானதுதான்" என்றேன்.

அறம் வெகுநேரம் திண்ணையில் அமர்ந்திருந்தார். பெரியப்பா வந்தவுடன் அவருடன் அவரை விட்டு விட்டேன். அவரும் பெரியப்பாவும் மணிக்கணக்காக உட்கார்ந்திருப்பார்கள். அவர்களுக்கு இடையே பேச்சு வார்த்தை அவ்வளவாக இராது. பேச்சைவிட மௌனத்தால் விளக்க முடிகிறது சில விஷயங்களை.

க. சுப்ரமணியன்

9

வயலின் ஓரமாக ரயில் தண்டவாளம் செல்கிறது. பல இடங்களில் வயலுக்கு நடுவிலும் செல்கிறது. ரயில் தண்டவாளத்துடனே நடந்து சென்றால் ஒரு மைலில் ஸ்டேஷன் வருகிறது. ரயிலைத் தொட்டுக்கொண்டே செல்லும் ரோடில் மாடுகளும் கழுதைகளும் மெதுவாகப் போய்க் கொண்டிருக்கின்றன. தூரத்திலே பொன்குன்று தெரிகிறது. மாலை வேளையில் பறவைகள் இங்கும் அங்கும் பறக்கின்றன. வயல்களிலே ரயில் ஓடுவது மனத்தில் தோன்றாத எண்ணங்களையெல்லாம் கிளப்புகிறது. நாகரிகத்தையும் அநாகரிகத்தையும் இணைக்கின்றனவா அத்தண்டவாளங்கள்? அறிவும் அறியாமையும் இரும்பினால் இணைக்கப்படுகின்றனவா? வயலிலே ஓடும் தண்டவாளம் கிராமத்தானை 'நகருக்கு வா' என்றழைக்கிறதா? மனிதனை அழைக்கும் இரும்புக் கட்டை ஏன் அங்கேயே கிடக்கிறது? இயற்கையின் மோகத்தில் தன்னை மறந்து விட்டதா? தூரத்தில் புகையைக் கக்கிக்கொண்டு ஊர்ந்து செல்கிறது ரயில் வண்டி. ஓடும் ரயிலை ஆச்சரியத்துடன் பார்க்கிறார்கள் குடியானவர்கள். சிறுவர்கள் "ஓ'வென்று சப்தமிட்டு அதற்கு விடை கொடுக்கிறார்கள். ரயில் கக்கிய புகை திட்டுத் திட்டாக ஸ்டேஷனுக்கு மேல் மிதக்கிறது. நகரத்திலேதான் எனக்கு ஸ்டேஷன் மோகம் உண்டு என்று நினைத்தேன். குழுமணியிலும் அது போகவில்லை. ரயில் நவீன மனிதனின் வாழ்க்கையின் ஒரு சின்னம். அதில் உயர்வு இருக்கிறது. அதில் வாழ்வு இருக்கிறது. அதில் அழிவு இருக்கிறது.

அது மனிதனை எட்டுத் திக்கிலும் ஓடச் செய்கிறது. அறம்வளர்த்தானை விட்டவுடன் என் கால்கள் ரயில்

தண்டவாளத்தை நாடின. புது மணப்பெண் போல பிரகாசித்த தண்டவாளம் என்னை 'வா'வென்று அழைத்தது. மெதுவாக ஸ்டேஷனை அடைந்தேன்.

ஸ்டேஷனுக்கு ஓரத்தில் ராயரின் குழந்தைகள் ஈர மணலில் கோபுரம் கட்டி விளையாடிக் கொண்டிருந்தார்கள். ராயர் கீழே வயலில் ஒரு புல்காரியுடன் ஒரு கட்டுப் புல்லுக்காக பேரம் செய்வது தெரிந்தது. ராயர் வீட்டுக்கு வெளியே ஒரு மாடு முளையில் கட்டப்பட்டு இருந்தது. பொம்மை வீடு போல சிறிய வீடு. ஸ்டேஷனிலிருந்து பார்த்தால் அது இன்னும் சிறியதாகத் தெரிகிறது. ஸ்டேஷனிலிருந்து தெரிவது வீட்டின் பின் புறம். ஒற்றைக்கதவு ஒன்று ஆடுகிறது. வண்டி வருவதற்கு அரை மணிக்கு முன் ராயர் அவசர அவசரமாக வெள்ளைக் கோட்டை அணிந்துகொண்டே ஓடி வருவது தெரியும். வீட்டருகில் ஆபீஸிருந்தால் நேரமாகாமல் சாவதானமாகச் செல்லலாம் என்று நினைக்கிறோமே, அந்த எண்ணம் ராயர் ஓடிவருவதைப் பார்த்தால் மாறிவிடும்.

ராயர் பதினைந்து வருடங்களாகக் குழுமணியில் அதே தொழிலைப் புரிந்து வருகிறார். அதே வீட்டில் வாழ்க்கை. எப்பொழுதுமே வளராத சிறு உடலைப் படைத்து இருக்கிறார்களே சிலர், அந்த வரிசையைச் சேர்ந்தவர் ராயர். பதினைந்து ஆண்டுகளுக்கு முன் எங்கிருந்தோ மாறுதல் ஆகிக் குழுமணி வந்து சேர்ந்தார். அப்பொழுது வயது இருபத்தைந்து இருக்கலாம். முகத்தில் இளமை இருந்தது. அவருடைய மனைவியும் அவருக்கேற்ற ஜோடிதான். மாத்வ பாணியில் புடவை அணிந்திருப்பது ஒரு பள்ளியில் படிக்கும் பெண் அணிந்திருப்பது போலப் பொருந்தாமல் இருக்கும். இப் பொழுது பார்த்தால் ராயரின் முகம் வயதடைந்து விட்டது. அவருடைய மனைவிக்கு உடை பொருத்தமாக இருக்கிறது. முதல் மூன்று ஆண்டுகள் குழந்தைகள் கிடையாது. பனிரெண்டு ஆண்டுகளில் ஐந்து குழந்தைகள். எங்கள் பெரியப்பாவின் பள்ளியில் படிக்கும் 'கணக்குப் புலி' தான் முதல்வன்.

பதினைந்து ஆண்டுகளாகச் சம்பளம் வருடம் இரண்டோ மூன்றோ ரூபாயாக ஏறிக்கொண்டு போகிறது. வாடகை வீட்டிலேயே காய்கறிகள் முளைக்கின்றன. கிராமத்தினர்

நெல்லும், தானியமும் இலவசமாக அளிக்கின்றனர், ஏதோ மரியாதையில், ராயரின் குடும்பம் சுலபமாகவே நடந்து வந்தது. ஐந்தாவது குழந்தை பிறந்ததிலிருந்து ராயர் சற்று கஷ்டப்படலானார்.

அவருடைய முகம் அவரைச் சாதுவான மனிதன் என்று காட்டுகிறது. அவருடைய மனைவியும் அப்படித் தான். எதிரில் ஆசாமியைக் கண்டால் முகத்தில் ஒரு சிரிப்பு. அச்சிரிப்பில் மகிழ்ச்சியை விடப் பணிவே அதிகமாகத் தெரிகிறது. வாயிலிருந்து பேச்சு சில சமயம் அவ்வளவாகக் கிளம்புவது கிடையாது. கிளம்பினால் நிற்காது. அவருடைய மனதில் ஏதாவதுகெட்ட கட்ட எண்ணங்கள் குடியிருந்திருக்கலாம். அது நமக்குத் தெரியாது. ஆனால் அவருடைய வாயிலிருந்து மற்ற எவரைப் பற்றியும் ஏளனமாகவோ, இளக்காரமாகவோ வார்த்தைகள் வெளிவந்தது கிடையாது.

ராயர் ஸ்டேஷனையும் ரயிலையும் தவிர வேறு எவ்விஷயத்தைப் பற்றியும் பேசி நானறியேன். பெரியப்பாவைக் கண்டால் தன்னுடைய மகனைப் பற்றிக் கேட்கிறார். ஏதாவது ரயிலுக்காகப் போய்க் காத்திருக்கிறோம். ராயர் வருகிறார். ஆளைப் பார்க்குமுன்னே அவருடைய உதடுகள் அசட்டுச் சிரிப்பை ஆரம்பித்து விடுகின்றன.

'ஹும் ...... எத்தனை தூரம்?'

"நகரத்துக்குத் தான்."

"பதிமூன்று டௌன் அரைமணி நேரம் லேட்.' ஆபீஸ் வண்டிதானே?"

"ஆமாம். அதுதான் பதிமூணு டௌன்."

ரயிலுக்கு எவ்வளவு அழகான பெயர்களைக் கொடுக்கிறார்கள்? டெக்கான் ராணி, கிராண்ட் ட்ரங்க், நீலமலை எக்ஸ்ப்ரஸ்...... என்றெல்லாம். ஆனால் ஸ்டேஷன் மாஸ்டர்களுக்கு அவையெல்லாம் நம்பர்களாக விளங்குகின்றன. ராயர் தன்னுடைய தொழிற்குணத்தை மறக்கவில்லை.

"இருபத்தைந்து 'அப்' இப்பொழுதுதான் போனது. அது ஒரு மணிலேட்."

ராயரின் ஒரு கையில் சாவிக் கொத்து ஆடுகிறது. இன்னொரு கையில் சிவப்பு பச்சைக் கொடிகளைச் சுருட்டி உடம்புடன் அணைத்துப் பிடித்துக் கொண்டிருக்கிறார். ட்ரென்களைப் பற்றிப் பேச ஆரம்பித்தால் அவருடைய வாய் அவரை அறியாமல் பேச ஆரம்பிக்கிறது.

“மேட்டுப்பாளையத்தில் ஸ்டேஷன் கிளார்க்காக இருந்தேன். அங்கிருந்து ஊட்டிக்கு பல் சக்கர வண்டி................”

“.........................”

“ஊர்ந்து மெதுவாகப் போகும். ஆனால் அதைப் பார்க்க எத்தனை வேண்டுமானாலும் கொடுக்கலாம். அதன் கூடவே ஓடி அதைத் தோற்கடித்து விடலாம்...... ”

“ஸ்டேஷன் மாஸ்டர் தன் காரியத்தைச் சரியாகச் செய்தால் ட்ரெய்னில் அபாயமே நடக்காது....... ல் ஆக்ஸிடென்ட் நடந்ததே தெரியுமா? அது ஸ்டேஷன் மாஸ்டரின் தப்பு தான்”

ராயர் அவருடைய ரயில் சகாக்களைப் பற்றிப் பேச ஆரம்பித்தால் அதற்கு முடிவே இருக்காது. ஜெனரல் மானேஜர்கள், சூப்ரண்டுகள், ட்ரைவர்கள், வெள்ளைக்காரர்கள், ஆங்கிலோ – இந்தியர்கள் எல்லோரும் அவருடைய ரயில் சகாக்கள். அவர்களுடைய வீரப்ரதாபங்கள். பதினைந்து ஆண்டுகளாகக் குழுமணியிலேயே கிடக்கும் ராயருக்கு எப்படி அவ்வளவு விவரம் தெரியும் என்று ஆச்சரியமாக இருக்கும். ஆனால் அவர் சொல்வதை யாரும் ட்ரெய்னில் ஏறின பிறகு மனதில் வைத்துக் கொண்டதாகத் தெரியவில்லை. ராயரை நினைத்தாலே ஒரு ரயில் பெட்டி ஸ்டேஷன் தோன்றுகிறது. ஒரு ரயில் வண்டி புகையையும் நீராவியையும் கக்கிக் கிளம்புவது தெரிகிறது. ஒரு சிறு உருவம் பச்சைக்கொடியைத் தனது உயிர் முழுவதையும் கொடுத்து ஆட்டுகிறது. ராயருடைய குழந்தைகள் அப்பா கொடி காட்டாவிட்டால் எந்த வண்டியும் கிளம்பாது என்று பெருமைப்படலாம். ரயில் கிளம்பினவுடன் ராயரின் உடல் குறுகுவது போலத் தோன்றுகிறது. வழக்கத்தைவிட ராயர் பணிந்து விடுவது போலவும் இருக்கிறது. ரயில் வரும் வரையில் ராயர் ஒரு நிலையில் இருப்பதில்லை. மூலையில் ரயிலின் வருகை தெரிந்தவுடன் ராயர் அரை அடி உயரம் அதிகமாகிறார்.

பெருமையுடன் வரவேற்கிறார். ரயில் போனவுடன் பெருமூச்சு விட்டுத் தன் பெட்டிக்குள் செல்கிறார். ஒரு கவலை ஒழிந்தது. பதிமூன்று டௌன் போனால் பதினைந்து அப்............ அதன் பின் இருபது டௌன்............... பத்தொன்பது டௌன்..........

கீழே புல்காரியுடன் பேரம் முடிந்து ராயர் வீட்டுக்குள் நுழைவது தெரிந்தது. ஐந்தாவது நிமிஷம் வெள்ளைக் கோட்டுடன் வெளியே வந்து கொண்டிருந்தார். இடது கையை உள்ளே போட்டு விட்டார். தலை குனிந்து வலக்கையையும் உள்ளே திணிக்க சிரமப்பட்டுக் கொண்டிருந்தார். எத்தனை நான் பழகினாலும் கோட்டுக்குள் கை அவ்வளவு சுலபமாகப் போய்விடுவதில்லை. நடந்துகொண்டே ஒவ்வொரு பட்டனாகப் போடுவது தெரிந்தது. ஒரு ஸ்டே ஷன் மாஸ்டரின் கோட்டில்தான் எத்தனை பட்டன்கள்! அவர் மேடேறி பெட்டியருகில் வரவும், கடைசிப் பட்டனை முடிக்கவும் சரியாக இருந்தது. என்னைக் கண்டவுடன் அவருடைய சிரிப்பு ஆரம்பித்தது.

“ஹும்.......... நகரத்துக்கா?” ராயர் தோளில் இருந்த மடிப்பைத் தட்டி சரிப்படுத்தினார்.

“இல்லை. சும்மா தான்.”

“பதிமூன்று டௌன் டயத்திற்கு வருகிறது.”

ஒரு வண்டி சரியான நேரத்தில் வந்தால் அதில் ஒரு மகிழ்ச்சி.

மரவட்டை போல தூரத்தில் பதிமூன்று டௌன் வருவது தெரிந்தது. விட்டு விட்டு புகை மேலே போகிறது ரயில் ஊர்ந்து வருகிறது. மௌனமாக வருகிறது. ஸ்டேஷனை நெருங்க நெருங்கத்தான் அதனுடைய வேகமும் சப்தமும் அதிகமாகின்றன. ராயர் இங்கும் அங்கும் ஓட ஆரம்பித்தார். போர்ட்டர் அதற்குள் எங்கிருந்தோ வந்து விட்டான். ராயர் எவ்வளவுக்கெவ்வளவு பரபரப்படைகிறாரோ அதற்கு நேர் எதிர் அவன். ட்ரெயின் வரும் பத்து நிமிஷம் முன் அவன் இருக்கும் இடம் தெரிவதுகிடையாது. பத்தாவது நிமிஷத்தில் பதட்டம் இல்லாமல் ராயரின் முன் நிற்கிறான். ராயர் இந்த உலகத்தில் எவன் மேலாவது கோபத்துடன் எரிந்து விழுந்தால் அது போர்ட்டர் ஒருத்தனே. அவனும் அதை மதித்ததாகவோ,

அதற்காகப் பயந்து திருந்தியதாகவோ தெரியவில்லை. வண்டி வருவதற்கு இரண்டு நிமிஷங்களுக்கு முன்னால் 'கண கண' வென்று மணி அடிக்கப்படுகிறது. அந்த மணி தண்டவாளத்தால் ஆனது. ரயில் ஸ்டேஷனில் எது தான் தண்டவாளத்தினால் செய்யப்படாமல் இருக்கிறது? மணி தண்டவாளத்தினால் ஆனது. கூரைக்கு விட்டம் தண்டவாளம். தூண் தண்டவாளம். பெஞ்சைத் தண்டவாளம் தாங்குகிறது. தூரத்தில் கட்டு கட்டாக தண்டவாளம் துருப்பிடித்துக் கொண்டிருக்கிறது. தண்டவாளத்தை விட்டால், அதனுடைய நண்பர்கள் 'ஸ்லீப்பர்'களும் 'பிஷ்பிளேட்'களும்.

பதிமூன்று டௌன் குழுமணியில் நிற்கிறது. என்ஜின் மேலே புகையை வீசுகிறது. கீழே எண்ணெயும் நீராவியும் வழிகின்றன. போர்ட்டர் "குழுமணி" குழுமணி" என்று இரண்டு மூன்று முறை சப்தமிடுகிறான். ஜன்னலின் வழியாகப் பல தலைகள் எட்டிப் பார்க்கின்றன. எச்சில் இலைகள் கீழே விழுகின்றன. நாயொன்று அதை நோக்கி ஓடுகிறது. மூன்று நிமிஷம் ராயருக்கு மூன்று யுகமாகத் தோன்றுகிறது. மீண்டும் மணி அடிக்கிறது. ராயர் வாயிலிருந்து விசிலின் சப்தம் வருகிறது. வலது கை பச்சைக்கொடியை ஆட்டுகிறது. எஞ்ஜினின் சப்தம். வண்டி நகருகிறது. ராயர் பெட்டிக்குள் செல்கிறார். அவருடைய வலது கை டர்பனை அகற்றுகிறது. டர்பன் கழன்றவுடன் ராயர் குறுகி விடுகிறார்.

பதினைந்து வருடமாக ராயர் அதே தொழிலைப் புரிகிறாரே அவருக்கு அலுக்கவில்லையா? அவர் வாழ்வில் நாடுவது என்ன? கிராமத்துக்கு வெளியே கிராமத்தில் கலவாமல் தனி வாழ்க்கை. பேய்கள் காட்டில் தனித்து வாழும் என்று பேச்சு. ஆனால் ராயர் மனிதர் தானே! அடிக்கடி அவரை மேலத்தெருவில் காணலாம். ஸ்டேஷனை விட்டு வெளியே கிளம்பினால் அவர் வேறு மனிதராகக் காட்சியளிக்கிறார். கதைகள், காலட்சேபங்கள் சில சமயம் நடந்தால் ராயரைக் கோவிலில் பார்க்கலாம். அவருடைய மனைவி கைக்குழந்தையுடன் மூலையில் அமர்ந்திருப்பாள். அவளுக்கும் வாழ்வு எதைக் குறிக்கிறது? ராயரோ அவர் மனைவியோ அவ்விஷயங்களைப் பற்றிக் கவலைப்பட்டதாகத் தெரியவில்லை. ஒரு நாளென்றால் நான்கு ட்ரெய்ன்களும்

க. சுப்ரமணியன் ● 151

மூன்று கூட்ஸ் வண்டிகளும் ஓடவேண்டும். காலையில் இரண்டு வண்டி, மாலையில் இரண்டு. கூட்ஸ் வண்டியைப் போர்ட்டர் கவனித்துக் கொள்வான். ராயரின் வாழ்வு தண்டவாளத்திலே பிணைந்திருந்தது. அதிலே ஓடியது. அவர் ரயில் ஸ்டேஷனின் ஒரு பாகமல்லவா? தண்டவாளத்தை விட்டு ஓடமுடியுமா?

பெட்டியின் உள்ளே ராயர் அமர்ந்திருந்தார். டிக்கட் கணக்கை அந்நேரங்களில் அவர் பார்ப்பது வழக்கம். நான் ஸ்டேஷனில் வெளியே நின்று கொண்டிருந்தேன். ட்ரெய்ன் தூரத்தில் ஒரு புள்ளிபோலப் போவது தெரிந்தது.

"உள்ளே வந்து உட்காருங்களேன்" என்று ராயர் என்னை அழைத்தார்.

பெட்டிக்குள் சென்று ராயரின் எதிரில் அமர்ந்தேன். ராயருக்கு அருகில் ஒரு அலமாரிபோல் ஒன்று. ஒவ்வொரு கூட்டிலிருந்தும் டிக்கட் கட்டுகள் தெரிந்தன. ஒவ்வொரு கட்டிலிருந்தும் ஒரு டிக்கட் கீழே நீட்டிக்கொண்டிருந்தது. ராயருக்கு எதிரில் இருந்த மேஜையில் பெரிய பெரிய ரிஜிஸ்டர்கள்–சில ராயரைவிடப் பெரிதாக இருந்தன.

"அடுத்த வாரம் இன்ஸ்பெக்ஷன்" – ராயர்.

"இன்ஸ்பெக்ஷன் என்றால் உங்களுக்குக் கவலையா?"

"ஹும்... அப்படியல்ல... வேலை அதிகமாகி விட்டது."

ராயருக்கும் 'வேலை அதிகம்' என்ற ஜுரம் பிடித்து விட்டது!

"பத்து வருஷத்துக்குமுன் இரண்டு வண்டிகள். நாலு ஐந்து ஆசாமிகள் டிக்கட் வாங்குவார்கள். மொத்தம் இருபது ரூபாய்க்குமேல் சேராது, இப்பொழுது நான்கு வண்டிகள். ஆசாமிகள் போவது ரொம்ப அதிகமாகி விட்டது. அடுத்த மாதத்திலிருந்து இன்னும் இரண்டு லோகல்......" – ராயர் பாதி பேச்சில் நிறுத்திவிட்டு ரிஜிஸ்டரில் ஒரு பக்கத்தைக் கூட்டுவதில் ஆழ்ந்தார்.

".....என்ன சொன்னேன்? ஆமாம். இன்னும் இரண்டு லோகல்ஸ். நாலு அப் அண்டு டவென்டி அப், கூட்ஸ்

டரெய்னும் ரொம்ப அதிகமாகிறது. ஒவ்வொரு நாள் இருநூறு ரூபாய் கலெக்ஷன். இரவில் தூக்கம் வருவது கிடையாது.” ராயர் வேலை முடிந்ததற்கு அடையாளமாக ரிஜிஸ்டரை மூடினார்.

“முன்பெல்லாம் வண்டியில் கூட்டம் கிடையாது. இப்பொ எப்படி அடைத்துக்கொண்டு போகிறார்கள்? நீங்கள் பார்த்திருக்க வேண்டுமே! இந்த வரிசையில் இருக்கும் எல்லா கிராமத்திலும் இப்படித்தானாம். D.T.S. பால் நேத்து வந்தார். டிராபிக் சமாளிக்க முடியாமல் போய் விட்டது என்றார். அவர் மொகல்சராயில் ட்ரெயினிங் ஆனவர். அவருக்கே அவ்வளவு கஷ்டம். ‘ஏன் லைனை டபிள் பண்ணலாமே?’ என்றேன். அது நினைக்க முடியாதது’ என்றார். ஏன் டபிள் பண்ணக் கூடாது? வேண்டாத இடத்தில் எல்லாம் டபிள் பண்ணவில்லையா? இப்பொழுது இருக்கும் G.M. ரொம்ப வீக். ‘போர்டோ’ட சண்டைபோடத் தைரியமில்லை. வின்ஸென்ட் G.M. ஆக இருந்தது தெரியுமா உங்களுக்கு? மேட்டுப்பாளையம் ஊட்டி பல் சக்கர லைன் அவர் போட்டதல்லவா? போர்ட் மெம்பரைப் பார்ட்டியில் பார்த்து சண்டை போட்டு பெர்மிஷன் வாங்கினார்.........” – ராயர் பெட்டியைப் பூட்டிவிட்டு வீட்டின் பக்கமாகச் செல்ல ஆரம்பித்தார். அவரைத் தொடர்ந்தேன்.

“ஏன் மேக்கூர் லைனை டபிள் பண்ணக் கூடாது?”

ராயருக்கு நான் பதில் சொல்லவில்லை. அவர் என்னிடமிருந்து பதிலையும் எதிர்பார்க்கவில்லை.

“இந்தக் கிராமங்களே அணையில் மூழ்கப்போகின்றன என்று சொல்கிறார்களே, அதனால் இருக்குமோ?”

“இருக்கலாம். தெரியவில்லை.”

“உங்களுக்குத் தெரியாததா? உங்கள் தாத்தா திவானாகக் கோவில் கட்டினவர். நீங்களும் வாய்க்கால் கட்டினவர். அம்மாதிரி மூழ்காமல் கவனித்துக் கொள்ள வேண்டும்........”

“நமக்கு என்ன முடிகிறது? அரசாங்கம் என்ன நினைக்கிறதோ?”

ராயர் மௌனமானார்.

"எத்தனை ஜனங்கள் ஓடுகிறார்கள்? பார்த்தீர்களா? வண்டி வண்டியாகத் தேக்கும், சிமின்ட்டும், இரும்பும் கூட்ஸில் போகிறதே. எங்கே போகிறது?"

"அணைக்காக இருக்கலாம்."

"அணைக்கல்ல என்று தெரிகிறது. உங்களுக்குத் தெரியாததா?"

".................................."

ராயருடன் மெதுவாக அவருடைய வீட்டை நோக்கி நடந்து கொண்டிருந்தேன். ராயர் தனது சொந்தக் கதையைப் பேச ஆரம்பித்து விட்டார்.

'கஜானனன் ஸ்கூல் பைனல் பாஸ் பண்ணி விட்டால் ரயில்வேயில் உடனே வேலை போட்டுக் கொடுத்து விடுவார்கள். அதற்கு இன்னும் நாலு வருஷம் இருக்கிறது......'

கஜானனன் அவருடைய மூத்த பையன். பெரியப்பாவின் சிஷ்யன்.

"என் அப்பாவும் ஸ்டேஷன் மாஸ்டராக இருந்தார்..."

மூன்று தலைமுறை ஸ்டேஷன் மாஸ்டர்கள். நாகரிகம், முன்னேற்றம் என்று தலைகால் தெரியாமல் எங்கெல்லாமோ மனிதன் ஓடுகிறானே, ராயரின் பரம்பரைக்கு அந்நாகரிகமும், முன்னேற்றமும் என்ன செய்துவிட்டன?

"......என் சம்பளத்தைப்பற்றி நான் குறை கூறவில்லை. எனக்கு சம்சாரம் பெரிதாகிவிட்டது. கொஞ்சம் கஷ்டமாக இருக்கிறது. ஒரு பிரமோஷன் கிடைத்தால் நன்றாயிருக்கும். ஆனால் எங்களையெல்லாம் யார் கவனிக்கப் போகிறார்கள்?"

ராயரின் வீட்டை அடைந்தோம்.

"நாங்கள் கிராமத்துக்கு வெளியே வாழ்பவர்கள் ஆனாலும் கிராமம் கலகலப்பாக இருந்தபோது கஷ்டம் தெரியவில்லை. திருவிழாவும், கதையும், காலட்சேபமும் எப்போதும் உண்டு. அதற்குப் போவதுண்டு. மனதுக்குச் சந்தோஷமாக இருந்தது. இப்பொழுது பார்த்தீர்களா, கிராமமே சூன்யம் பிடித்தாற்போல் இருக்கிறது? ஒரு கதையில்லை; சத்காரியம் கிடையாது. எங்கள் வாழ்க்கை அதை விட சூன்யம் பிடித்துப்போகிறது,"

அடுத்த சிறு அறையிலிருந்து ராயரின் பையன் சப்தம் போட்டுப் படிப்பது கேட்டது.

"உங்களிடம் நான் சொல்கிறேன் என்று நினைக்கக் கூடாது. முதலில் மேக்கூருக்குச் செல்லும் வண்டி கூட்டமாகப் போனால் ஏதோ சந்தோஷம் உண்டாகும். இப்பொழுது எனக்கு எப்படியோ இருக்கிறது. எதிர் திசை வண்டி எவ்வளவு காலியாகப் போகிறது? ஜனங்கள் ஏன் எங்கே ஓடுகிறார்கள்?"

"........ இந்தக் கூட்டம் மூன்று மாதமாக ரொம்ப அதிக மாகியிருக்கிறது. அதனால்தான் உங்களைக் கேட்கிறேன், நம் கிராமங்கள் அணையில் ஆழ்ந்துவிடுமா என்று."

"அப்படியே ஆகிறது என்று வைத்துக் கொள்ளுங்கள். நீங்கள் என்ன செய்வீர்கள்?"

ராயர் சற்று மௌனம் சாதித்தார்.

"என்னை வேறு எங்காவது ட்ரான்ஸ்பர் செய்து விடுவார்கள். G.M.முக்கு பெடிஷன் கொடுத்தாவது என்னை காஸர்கோட்டுக்கு மாற்றும்படி கேட்பேன். அதுதான் எங்கள் ஊர். அங்குதான் என் தந்தை முப்பது வருஷம் ஸ்டேஷன் மாஸ்டராக இருந்தார். எங்களுக்குக் கொஞ்சம் நிலமும் இருக்கிறது......"

நேரமாகிவிட்டது. ராயரின் வீட்டைவிட்டு வெளியேறினேன்.

10

ஒரு வாரமாக 'நச் நச்'சென்று மழை பெய்தது. மழை விடாமல் பெய்தது. சில சமயங்களில் குழுமணியில் அந்த மாதிரி மழை. பெரிய மழையாகப் பெய்தால் ஓட்டிலிருந்து நீர் வழிவதைப் பார்க்கலாம். அடுத்த நாள் பூமியில் யாரோ பல்லாங்குழி ஆடுவதற்காக ஏற்பட்டதுபோலச் சிறு சிறு குமிழான பள்ளங்கள். இந்த நச்சு மழையில் மழையின் இன்பமும் கிடையாது. மனிதனையும் வெளியில் போக விடுவதில்லை. உள்ளத்தில் கிடக்கும் துக்கம்போல் மனிதர்கள் வீட்டில் அடைந்து கிடந்தார்கள். அவ்வாரம் முழுவதும் பெரியப்பாவின் பள்ளிக்கு விடுமுறை. விடுமுறையென்றால் மழையானாலும், சூரியனானாலும் தெருவில் ஓடி விளையாடுவார்களே குழந்தைகள். ஆனால் தெருவில் குழந்தைகளின் சுவடே தெரியவில்லை. ஒன்றிரு சிறுவர்கள் திண்ணையில் அமர்ந்து வானத்தையும் பூமியையும் மாறி மாறி விழித்துப் பார்த்துக் கொண்டிருந்தார்கள்.

பழைய கட்டிடம். அதுதான் அவருடைய ஸ்கூல். அங்குதான் ஆண்டாண்டுகளாக அவர் குழந்தைகளுக்கு எழுத்து அறிவிக்கிறார். கட்டிடம் யாருக்கு சொந்தம் என்று திட்டமாகத் தெரியாது. பஞ்சாயத்து அதை எடுத்துக் கொண்டதிலிருந்து யாரும் சொந்தம் கொண்டாட வரவில்லை. சுவர் உப்படைந்துபோயிருந்தது. கூரையிலிருந்து காரை பெயர்ந்து விழத்தொடங்கி நெடுநாளாகி விட்டது. வௌவால்கள் உறவு கொண்டாட ஆரம்பித்திருந்தன. பரம்பரை பரம்பரையாக எழுத்துப் படித்த இடம், காலத்துடன் நடத்திய

போராட்டத்தில் மெதுவாகப் பின்வாங்கிக்கொண்டிருந்தது. ஏதாவது இன்ஸ்பெக்ஷனுக்கு இன்ஸ்பெக்டர்கள் வருவது உண்டு. பெரியம்மா சமைத்த சாப்பாட்டை சாப்பிட்ட ஆனந்தத்தில் பள்ளியைப் பற்றி நல்லபடியே எழுதுவார்கள். அம்மாதிரி ரிபோர்ட்களில் கூட 'கட்டிடம் மிகவும் மோசம். ரிப்பேர் அத்தியாவசியம்' என்று அவர்களால் எழுதாமல் இருக்க முடியவில்லை. இம் மாதிரி ரிபோர்ட்களை யார்தான் கவனிக்கிறார்களோ, யார் தான் அவற்றைக் கடைப்பிடித்துக் காரியம் செய்ய வேண்டுமோ? வருடக்கணக்காக யாருமே கட்டிடத்தைக் கவனித்ததாகத் தெரியவில்லை. பெரியப்பாவும் இடை இடையில் யாருக்கெல்லாமோ எழுதிப் பார்த்தார். 'பள்ளியின் கட்டிடம் கூடிய சீக்கிரம் ரிப்பேர் செய்யப்படும்' என்ற பதில் வந்தது. அந்த கூடிய சீக்கிரமான நாள் வருவதற்குள் கட்டிடத்தின் முடிவுநாள் அதிசீக்கிரமாக வந்துவிட்டது. ஒரு வாரமாகப் பெய்த மழையில் கட்டிடம் சரிந்து விட்டது.

விடியற்காலையில் பெரியப்பாவின் சப்தமான குரலைக் கேட்டு படுக்கையிலிருந்து எழுந்தேன். அவர் அந்நேரத்தில் பேசுவது ஆச்சரியம். ஆறு மாதமாகவே அவருடைய குரல் பழையமாதிரி இல்லாமல் எங்கோ ஆழ்ந்திருந்தது. அவர் பலமான குரலில் பேசுவது அதிலும் ஆச்சரியம்.

"அடே! கட்டிடம் விழுந்துவிட்டது. வந்து பார்" _ முதல் தடவை.

"கட்டிடம் விழுந்துவிட்டது. வா வெளியே. எத்தனை தடவை இன்ஸ்பெக்டரிடம் சொன்னேன். யார் கேட்டார்கள் என் பேச்சை?"- இரண்டாம் முறை.

மூன்றாம் முறை அவர் பேசியது காதில் சரியாக விழவில்லை. தூரத்திலிருந்து பேசுவதுபோல் இருந்தது.

நான் வெளியில் செல்வதற்கும், பெரியப்பா இடிந்த கட்டிடத்திற்குள் செல்வதற்கும் சரியாக இருந்தது. அவருடன் உள்ளே சென்றேன். இம்மாதிரி வேகத்தில் பெரியப்பா இருந்தால் அவரைக் கவனமாகப் பார்த்துக் கொள்ள வேண்டும்.

பழைய கால காரைக் கட்டிடம். நாளடைவில் கட்டிடம் மிகவும் பலவீனம் அடைந்திருந்தது. ஒருவார மழை

கூரையைக் கீழே அழுத்திவிட்டது. ஒரு அளவுக்குமேல் எங்களால் உள்ளே செல்ல முடியவில்லை. கரும்பலகை கூரை விழுந்த அதிர்ச்சியில் இரண்டு மூன்று கட்டைகளாகச் சிதறிப்போயிருந்தது. குழந்தைகள் உட்காரும் பலகைகளில் செங்கல்லும் காரையும். ஓரத்திலிருந்து வகுப்பாக இருந்த அறையை ஊன்றிக் கவனித்தேன். என் காதுகளில் நாற்பது குழந்தைகளின் கூச்சல், சிரிப்பு விழுவதுபோல் தோன்றியது. கட்டிடம் இடிந்தாலும் இடிந்த கூரையும் கரும்பலகையும் கதை சொல்லாதா?

பெரியப்பாவுடன் வெளியில் சென்றேன்.

இரண்டு நாட்களாக மழை நின்றதற்கு அடையாளமாக வானம் வெளுத்திருந்தது. தெருவும் வீடுகளும் ஒரு புது வனப்புடன் விளங்கின. தெருவின் நடுநடுவில் சேறடைந்த நீர்த் தேக்கம். எங்கோ மறைந்திருந்த பறவைகள் புது வாழ்வடைந்த தெம்போடு சப்தமிட்டு இங்கும் அங்கும் பறந்து கொண்டிருந்தன.

பெரியப்பா இடிந்துபோய்த் திண்ணையில் அமர்ந்திருந்தார். அவருடைய கண்கள் அடிக்கடி எதிர் திசையை நோக்கின.

பெரியப்பாவுக்குப் பள்ளி என்றால் பொழுதுபோக்கு என்று நினைத்திருந்தேன். எத்தனை நாட்கள் குழந்தைகளை விட்டுவிட்டு வயலுக்குப் போயிருக்கிறார்! பள்ளி இருந்தால் அதை உதாசீனப்படுத்துவது வேறு; பள்ளி அழிந்தால் அதற்கு வருந்துவது வேறு போல இருக்கிறது. உதாசீனமும் ஒருவேளை அன்பினால்தான் உண்டாகிறதா?

'அடே! இனிமே என்ன பண்றது, சொல்' என்றார் பெரியப்பா. அவருடைய குரல் நம்பிக்கையற்று ஒலித்தது.

"பஞ்சாயத்துக்குப் போகலாம். அவர்கள் ஏதாவது செய்வார்கள். அவர்களால் முடியாவிட்டால் ஊரிலே பணம் வசூல் செய்யலாம். ரிப்பேர் வேலையை நான் செய்து விடுகிறேன். பத்து நாளில் முடித்துவிடலாம்.'

"பஞ்சாயத்தைப் பற்றி எனக்கு நம்பிக்கை இல்லை....."

"பார்க்கலாமே."

"... ஊரிலே யார் பணம் கொடுப்பார்கள்?'

"ஏன் கொடுக்கக் கூடாது? அதையும் பார்க்கலாமே."

பெரியப்பா அதற்குமேல் பேசவில்லை.

பள்ளிக்கெதிரே ஒன்றிரண்டு ஆட்கள் நின்று கொண்டிருந்தார்கள். அவர்களுக்குள் மெதுவான குரலில் பேச்சு. பேச்சு முடிந்தவுடன் தங்கள் காரியத்தில் கண்ணாக நழுவினார்கள். அடிக்கடி சில கண்கள் பெரியப்பாவையும் பரிதாபமாகப் பார்த்தன. ஆனால் பெரியப்பா அதைக் கவனிக்கவில்லை.

பஞ்சாயத்துக்குச் செல்ல பெரியப்பா தயாரானார். சட்டைகூட போட்டு அறியாத அவருடைய உடலை பழைய கோட்டு ஒன்று மறைத்தது. பள்ளியில் இன்ஸ்பெக்ஷன் நடக்கும் நாட்களிலும் யாரையாவது பார்க்கப் போக வேண்டிய சமயங்களிலும் அக்கோட்டை அவர் அணிந்து கொள்வார். எப்பொழுதோ தைத்த கோட்டு. மடிப்பும் சுருக்கலுமாக இருக்கும். ஐந்து வருடங்களுக்கு முன்னால் அது மிகவும் 'பிடித்த'மாக இருக்கும். இப்பொழுது 'தொள தொள' என்று அவருடைய தோளிலிருந்து தொங்கியது. பெரியப்பாவுடன் கிராமத்தில் செல்வதென்றால் மிகவும் கஷ்டம். நாலடிக்கு ஒருமுறை யாராவது எதிரே தோன்றிவிடுவார்கள். அவர்களுடன் பேச ஆரம்பித்தால் அதற்கு முடிவு கிடையாது. அன்று ஆட்கள் வீட்டுக்கு வெளியில் நின்று கொண்டிருந்தார்கள். ஆனால் ஒருவரும் பெரியப்பாவை நிறுத்திப் பேசவைக்கவில்லை. பள்ளி செல்லாத சிறுவர்கள் ஓரிருவர் விளையாடிக் கொண்டிருந்தார்கள். பெரியப்பா போகும்வரை அவர்கள் ஆட்டத்தை நிறுத்தினார்கள். கிராமத்தின் எல்லையில் இருந்த பஞ்சாயத்துக் கட்டிடத்தை அடைந்தோம்.

சிறு கட்டிடம். சூரியவெளிச்சம் புகமுடியாமல் இருட்டில் இருந்தது. அந்த இருட்டில் சதி செய்வதுபோல சிலர் தலை நிமிராமல் வேலை செய்து கொண்டிருந்தார்கள். பெரியப்பாவின் உருவத்தைக் கண்டதும் சிலர் மரியாதையுடன் பேசினர். அவர்களுடைய வாக்கியங்களில் "ஸார்" என்று அடிக்கடி சொன்னார்கள். ஆண்டாண்டுகளாக உழைக்கும் வாத்தியார்களுக்கு மீதமாவது, பள்ளிக் கட்டிடமும் பழைய மாணவர்களின் 'ஸார்' பட்டமுமே. பெரியப்பாவுக்குப் பள்ளிக்கட்டிடம் கூட மீதமாகவில்லை.

க. சுப்ரமணியன்

"சௌக்யமாக இருக்கிறாயா? உன் குழந்தை சௌக்யமா?...... ராமசாமி எங்கிருக்கிறான். கிருஷ்ணன் நேற்று வந்தான். அவன் நகரத்தில் இருக்கிறான். கெட்டிக்காரன், இன்னும் மேலே போவான்...' – பெரியப்பா அவர்களுடன் பழைய நினைவுகளைப் பேச ஆரம்பித்து விட்டார். வந்த காரியத்தை மறந்து விடுவாரோ என்று எனக்குப் பயமாகப் போய்விட்டது.

ஒருமணி நேரம் ஆனதும் பஞ்சாயத்து முக்கிய அதிகாரியின்முன் சென்றோம். மகிழ்ச்சி என்பதை வாழ்நாள் முழுதும் அறியாதது போன்ற உருவம். அவநம்பிக்கையும் பயமுமே உருவெடுத்ததுபோல அவர் அமர்ந்திருக்கிறார். "உட்காருங்கள்' என்று மரியாதையாக நடப்பதைக்கூட அறியாமல் வாழ்ந்தவர். கடைசி வரையிலும் நாங்கள் நின்று கொண்டே அவருடன் பேசினோம். என்னுடைய தொழில் அவருக்குத் தெரியாது, தெரிய சந்தர்ப்பம் இல்லை, தெரிந்திருந்தால் அவருடைய மரியாதை வேறுவிதமாக இருந்திருக்கலாம்.

"இடிந்துபோன ஸ்கூல் விஷயமாக வந்திருக்கிறோம்" – பெரியப்பா.

"எந்த ஸ்கூல்?" – அதிகாரி.

"மேலத்தெருவில் இருக்கிறதே."

"அதுவா? மழையில் பல கட்டிடங்கள் இடிந்து விட்டன."

"அதை ரிப்பேர் செய்ய வேண்டும் உடனே. குழந்தைகளின் பாடம் கெடுகிறது."

'உங்களுக்கு ஸ்கூல் பெரிதாக இருக்கலாம். எங்களுக்கு அதைவிட தலைபோகிற காரியம் இருக்கிறது.'

"குழந்தைகள்... படிப்பு" – பெரியப்பாவின் குரல் தழதழத்தது.

"இருக்கலாம், எங்களுக்கு கலெக்டரிடமிருந்து ஆர்டர் வந்திருக்கிறது. மிக முக்கியமான, குறைந்த செலவில் ஆகக் கூடிய ரிப்பேரைத்தான் செய்யலாம். ஸ்கூல் முழுவதும் இடிந்திருக்கிறது. நான் பார்த்தேன் அதை. புதுக் கட்டிடம் கட்டவேண்டும். ஆனால் புதுக் கட்டிடம் கட்டக்கூடாது என்று தடையிருக்கிறது."

"புதுக் கட்டிடம் கட்டத் தேவையில்லை. ஒரு ஐந்தாயிரம் ரூபாய் செலவழித்தால் தற்காலிகமாக அதே கூரையைச் சீர் செய்யலாம்."

"தற்காலிகமோ சாஸ்வதமோ எனக்குத் தெரியாது. அதுவும் புதுக் கட்டிடம்தான். அதற்குத் தடை உத்தரவு இருக்கிறது."

'ஏன் தடை உத்தரவு?'

"அதை கலெக்டரிடம் கேளுங்கள். சர்க்காரிடம் கேளுங்கள். என்னிடம் கேட்க வேண்டாம்."

பெரியப்பா பேச்சற்றுவிட்டார்.

"உங்களால் கட்டமுடியாது. சரி,நாங்கள் பணம் செலவு செய்து கட்ட அனுமதி கொடுக்க முடியுமா?"

"அனுமதியா? அதற்கும் கலெக்டரின் அனுமதி வேண்டும்."

"கிடைக்குமா?"

"கிடைக்கலாம். கடினம்.'

வெளியில் கிளம்பினோம்.

"ஏண்டா! ஏன் புதுக் கட்டிடங்கள் கட்டக்கூடாதாம்?"

"தெரியவில்லை பெரியப்பா!"

"......... நம் கிராமங்களையெல்லாம் நீரில் மூழ்கடிக்கப் போகிறார்கள். அதனால்தான் இதெல்லாம்."

பெரியப்பா சரியாக யூகித்தார். கலெக்டர் ஆபீஸில் இரவு பகலாகக் காரியம் நடந்துவந்தது. ஒருபுறம் நில சம்பந்தமாக முழுத் தகவல்களையும் சேர்த்து வந்தார்கள். யார் யாருடையது, எத்தனை ஏக்கர் என்று ஆண்டுகளாக பரம்பரைகளின் கைமாறி வந்த நிலத்தை பாத்தியதை கொண்டாட எத்தனையோ ஆட்கள். சட்டப்படி நடந்த காரியங்கள், சட்டத்துக்கு மீறி நடந்த மாறுதல்கள். அழிந்து போகக்கூடிய நிலத்திற்கு யாருக்குக் கிரயம் கொடுக்கிறது என்று தெரிய வேண்டாமா? வேறு புறம் சேதம் அதிகரிக்கக் கூடாது என்று முன்கூட்டிக் காரியங்கள். அந்த வரிசையில் வந்ததுதான் புதுக் கட்டிடத் தடை உத்தரவு. இன்னொரு புறம் எவற்றைக் காப்பது, எவற்றை

க. சுப்ரமணியன்

அப்புறப்படுத்துவது என்ற திட்டம். மந்திரி சட்டசபையில் அறிவிக்குமுன் பல காரியங்களை ரகசியமாகச் செய்ய வேண்டியிருந்தது. ரகசியம் சில சமயம் வெளியில் ஓடிவிடுகிறது. ஜனங்கள் மனதுக்குத் தோன்றியவாறு வதந்திகளைக் கிளப்புகிறார்கள். பயமும், பீதியும் அதிமாகிறது. அப்பீதியில் ஓடின ஆட்களைத்தான் ஸ்டேஷன் மாஸ்டர் ராயர் கண்டார். அவருடைய மனது அதை அரைகுறையாக அறிந்தது. கட்டிடத் தடை எங்கள் பெரியப்பாவையும் பயமுறுத்தியது.

"என்ன செய்வது?" என்றார் பெரியப்பா, பேச்சை மீண்டும் ஆரம்பித்து.

"என்ன செய்வதா? ஜனங்களிடம் பிச்சை கேட்டாவது ஸ்கூலைக் கட்டலாம். எத்தனை குழந்தைகள் படிக்க வில்லை? வீட்டுக்கு ஒரு பத்தோ ஐந்தோ கொடுத்தால் ஆயிரம் ஆகாதா?......"

"பண்ணலாம். பத்து வருஷத்துக்குமுன் கோவிலுக்கு ஒரு பிராகாரம் அப்படித்தான் முடிந்தது."

எங்கள் திவான் தாத்தா கட்டின கோவிலுக்கு பிராகாரத்தைக் கட்ட சிரமப்பட்டார் பெரியப்பா. அப்பொழுது கிராமம் குழுமி இருந்தது. தெருவிலே ஐம்பது அறுபது குழந்தைகள் கூச்சலுடன் ஓடிவிளையாடின நாட்கள். ஒரு கல்யாணம், ஒரு கார்த்திகை, ஒரு திருவிழா நடத்த வேண்டுமானால் எவ்வளவு கஷ்டமாக இருக்கிறது. ஒரு பிராகாரம் இருந்தால் எவ்வளவு அழகாக இருக்கும்? கதை நடத்தலாம்...' என்று யாரோ சொன்னார். ஆறுமாதத்தில் பிராகாரம் முடிந்து விட்டது. உள்ளூரிலே அத்தனைபேரும் தங்களால் முடிந்ததை ஈந்தனர். பெரியப்பா எல்லாவற்றையும் முன்நின்று நடத்தி வைத்தார். ஒரு ஆறாயிரம் ரூபாய் செலவாகியிருக்கலாம்.

"...... பணம் வசூல் செய்யலாம். ஆனால் கட்டிடம் கட்ட அனுமதி?"

"அதைப் பற்றிக் கவலைப்பட வேண்டாம். கலெக்டர் எனக்குத் தெரிந்தவர்."

பெரியப்பா வீடு வீடாக ஏற ஆரம்பித்தார். அவர் உள் நம்பிக்கையுடன் செல்லவில்லை. ஏதோ ஒரு சக்தி அவரை

உந்தியது. முதல்நாள் அவர் சேகரித்தது நூறு ரூபாய்; அருகிலிருந்த ஏழைக் குடும்பங்களின் அன்பளிப்பு. கொஞ்சம் வசூல் ஆனபின் ராமசுப்பன் போன்றவரைப் பார்க்கலாம் என்ற எண்ணம். மூன்றாம் நாள் சோர்ந்துவிட்டார்.

"பிராகாரத்திற்குப் பணம் சேர்த்தபோது ஜனங்களே ஓடி வந்து கொடுத்தார்கள். இப்பொழுது என்னைக் கண்டதும் ஓடுகிறார்கள்... முன்பு இருந்ததில் நாலில் ஒரு மடங்கு கூட ஆட்கள் ஊரில் இல்லை" என்றார் ஒரு நாள் மாலை.

"என் கையில் காசு கிடையாது. சக்கரம் ஏதோ ஓடுகிறது. நம் நிலத்தில் ஒரு பாகத்தை விற்கலாம் என்றால் அதற்கும் தடை இருக்கிறது." – அடுத்த நாள்.

"ஏன் பெரியப்பா! ராமசுப்பன் போன்றவர்களைக் கேட்கலாமே. அறம்வளர்த்தான் ஐநூறு ரூபாய் கொடுத்தால் அவர்கள் ஆயிரம் கொடுக்கலாமே."

"அறத்தை அவர்களுடன் ஒத்துப் பேசாதே."

அடுத்த நாள் பெரியப்பா ராமசுப்பனைச் சந்தித்தார். அவர் நினைத்தபடியே நடந்து விட்டது.

"என்னிடம் பணம் இல்லை. நிலத்தை விற்றுக்கொடுக்கத் தயார். ஆனால் முடியாதே." – ராமசுப்பன்.

"வயது காலத்தில் நீர் ஏனய்யா இதையெல்லாம் தலையில் போட்டுக் கொள்ள வேண்டும்? கிராமமே மூழ்கப் போகிறது என்று பேசிக் கொள்கிறார்கள். ஒரு ஓட்டைப் பள்ளிக்கூடம் இல்லை என்று யார் அழுகிறார்கள்? உங்களுடைய சொத்தைக் காப்பாற்றிக் கொண்டு எங்காவது ஓடப் பாரும்." – ராமசுப்பன் மீண்டும்.

மனம் நொந்து வீடு திரும்பினார். ராமசுப்பனின் அனுபவத்திற்குப் பிறகு அவர் மற்ற பணக்காரரைக் கேட்க விரும்பவில்லை. கட்டிடம் இடிந்து ஒரு வாரம் முடிந்து விட்டது. கோவிலுக்கு வெளியே எப்பொழுதும் நிற்கும் தெரு நாய் இடிந்த கட்டிடத்துக்குள் சுதந்திரமாகப் போய்க் கொண்டிருந்தது. பெரியப்பா உள்ளம் தளர்ந்தார். அவர் கையிலே சேகரித்த அறுநூறு ரூபாய் வீணாக இருந்தது.

க. சுப்ரமணியன் ● 163

"பண ஆசைபிடித்து அலைகிறான் ராமசுப்பன். அதனால் தான் அவன் பேரன் அரைப் பைத்தியமாய் ஊரைச் சுற்றுகிறான்... கிராமம் அழிகிறது. ஜனங்களுக்கு அபிமானமோ விஸ்வாசமோ கொஞ்சமும் இல்லை.' – பெரியப்பா முணு முணுத்தார். அவர் தனக்குள் பேசிக் கொள்வது சகஜமாகி விட்டது.

"பெரியப்பா! டாக்டர் சோமசுந்தரத்திடம் கேட்டீர்களா?"

"அவனா? அந்த அபசாரியின் தம்பியா கொடுப்பான்?"

"என்னுடன் வாருங்கள், கேட்கலாம். நீங்கள் அவரைச் சரியாக அறிந்து கொள்ளவில்லை."

பெரியப்பா சட்டை அணியவில்லை. கோட்டும் அணிய வில்லை. டாக்டரைப் பார்ப்பது அவ்வளவு முக்யமல்ல என்று நினைத்தாரோ என்னவோ? டாக்டரின் வெளி அறையில் ஒரு வயதான மனிதன் இருமிக்கொண்டிருந்தான். டாக்டர் உள்ளே ஒரு சிறுவனுடன் சிரித்துக் கொண்டிருந்தார். சிறிது நேரத்தில் மண்டையில் கட்டுடன் சிறுவன் வெளியே ஓடினான். இருமின மனிதனுக்கும் டாக்டர் மருந்து கொடுத்து அனுப்பினார்.

"என்னருமை என்ஜினீயரே! ஏது இத்தனை தூரம்? காணவில்லையே சில நாட்களாய்!"

"வேலை அதிகம்......... இவர்தான் என் பெரியப்பா."

"இல்லை, என் வாத்தியார்."

பெரியப்பா திடுக்கிட்டார்.

"விஷமக்கார சோமு என்று காதைத் திருகுவீர்களே சார்! மறந்து போச்சா?"

இரண்டாவது நிமிஷத்தில் பெரியப்பா பாகாய் உருகி விட்டார். அதன்பின் அவர் தான் வந்த காரியத்தைச் சொல்லவும், டாக்டர் அதைப் புரிந்துகொள்ளவும் அதிக நேரம் பிடிக்கவில்லை.

"நான் படித்த ஸ்கூலைக் கட்டுவதைத் தர்மம் என்று சொல்ல வேண்டாம். அது என் கடமை. நீங்கள் எவ்வளவு சேர்த்திருக்கிறீர்கள்?"

“அறுநூறு ரூபாய். செலவு ஐயாயிரம் ஆகும் என்கிறான் என் பிள்ளை”

“மீதியை நான் தருகிறேன் சார்! யுத்தத்தை விட்டவுடன் சர்க்கார் எனக்குக் கொடுத்த பணம் பாங்கில் இருக்கிறது......”

பெரியப்பா என்ன செய்வதென்று தெரியாமல் டாக்டரின் கையைப் பிடித்துக் கொண்டார்.

“....... ஆனால் ஒன்று.......” – டாக்டர்.

“என்ன? என்ன?” – பெரியப்பா.

“...... பணம் யார் கொடுத்தது என்று எவருக்கும் தெரியவேண்டாம்.”

அன்றிரவு முழுவதும் பெரியப்பா டாக்டரின் வீட்டைப் பற்றியும், டாக்டரைப்பற்றியுமே பேசிக்கொண்டிருந்தார். அவருடைய அப்பாவையும் அம்மாவையும் பற்றிப் புகழ்ந்து தள்ளினார். அவருடைய அக்காவைப்பற்றி மறந்து விட்டார்.

“சோமு ஒரு மகான்டா! அவனுக்குக் குழுமணி மண்ணில் ஆசை இருக்கிறது. அந்த விசுவாசம் மறையாது. அவர்களை இந்த ஊரைவிட்டு எல்லாரும் துரத்தினதைக் கூட மறந்துவிட்டானே.”

எங்கிருந்தோ பெரியப்பாவுக்கு உற்சாகம் பிறந்து விட்டது. பழைய காலம் போலவே எதைப் பற்றியெல்லாமோ பேசிக் கொண்டிருந்தார். பெரியப்பாவின் பேச்சுக்கிடையில் பெரியம்மாவின் இருமல் சப்தம் கேட்டது. சில நாட்களாகவே அவள் இரும ஆரம்பித்து விட்டாள். பெரியப்பாவுக்கு அதைக் கேட்கக் கேட்க நெஞ்சில் என்னமோ போல் இருந்தது.

“சோமுவைக் கூப்பிட்டு அவளுக்கு வைத்தியம் செய்ய வேண்டும்” என்றார் உறங்கும் முன்.

அடுத்த பத்து நாட்களில் பள்ளியை சரிப்படுத்தி விட்டேன். இடிந்த கூரையை அப்புறப்படுத்தி, புதுச்சுவர்கள் கட்டி, ஓடு வேய்ந்த கூரையைப்போட்டேன். மீண்டும் தார்சுக்கூரை போடவேண்டுமானால் நாள் பிடிக்கும். டாக்டரின் பணமும் விரயமாகும். ஒரு வருடத்தில் அழிய வேண்டிய பள்ளிக்கு ஓட்டுக் கூரை போதாதா? கட்டிடம் குறைவான செலவால்

கட்டப்பட்டாலும், பிரகாசமாக இருந்தது. பதினொன்றாம் நாள் பள்ளி தொடங்கியது. குழந்தைகளின் சிரிப்பு ஓட்டுக் கூரையில் எதிரொலித்தது. பெரியப்பா மறந்துபோன கிண்டலான பேச்சை மீண்டும் கையாண்டார். திண்ணையிலிருந்து அவர் கரும்பலகையில் எழுதுவது தெரிந்தது. கோட்டை சரிப்படுத்திக் கொண்டு போர்டில் எழுதினார். கோட்டு எங்கிருந்து வந்ததா? பெரியப்பா வைக்கேளுங்கள். புதுக்கட்டிடத்தில் வகுப்பு நடத்தும் முதல் நாள் முக்கியமானதல்லவா?

அன்று இரவு டாக்டர் பெரியம்மாவைப் பார்க்க வந்திருந்தார்.

"வயதுடன் ஆஸ்த்மாவும் சேர்ந்திருக்கிறது. கவலைக்கு இடமில்லை. ஆரோக்யமான ஆகாரம் கொடுங்கள். உடம்புக்கு சக்தி வேண்டும்."– டாக்டர்.

டாக்டருடன் வெளியில் கிளம்பினேன். வீட்டிலிருந்து காலை வெளியில் வைத்ததும், புதுப் பள்ளியின் தோற்றம். சிவப்பான ஓட்டுக் கூரை நிலவை ஆசையுடன் உறிஞ்சிக் கொண்டிருந்தது. அதே ஓடுகள் நாட்கள் ஆனால் மழையிலும் காற்றிலும் கறுத்துப்போய் நிலவை வெறுக்கின்றன அல்லவா? டாக்டர் பள்ளியை ஒரு நிமிஷம் விறைத்துப் பார்த்தார். அடுத்த கணம் என் கையை இழுத்துக்கொண்டு நடக்கலானார்.

"டாக்டர்! ஒரே ஒரு கேள்வி கேட்பேன், அதற்குப் பதில் சொல்ல முடியுமா?"

"தாராளமாக."

"நீங்கள் எதற்காக அவ்வளவு பணத்தை அளித்தீர்கள்? உங்களுக்கோ இன்னும் ஓராண்டில் எல்லாம் அழிந்துவிடும் என்று தெரியுமே."

"தத்துவம் என்று போலி பேசுகிறார்களே, அவர்கள் தான் சாவு நிச்சயம் என்பதற்காக வாழக்கூடாது என்பார்கள். குழுமணி அடுத்த ஆண்டு அழிந்தால் இந்த ஆண்டு பள்ளி கட்டக்கூடாதா? சூரியனோ சந்திரனே தன்னுடைய திசையை என்றும் மாற்றலாம். அப்பொழுது உலகம் அழிந்துவிடும். அதற்காக நம்முடைய வாழ்க்கையை இன்றே அழித்துவிடலாமா?"

"டாக்டர்………."

"வாழ்வும் அழிவும். வாழ்வின் எல்லையிலே அழிவு இருக்கிறது. அந்த எல்லையை வகுத்தபின் நாம் வாழ்வைத் தீர்மானிக்க முடியாது. வாழும் ஒவ்வொரு நிமிஷமும் நாம் என்றும் வாழ்பவர் என்று ஆனந்தித்தால்தான் வாழ்வு பிறக்கும் ஏதோ பேசுகிறேன், மன்னிக்கவும்." அப்பொழுது நம்முடைய பாசமும், பந்தமும் என்னாவது?"

"பாசமும் பந்தமும் நம்மை ஒரு குறிப்பிட்ட காலத்தோடு பிணைக்கின்றன. அறிவுதான் நம்மைக் காலத்துக்கு அப்பால் எடுத்துச் செல்லும்."

டாக்டரை அவருடைய வீட்டில் விட்டுவிட்டுத் திரும்பினேன். டாக்டர் எனக்கு விளங்காத புதிராக இருந்தார். அவருடைய காரியங்கள் எல்லாம் உணர்ச்சியில் பிறந்தது போலத் தோன்றுகின்றன. அவருடைய என்னுடைய அறிவுக்கு அப்பால் நின்றது.

11

அடுத்தநாள் இரவு. நிலவொளியில் மரத்தின் நிழல் பள்ளியின் சுவரில் விழுந்து கொண்டிருந்தது. இலைகள் அசைய அசைய நிழலும் அசைந்து, விதவிதமான உருவங்களை அடைந்தது. கோவிலிலிருந்து பஜனை சப்தம் கேட்கிறது. அறம் புதிதாக ஒரு பாட்டை ஆரம்பித்திருக்கிறார். திண்ணையிலிருந்து தெருக்கோடிவரை தெரிகிறது. ஆட்களைக் காணவில்லை. கிராமம் அடங்கிவிட்டது. எங்கிருந்தோ திசையிலிருந்து பிச்சைக்காரனின் குரல் கேட்கிறது. உற்றுக் கேட்டால் வயலில் நாய் குரைக்கும் சப்தமும் மென்மையாக அடிக்கும் காற்று கொண்டு வருவது தெரிகிறது.

எங்கள் வீட்டு வரிசையிலேயே எட்டாவது வீட்டிலிருந்து ஒரு உருவம் தெருவில் இறங்குகிறது. உருவம் இறங்குவதைக் கவனித்தேன். அதன்பின் கவனம் பள்ளியின் சுவர்மேல் ஆடும் நிழல் நாட்டியத்தின்மேல் சென்றது. அவ்வுருவம் என்னெதிரில் வந்து நின்றதை நான் முதலில் கவனிக்கவில்லை.

"ஸார்!"

"யாரது?"

'நான்தான் சிவராமகிருஷ்ணன்."

உருவம் சரியாகத் தெரிய ஆரம்பித்தது. அகண்ட மடிப்பற்ற முகம். மயிரற்ற சொட்டைத்தலை பள பளவென்று இருந்தது. குட்டையான தடித்த சரீரம். சட்டையற்ற உடல், வயிற்றில் இரண்டு மூன்று மடிப்புகளை வெளிப்படுத்தினது.

"வாருங்கள். உட்காருங்களேன்."

சிவராமகிருஷ்ணன் என் அருகில் அமர்ந்தார். நடந்து வேகமாக வந்த பெருமூச்சு இன்னும் அடங்கவில்லை அவருக்கு.

"உங்களிடம் ஒரு உதவிக்கு வந்திருக்கிறேன். உங்களால் முடியுமென்று நினைக்கிறேன்."

"சொல்லுங்கள். முடிகிறதா பார்க்கலாம்."

"உங்களுக்குக் கலெக்டரை நன்றாகத் தெரியுமல்லவா?"

"ஏதோ தெரியும்."

"அப்படிச் சொல்லக்கூடாது. உங்களுக்கு நன்றாகத் தெரியும்."

"............................"

"கட்டாயமாகச் செய்வேன் என்று சொல்லுங்கள்."

" உங்கள் காரியத்தை சீக்கிரம் சொன்னால் நல்லது."

"என் கேஸை நான் ஜெயித்துவிட்டேன். நேற்றுதான் கோர்ட்டில் தீர்ப்பு ஆயிற்று. இன்றுதான் நான் குழுமணி வந்தேன்..."

"கேஸ் ஜெயித்ததில் சந்தோஷம்."

நூறு ஏக்கர் நிலம் எனக்குச் சொந்தமாகிறது. ஆனால் என்ன பிரயோஜனம்? அதை விற்கமுடியாது. தடை இருக்கிறதே."

"பூமியிலிருந்து விளைச்சல் இருந்தால் போதாதா? அதை ஏன் விற்கவேண்டும்?"

"எல்லாம் தெரிந்துகொண்டு இப்படிப் பேசுகிறீர்களே எத்தனை வருஷமாக நான் கோர்ட் ஏறி இறங்குகிறேன், எத்தனை கடன்?..."

மௌனம்.

"......... நீங்கள் மனது வைத்தால் எங்கள் குடும்பத்தையே உயர்த்தமுடியும். உங்கள் தாத்தா திவானாக நன்மை செய்தார்...... என்னுடையது மற்ற எல்லாருடைய தையும்போல் அல்ல. கலெக்டர் என்னுடைய நிலத்தை விற்கப் பெர்மிஷன் கொடுத்துவிடுவார். நீங்கள் மனது வைக்கவேண்டும்......

"என்னால் இது ஆகாத காரியம். ஒரு சட்டம் எல்லாருக்கும் சமமானது......"

சிவராமகிருஷ்ணன் விக்கத் தொடங்கிவிட்டார்.

"என்னுடைய முழுக்கதையும் உங்களுக்குத் தெரிந்தது. நீங்கள் இரக்கப்பட வேண்டும்."

"நான் வருத்தப்படுகிறேன். என்னால் முடியாது. போய் வாருங்கள்.'

"உங்கள் பெரியப்பா என்னிடம் ஐந்து ஏக்கர் வாங்குகிறேன் என்றார்."

"என் அப்பாவே வாங்கத் துணிந்தாலும் என்னால் முடியாது. போய் வாருங்கள்."

சிவராமகிருஷ்ணன் நிலவில் மெதுவாக நடந்து போனது தெரிந்தது.

ஜனங்களின் பயம் அதிகமாக ஆக, நிலச்சட்டத்தை மீறுவதற்கு எத்தனையோ முயற்சிகள். வக்கீல்களின் உதவியால் சட்டத்தை கோர்ட்டில் கொண்டுபோய் ரத்துசெய்து விடலாம் என்று நினைத்தார்கள். அதற்காகவே நிலச் சொந்தக்காரர்கள் எல்லோரும் கூடி ஏதோ சங்கம் அமைத்தார்கள். ஆனால் கோர்ட், நிலச்சட்டம் சட்ட விரோதமானது அல்ல என்றும், மிகவும் நன்மைபயக்கும் சட்டம் என்றும் தீர்ப்பளித்தது. அத்துடன் சங்கம் மறைந்தது. வக்கீல்கள் தனிப்பட்டவர்களுக்கு ஆலோசனை சொன்னார்கள். உள்ளூர் பஞ்சாயத்துக்கு லஞ்சம் கொடுத்து பத்திரங்களைச் சட்டத் தேதிக்கு முன்னால் நடந்ததாக ஜோடனை செய்து காட்டினார்கள். பத்திரத்தை வெளியூரில் தாக்கல் செய்தனர் சிலர். வெளியூரில் சட்டம் செல்லாது. ஆனால் நிலம் முழுவதும் சட்டபூர்வமாக மாற்றப்பட வேண்டுமானால் உள்ளூர் பஞ்சாயத்தின் அனுமதியும் வேண்டும். அந்த அனுமதியை சட்டம் ஒழிந்த பின் வாங்கிவிடலாம் என்ற நம்பிக்கை. தடைச் சட்டம் அணை முடிந்தால் ரத்து ஆகிவிடுமே! இன்னும் சில தைரிய வான்கள் பத்திரமில்லாமலே நிலத்தை விலைக்கு வாங்கினர். அணை முடிந்து சட்டம் ரத்தானால் வேண்டிய நகல்களைத்

தாக்கீது செய்யலாம் என்ற ஒப்பந்தம். கொடுத்த பணம் ஜாக்கிரதையாக இருக்கவேண்டும் என்று கடன் பத்திரத்தை சிலர் வாங்கிக்கொண்டார்கள். சட்டம் ரத்தானால் நிலத்தின் உரிமை மாற்றப்படும். கடன் பத்திரமும் கிழிக்கப் படும். காசைக் கொடுத்து சட்ட நிபுணர்களை விலைக்கு வாங்கிவிட முடியாதா? குழுமணியிலேயே சில வக்கீல்கள் தாற்காலிகமாகக் குடியேறி இருந்ததை நான் கவனித்தேன். இத்தனை முயற்சிகளுக்கு நடுவில் அதிகாரிகளை லஞ்சம் கொடுத்து வசப்படுத்துவது அதிகமானது. சட்டத்துடன் போட்ட சண்டை தோற்கத் தோற்க லஞ்சம் கொடுத்துக் காரியத்தைச் சாதிக்கலாம் என்ற நம்பிக்கை வலுத்தது. பஞ்சாயத்தில் அழுதுகொண்டு வேலைசெய்த குமாஸ்தாக்கள் நல்ல சட்டைத் துணிகளை அணிந்து சென்றார்கள். டவாலிப் பியூன்கள் கையில் பணம் புரண்டது. நகரத்தில் இருந்த கலெக்டர் ஆபீஸுக்குக் கிராமத்திலிருந்து சில ஜனங்கள் தினமும் போய்வந்தபடி இருந்தார்கள்.

அரசாங்கத்திற்கு ஜனங்கள் சட்டத்தை மீறி நடத்தும் சில காரியங்கள் தெரியாமல் போகவில்லை.

“சட்டத்திற்கு வெளியே எத்தனை அட்டூழியம் நடக்கிறது கவனித்தீர்களா?” என்றேன் ஒருநாள் கலெக்டரிடம்.

“கவனிக்காமல் போகவில்லை. எல்லாம் தெரிகிறது. ஆட்சி என்றால் இவற்றை எதிர்பார்க்கவேண்டும். சில சமயம் போகட்டும் என்று விட்டுவிடவேண்டும். எல்லாவற்றையும் நம்மால் கட்டுப்படுத்த முடியாது. எனக்குக் கவலை தருவது லஞ்ச விஷயமும், பத்திரத்தைப் பொய்த் தேதியுடன் மாற்றுவதும்தான். மற்ற விஷயங்கள் பொதுவாக ஜனங்களைச் சேர்ந்தது. அடுத்த மாதம் மந்திரி அறிவிப்பு செய்த பிறகு, நிலம் அரசாங்கத்தினுடையது ஆகிறது. எவன் போதிய பத்திரங்களுடன் வருகிறானோ அவனுக்குக் காம்பென்சேஷன் கிடைக்கும். நிலத்தின் மார்க்கெட் விலை சட்டத்தால் கட்டுப்படுத்தப் பட்டிருக்கிறது. ஜனங்கள் அவர்களுக்குள் பணத்தைக் கொடுத்து மாற்றிக்கொண்டால் அது அவர்கள் பொறுப்பு” என்றார் கலெக்டர்

“நீங்கள் மிகவும் கெட்டிக்காரர்.”

"அரசாங்கத்தில் பிழைக்க வேண்டுமே" என்று கலெக்டர் சிரித்தார்.

நிலப்ரச்னையே மிகப் பெரிய பிரச்னையாக இருந்தது. அதை விட்டால் குடியானவர் பிரச்னை. மேக்கூர் அணை ஆரம்பித்தவுடனே அவர்கள் பாதிக்குமேல் அங்கே ஓடி விட்டார்கள். அதிகமாகக் கிடைத்த கூலி அவர்களை நிலத்திலிருந்து விரட்டியது. பொன்குன்றின் மேற்புறம் புது நகரம் தயாராகிக் கொண்டிருந்தது. ஸ்பெஷல் கூட்ஸ் ட்ரெயின்கள் மரத்தையும் சிமெண்ட்டையும் வாரி வாரி எடுத்துச் சென்றன. ராயர் கவனிக்கவில்லையா, அந்த கூட்ஸ் வண்டிகள்தான். நூறு நூறு வீடுகளாக விட்டு விட்டு ஐம்பது ஊர்கள் உருவாகிக் கொண்டிருந்தன. அரசாங்கம் அதற்குமேல் ஜனங்களை எதிர்பார்க்கவில்லை. அப்படி அதிகமானால் ஆட்களுக்குத் தகுந்தபடி இன்னும் ஊர்கள் கட்டலாம் என்று திட்டம். தச்சர்களும், போயர்களும், கருமான்களும் வேலைக்காக அங்கு ஓடிக்கொண்டிருந்தார்கள். கிராமங்களில் சில்லறை வேலைகள் செய்ய போயர்களும், தச்சர்களும் கிடைப்பது துர்லபமாயிற்று. எங்கள் பெரியப்பாவின் பள்ளியை சில ஊழியர்களுக்கு விடுமுறை அளித்து அங்கு அனுப்பிதான் கட்ட முடிந்தது. இம்மாதிரி வேலையாட்கள் ஆயிரக்கணக்கில் தேவையிருந்தால் எங்கிருந்தோ கங்காணிகள் முளைத்து விடுகிறார்கள். கோர்ட்டுக்கு ஓடுபவர்களுடன் கங்காணிகளும், கான்ட்ராக்டர்களும் இருந்தனர். மர வியாபாரம் செய்தவர்களுக்குக் கொள்ளை லாபம். சிமென்ட் வியாபாரிகளும் அப்படித்தான். நியாய விலையில் சிமென்ட், கள்ள மார்க்கெட்டில் சிமென்ட், திருடி விற்ற விலை குறைந்த சிமென்ட் – அப்படியாக எத்தனையோ ரகங்கள்! திட்டம் என்றால் காகிதப் பூச்சு என்று எண்ணுகிறோமே. அது மக்கள் வாழ்வில் எப்படி ஊடுருவி எத்தனை வித மாறுதல்களை மனித வாழ்க்கையில் உண்டாக்குகிறது!

சிவராமகிருஷ்ணனைப் பற்றி ஆரம்பித்து எங்கோ சென்றுவிட்டேனே! வாழ்க்கையிலே மனிதன் ஏதாவது ஒன்றுக்காக உயிரை விடவேண்டியிருக்கிறது. பித்தம் பிடித்த சிலர் 'கலை' 'எழுத்து' என்று தங்கள் வாழ்நாளைச் செலவழிக்கிறார்கள். பெரும்பான்மையோருக்கு அவரவர்

செய்யும் தொழிலிலேயே வாழ்வு விரயமாகி விடுகிறது. குடியையும், கூத்தியையும் கட்டிக்கொண்டு அழுபவர்களும் இருக்கிறார்கள். சிவராமன் கோர்ட் கேஸிலேயே தனது வாழ்நாளை இன்றுவரை அழித்திருக்கிறார். சிறு வயதில் மற்றவர்கள் அவரவர் தொழில் புரிந்துகொண்டிருந்தபோது, சிவராமன் கோர்ட்டில் உட்கார்ந்து வக்கீலும் ஜட்ஜும் சொல்வதைக் கேட்டுக்கொண்டிருந்தார். தினசரிப் பத்திரிகைகளில் அவர் முதலில் படிப்பது கோர்ட் கேஸ்கள். எந்தக் கேஸைப் பற்றிக் கேட்டாலும் கருக்காகச் சொல்லி விடுவார். என்ன தீர்ப்பு என்பதை முன்கூட்டிச் சொல்வதில் அவருக்குப் பரம சந்தோஷம். வேறு ஏதாவது நகரத்திலோ, நாட்டிலோ பிறந்திருந்தால் அவர் ஒருவேளை சட்டப்புலி ஆகியிருக்கலாம். ஆனால் குழுமணியில் தன் தந்தைக்கு ஒரே மகனாகப் பிறந்து விட்டதால் அவருடைய சட்ட ஞானம் வளரவில்லை. அவரால் முடிந்தவரை கேஸ் ஞானம் வளர்ந்தது. விளையாட்டுப்போல ஆரம்பித்தது. ஒரு நிலைக்கப்பால் சிவராமனாலேயே அதிலிருந்து தப்ப முடியவில்லை. அவர் அரைமனிதனாக வாழ்ந்தார், அவருடைய கேஸ்களுக்கு நடுவில். அவற்றை விட்டிருந்தால் கால் மனிதனாகியிருக்கலாம்.

சிவராமனின் தந்தை கொஞ்சம் சொத்துடையவர், சொத்தைச் சிவராமன் அடைந்தார். சோற்றைப் பற்றிக் கவலையில்லை. சிறு வயதிலேயே கல்யாணமும் ஆகி விட்டது.

மெது மெதுவாக எட்டுக் குழந்தைகளுக்குத் தகப்பன் ஆகிவிட்டார். குழந்தைகள் பிறந்தால் என்ன? சாப்பாட்டிற்கோ அப்பா விட்டுப்போன பிதுரரார்ஜிதச் சொத்து இருக்கிறது. சமைப்பதற்கும், துணி துவைப்பதற்கும் பதுமை போன்ற மனைவி இருக்கிறாள். மேக்கூர் கோர்ட்டுக்குப் போகலாமா? அல்லது நகரத்துக்குப் போய் பெரிய கொலைக்கேஸைக் கவனிக்கலாமா?

சிவராமன் திண்ணையில் அமர்ந்திருக்கிறார். அவரைச் சுற்றி சிலர் மௌனமாக இருக்கிறார்கள்.

"நீலமலைக் கொலையில் ஜஸ்டிஸ் நீலுவுடைய தீர்ப்பைப் படித்தீரா?"

“இல்லை.”

“ஜட்ஜ்னா அவன்தான் ஜட்ஜ். என்னமா எழுதி யிருக்கிறான் படியும்..... அந்தக் கேஸிலே டிபென்ஸ் ரொம்ப மோசமாக ஆர்க்யூ பண்ணினான். பிராசிகியூஷன் பிரமாதம்......”

“...............”

“வக்கீல் ப்ராட்டைத் தெரியுமா? அவரிடம் எந்த, கேஸ் வந்தாலும் ஜெயம். குற்றவாளி போலிஸிலே போய் கன்பெஸ் பண்ணியிருந்தாலும் அவனை விடுதலை செய்து விடுவார். திறமை என்றால் அதுதான்காணும் திறமை.”

சிவராமன், பேச்சில் தன்னை மறந்து விடுகிறார். அது சில பேராசிரியர்கள் கவிதையைப் பற்றி விவரிக்கும்போது தங்களை மறந்து விடுகிறார்களே, அந்த வகையைச் சார்ந்தது.

மற்றவர்களுடைய கேஸை அனுபவித்துப் படித்தவர் தன்னுடைய கேஸையே கவனிக்கும்படி வந்தது. கேஸ் எப்படி ஆரம்பித்தது என்று சரியாகத் தெரியவில்லை. சொத்து விஷயமான கேஸ் யாரோ தாயாதிவிட்டுப்போனது. அதில் அவருக்கும் உரிமை உண்டு என்று ஒரு வக்கீல் சொன்னார். சிவராமனுக்குக் குழந்தைகள் அதிகமாகவே, சொத்து கொஞ்சம் அதிகமானால் தேவலை என்ற ஆசை உதித்தது. ஒருவேளை குழந்தைகளே இல்லாமல் இருந்தாலும் அவர் கேஸில் இறங்கியிருக்கலாம். கலைக்காகக் கலை என்றிருந்தால் கேஸுக்காகக் கேஸ் என்று இருக்கக் கூடாதா? ஒருமுறை அதில் இறங்கினபிறகு பின்வாங்க முடியவில்லை. பின்வாங்கினால், கிராமத்தில் மானத்தோடு வாழமுடியாது. கோர்ட்டையும் அவமதித்ததாகிவிடும். கடைசியில் சிவராமன் கேஸைப்பிடித்தது போக, கேஸ் சிவராமனைப் பிடித்துவிட்டது. சொத்து விஷயமான கேஸ்களில்தான் எத்தனை குழப்பம்! அதிலும் சில கேஸ்கள் எத்தனை வருடங்கள் இழுத்தடிக்கப்படுகின்றன! சிவராமனின் கேஸ் பனிரெண்டு வருடம் ஓடினது.

முதல் இரண்டு ஆண்டுகள் சிவராமன் உற்சாகமாக இருந்தார். அதற்கப்புறம் கஷ்டமாகப் போய்விட்டது. அவருடைய சொத்தை வக்கீல்கள் தின்ன ஆரம்பித்தார்கள். புதிதாக நகல்கள், பத்திரங்கள் கிடைக்கின்றனவென்று நகரத்திற்கும்

கிராமத்திற்கும் ஓடினார். ஓடினது தான் மிச்சம். குழந்தைகள் வளர்ந்துவிட்டார்கள். அவர்களைப் படிக்கவைக்கப் பணம் போதவில்லை. "எல்லாம் கேஸ் ஜெயித்தால்தான்" என்றார். குழந்தைகளுக்கும் கேஸ் ஜுரம் பிடிக்கிறது. சிவராமனின் பையன் கிராமத்துச் சிறுவர்களுடன் பேசிக்கொண்டிருக்கிறான். "எவனோ ஒருவன் எங்கப்பா அறுவடை ஆனதும் சட்டை வாங்கித்தருவார்" என்கிறான்.

"எங்கப்பாவும் கேஸ் ஜெயித்தால் வாங்கித்தருவார்" என்கிறான் சிவராமனின் பையன். மீதிச் சிறுவர்கள் சிரிக்கிறார்கள். அவனுக்கு ஏன் என்று விளங்குவதில்லை.

சிவராமனின் நம்பிக்கை குறையக் குறைய வக்கீல்கள் அதிக செலவில் அமர்த்தப்படுகிறார்கள்! வக்கீலின்மேல் நம்பிக்கை குறையக் குறைய ஜோசியன் சாப்பிடுகிறான். முதலில் உள்ளூர் ஜோசியன். அவன் ரேகையைப் பார்த்து நிச்சயம் ஜெயித்துவிடும் என்கிறான்.

"எப்பொழுது?"

'இந்த வருஷம் அல்லது அடுத்தது.'

ஆண்டு ஓடிவிட்டது. ரேகை ஜோசியன் அதனுடன். ஜாதகக்காரன். அதன்பின் மைபோட்டுப் பார்க்கிறார். எல்லாரும் 'ஜெயம்' என்கிறார்கள். ஆனால் ஜெயம் ஆண்டாண்டாகத் தள்ளிக்கொண்டே போகிறது.

சிவராமன் கடனும் வாங்க ஆரம்பித்தார். 'சொத்து வந்தால் கடனை கடனை அடைத்துவிடலாம்' என்றது அவர் மனம். ஆனால் வருமா?' என்ற கேள்வி அவர்முன் எழுகிறது. 'வரும். நிச்சயமாக வரும். ஜோசியன் சொல்கிறானே.' சிவராமன், ஒன்று திண்ணையில் கட்டுகளைப் பிரித்துப் படித்துக்கொண்டிருக்கிறார், அல்லது கட்டுகளைக் கையில் எடுத்துக்கொண்டு கோர்ட்டை நோக்கி ஓட்டமும் நடையுமாகப் போகிறார்.

இதற்கிடையில் அவருடைய முதல் இரண்டு பிள்ளைகள் வீட்டைவிட்டு ஒன்றும் பிடிக்காமல் ஓடிவிட்டார்கள். சிவராமன் அவர்களுக்காகக் கவலைப்படவில்லை. "சோறு

வேண்டுமானால் வரட்டும்" என்றார். அவர்கள் சிவராமனின் சோற்றைக் கடைசிவரை நாடவில்லை.

கடைசியில் சிவராமன் கேஸை ஜெயித்துவிட்டார். பனிரெண்டுவருடப் போராட்டத்தில் அடைந்த வெற்றி மகிழ்ச்சியைக் கொடுக்குமா? நூறு ஏக்கர் நிலத்திற்கு அவர் சொந்தமாகிறார். கனவா, நினைவா என்று பார்ப்பதற்கு அவர் தன்னைக் கிள்ளிப் பார்த்துக்கொண்டிருக்க வேண்டும். அவருடைய வெற்றியை அபகரிப்பதுபோல நிலச்சட்டம் விற்பனையைத் தடை செய்கிறது. பைத்தியம் பிடித்துவிடும் போன்ற நிலையில் இருந்தவர் என்னிடம் வந்ததில் ஆச்சரியம் இல்லை. ஏதோ சொத்தை நம்பி வாழ்வையே பணயம் வைத்தார். சொத்து கிட்டிவிட்டது. அச்சொத்தும் கைக்குக் கிட்டாததுபோல் தோன்றியது. அவருடைய குழந்தைகளின் படிப்பும் பாழாகிவிட்டது.

பஜனை முடிந்து பெரியப்பா அறம்வளர்த்தானுடன் வீடு வந்தார்.

"பெரியப்பா! சிவராமன் கேஸை ஜெயித்துவிட்டார், தெரியுமா?"

"தெரியும்."

"அவர் உங்களிடம் ஐந்து ஏக்கர் விலைக்கு வாங்கும்படி பேசினாரா?"

"இப்பொழுது ஒன்றும் பேசவில்லை. ரொம்ப நாளாக எனக்கும் அவருக்கும் ஒப்பந்தம். பத்து வருஷமிருக்கும். கேஸ் ஜெயித்தால் குறைந்த விலைக்கு ஐந்து ஏக்கர் தருவதாகச் சொன்னார்."

"இனிமேல் அது முடியாது. ஏன்?"

"சட்டம் இருக்கிறதே."

"உன் சட்டத்தை உடைப்பில்போடு. அவர் எனக்கு நிலம் கொடுக்கிறார், என்னால் முடிந்தபடி பணம் கொடுக்கிறேன். எனக்குப் பத்திரம் ஒன்றும் வேண்டாம். உன் சட்டம் எங்களை என்ன செய்ய முடியும்?"

"அறம்! நீங்கள் அவருக்குச் சரியான வார்த்தை கூறுங்கள். அது சட்டவிரோதமானது."

அறம் சிறிது மௌனமாக இருந்தார்.

இளைஞன் என்ற துடிப்பில் பேசுகிறீர்கள். நான் சொல்வதை நீங்கள் கொஞ்சம் கேட்க வேண்டும். சட்டம் நியாயத்துக்கு உட்பட்டு இருக்கவேண்டும். அப்படியிருந்தால் சட்டத்தை மீறுவது தவறாகும். சட்டமே அநியாயமாக இருந்தால் அதை எதிர்ப்பது நமது கடமை.....

"நிலச்சட்டம் அநியாயமானது என்கிறீரா?"

ஆமாம். நிலத்தை வாங்குவதும் விற்பதும் குடியானவனின் உரிமை. அதை யார் தடைசெய்யலாம்?"

அறத்தின் பேச்சு என்னை ஆச்சரியத்தில் ஆழ்த்தியது. அவருடைய பக்தியையும், நெறியையும் கீறிக் கீழே பார்த்தால், அங்கு நில ஆசை தெரிகிறது. பரம்பரையாக வேளாண்மை செய்தவர் அல்லவா?

மீண்டும் தொடர்ந்து, "அரசாங்கம் குழுமணியையும் மற்றும் பல கிராமங்களையும் நீரில் ஆழ்த்திவிடலாம் என்று சூது செய்கிறது. அதையும் உயிர் போகும்வரை எதிர்க்க வேண்டும். அவர்கள் அந்த பாபச்செயலை செய்துவிடுகிறார்களா என்று பார்த்துவிடலாம்" என்றார்.

அறத்தின் நிலபந்தம் அவரைப் போர்க்கோலத்தில் இறக்குகிறது என்று ஏதோ சொல்லியது.

அறம் போனவுடன் பெரியப்பாவிடம் "சிவராமன் பணம் இல்லாமல் நிலத்தைக் கொடுக்கமாட்டார், தெரியுமா? என்னிடமிருந்து நீங்கள் ஒன்றும் எதிர்பார்க்கக்கூடாது' என்றேன்.

"தெரியும். எனக்கு அந்த நிலம் வேண்டாம்" என்றார் பெரியப்பா, என் முகத்தைப் பார்க்காமல்.

12

வதந்திகள் எப்படிப் பரவுகின்றன! மேக்கூரில் அணை ஆரம்பமான முதல் மாதம் ஜனங்கள் ஆனந்தத்தில் ஆழ்ந்தார்கள். குழுமணிக்கு நல்லகாலம் வந்துவிட்டது என்று குதித்தார்கள். அச்சந்தோஷம் அடங்குவதற்குள் அவர்களை அறியாமல் ஏதோ பயம் கௌவ ஆரம்பித்தது. பயத்தை வளர்க்க பயமே போதும். வேறு ஒன்றும் வேண்டாம். முதலில் உண்டான பயத்தை வாய்க்கால் கட்டியது, அடக்கியது. அது இரண்டு மாதங்கள் இருந்திருக்கலாம். ஜனங்கள் கூடுகிறார்கள். அவர்களுக்கு நடுவில் யாரோ ஒருவன் "குழுமணியை ஆழ்த்திவிடுவார்களா?" என்று கேட்கிறான். மற்றவர்கள் சிரிக்கின்றனர். ஜனங்கள் அப்பேச்சை விட்டு ஓடப்பார்க்கிறார்கள். "குழுமணியையாவது ஆழ்த்துவதாவது?" என்று வீரப்பேச்சு கிளம்புகிறது. அது அடுத்த படலம். அவ்வீரப்பேச்சின் அடிப்படை அவநம்பிக்கை. ஒருவேளை ஆழ்த்திவிடுவார்களா? என்று உள் மனத்தில் ஐயம் உண்டாகிறது. அடுத்த வளர்ச்சி 'ஆழ்த்துவார் களா? மாட்டார்களா?' என்று விவாதம். கிராமத்தில் இரண்டு கட்சி. ஆழ்த்தமாட்டார்கள் என்பது ஒன்று. ஆழ்த்திவிடுவார்கள் என்பது எதிர்கட்சி. ஆழ்த்தமாட்டார்கள் என்ற கட்சியில் உள்ளவர்கள் ஆழ்த்தக்கூடாது என்ற எண்ணத்தை உடையவர்கள். ஆழ்த்தக்கூடாது என்று அவர்கள் வேண்டியதால் ஆழ்த்தமாட்டார்கள் என்பதற்கு சான்றுகளைத் தேடினர். ஆழ்த்திவிடுவார்கள் என்ற கட்சியைச் சேர்ந்தவர்களின் மனப்போக்கை அறிவது கடினமாக இருந்தது. கிராமம் அழியவேண்டும் என்று அவர்கள் விரும்பவில்லை. ஆனாலும்

உலகில் என்றைக்கும் எதுவும் மோசமாகவே போகும் என்று நினைக்கும் சிலர் இருக்கிறார்கள். அவர்களை எதிர்க்கட்சியில் காணலாம். மேக்கூர் அணையில் பிழைத்தவர்கள் (கங்காணிகள், வியாபாரிகள் முதலியோர்) எதிர்க்கட்சியில் தென்பட்டனர். ஆழாது என்ற கட்சியில் நிலச் சொந்தக்காரர்களும் மற்றும் பல குழுமணி சுகவாசிகளும் இருந்தனர். பெரியப்பா அக்கட்சியைச் சேர்ந்தவர். மீசைக்காரன் போன்றவர்கள் கூட்டம் போட ஆரம்பித்தார்கள். சுவரில் எழுதத் தொடங்கினார்கள். மெது மெதுவாக விவாதத்தின் வேகம் குறைந்தது. பயம் மக்களின் உள்ளத்தில் குடிபுகுந்தது. வதந்திகள் எங்கும் பரவின. ராமசாமி சாஸ்திரியின் பேரன் கலெக்டர் ஆபீஸிலிருந்து ரகசியமான செய்தி கொண்டு வந்தான். "கிராமத்தை ஆழ்த்திவிடுவது நிச்சயம். ஆனால் எப்பொழுது என்று தெரியாது" என்றான். அவன் அச்செய்தியைச் சொன்னவுடன் சாஸ்திரிகள் பெருமையில் அரை அடி உயர்ந்தார். தன் பேரன் இவ்வளவு ரகசியமான காரியங்களை ஆபீஸில் செய்கிறான் என்ற பூரிப்பு அவருக்கு. பயத்தில் ஆழ்ந்த கிராமம், வேண்டாத எண்ணங்களைச் சிந்தனை செய்ய ஆரம்பித்தது.

"எனக்குத் தெரியும். அடுத்த மாதம் நதியில் ஆழ்த்தி விடுவார்கள்" என்றான் ஒருவன்.

"நான் கனவுகண்டேன். பிரளயம்போல நீர் வருகிறது. நம்முடைய வீடுகள் நீரில் மிதக்கின்றன" என்றான் வேறு ஒருவன்.

"அடுத்த வருஷம் இருக்கலாம். மேக்கூர் தாசில்தார் சொன்னார்." – மற்றொருவன்.

எங்கோ பழைய தென்னைமரம் தானாகச் சாய்கிறது. அழிவுக்கு அது அறிகுறி என்று வியாக்யானம் செய்தார் ஒரு பக்தர். பல்லி கிழக்கே கொட்டுகிறது, ஆந்தை வடக்கே அலறுகிறது, மாடு மடி வற்றிவிட்டது. எல்லாம் அழிவுக்கு அத்தாட்சி. மனித உள்ளம் எவ்வளவு சீக்கிரம் நம்பிக்கையில் உயருகிறதோ அதைவிட வேகமாக அவநம்பிக்கையில் சரிந்துவிடுகிறது.

வதந்திகளுக்கு நடுவில் கிராமம் காலியாகியது. முதலில் கிராமத்தை விட்டுப்போவது என்றால் அவமானச் செயலாக

இருந்தது. அணையினால் அல்ல. என் பையன் நகரத்துக்கு வா என்கிறான்' என்ற சாக்கு. மாதங்கள் ஓட ஓட சாக்கு சொல்லத் தேவையில்லாமல் போனது. அண்ணா! நான் போகிறேன். அடிக்கடி வந்துகொண்டிருப்பேன்' என்று சாமிநாதன் சொல்லவில்லையா? ராயர் ஸ்டேஷனிலிருந்து ஜனங்கள் கூட்டம் கூட்டமாகப் போவதைப் பார்த்தார். அவருடைய ரயில் அனுபவம் அவரைக் கைவிடவில்லை.

வதந்திகள் ஆரம்பித்தவுடன் வி நாயகர் கோவிலில் கூட்டம் கொஞ்சம் அதிகமானது. வதந்தி பயமானவுடன் ஓட்டம் அதிகமானது. கோவிலில் ஜனக்கூட்டம் குறைந்தது. பயம் இன்னும் அதிகமானவுடன் மீண்டும் கூட்டம் அதிகமானது. சாஸ்திரிகள் பெரியப்பாவிடம் ஜனங்களுக்கு பக்தி திரும்புகிறது" என்று சொல்லி சந்தோஷப்பட்டார். சாஸ்திரிகளுக்கு வரும்படி அதிக மானது. பத்திரமாகக் காசுகளை மடியில் சொருகி வைத்துக் கொண்டார். ஆனால் கடைசி மூன்று மாதங்களில் நிலைமை மிகவும் மோசமாகிவிட்டது. பாதிக்குமேல் ஊர் காலி. ஊரில் இருந்தவர்களும் ஏதோ சாபத்தின் சோதனையில் வாழ்பவர்போல் வாழ்ந்தார்கள். அச்சாப வாழ்வில் கடவுள் துணைபுரிய முடியும் என்ற நம்பிக்கை கூட அழிந்துவிட்டது. இரவில் பெரியப்பாவின் பஜனை கோவிலிலிருந்து வந்தது. அதில் அறத்தின் குரல்கேட்டது. தினம் ஐந்துமுறை கோவிலின் மணி அடித்தது.

சுவரில் எழுதுவது அதிகமானது. முன்பு ஒரே வரி சில சுவர்களில் காணப்பட்டது. அவை கையால் எழுதப்பட்டிருந்தன. எப்பொழுது விதவிதமான வரிகள். அவற்றில் பல அச்சிட்டதுபோலத் தெரிந்தன. தகரத்தில் வெட்டப்பட்டிருந்தன. அந்தத் தகரத்தின்மேல் தாரைப் பூசினால் சுவரில் எழுத்து பதிகிறது. அம்மாதிரி அச்சுகள் ஒரு குறிப்பிட்ட கிராமத்தைக் குறிப்பிடவில்லை. ஒன்று எங்கள் மண் எங்கள் வாழ்வு. அதை ஆழ்த்தாதே' என்றிருந்தது. 'நாங்கள் வாழ எங்களுக்கு உரிமை உண்டு' என்றது மற்றது. அம்மாதிரி அச்சுகள் பல கிராமங்களுக்காகச் செய்யப்பட்டன என்பது புலனாயிற்று. ஒன்றுசேர்ந்த ஒரு கூட்டம் பண உதவியினால் அப்படிச் செய்கிறது என்றும் விளங்கியது. ஆழ்ந்துபோவது குழுமணியுடன் எத்தனையோ கிராமங்கள்

அவையெல்லாம் ஒன்றுசேர்வது போலத் தோன்றியது. அடுத்த கிராமங்களிலிருந்து மக்களும் தலைவர்களும் குழுமணிக்கு வந்தனர். அதைப்போலவே குழுமணி ஆட்களும் அடுத்த கிராமங்களுக்குப்போக ஆரம்பித்தனர். பெரிய கூட்டங்கள் நடக்க ஆரம்பித்தன. ஒருவிதத்தில், சூன்யமடைந்த குழுமணிக்கு ஒரு வாழ்வை அளித்தன அம்மாதிரிக் கூட்டங்கள். அக்கூட்டங்களில் எதிர் கட்சியின் கொடிகள் தென்பட்டன. அதன் தலைவர்களும், சட்டசபை அங்கத்தினர்களும் இங்கும் அங்கும் ஓடலாயினர். ஆயிரக்கணக்கான துண்டுக் கடிதாசுகளும் ஜனங்களிடம் கொடுக்கப்பட்டன. துண்டுக் கடிதாசுகள் பொதுவாக, ஆளும் கட்சி ஜனங்களை வஞ்சனை செய்து நீரில் ஆழ்த்தப்பார்க்கிறது என்றும், எல்லா கிராமங்களும் ஒன்றுசேர்ந்து அச்சதியை ஒழிக்கவேண்டும் என்றும் சொல்லின. மக்களின் வாழும் நிலம் அவர்களின் உயிர் என்றும், அதைப் பறிப்பதோ ஆழ்த்துவதோ மிகப் பாதகமான செயல் என்றும் சில கூவின.

பொதுவாகக் கூட்டங்களில் மீசைக்காரனை நான் பார்த்தேன். அவற்றில் அவ்வளவு அக்கறை எடுத்துக்கொள்ளவில்லை. சில சமயம் மீசைக்காரன் என்னையும் அரசாங்கத்தின் கையாள் என்று கண்டித்ததாகவும் தெரிந்தது. அதனால் சற்று ஜாக்கிரதையாகவே நடக்கலானேன். அன்று வேலை முடியக் கொஞ்சம் தாமதம் ஆகிவிட்டது. இருட்டிவிட்டது. வழியிலே வெட்டவெளியில் பெரிய கூட்டம். வழக்கமான மேஜை, அதைச் சுற்றி விளக்குகள். மேஜையின் தலைப்பில் ஒரு புது ஆசாமி அமர்ந்திருந்தார். அவர்தான் எல்லாக் கிராமங்களின் எதிர்ப்பு நடவடிக்கைகளுக்கும் தலைமை தாங்குகிறார் என்று அறிந்தேன். அவர் சட்டசபை அங்கத்தினர். அவருக்கு வலதுபுறம் மீசைக்காரன் தலையைக் குனிந்து எதையோ படித்தவாறு இருந்தான். இடது பக்கம் உட்கார்ந்திருந்தது யார் என்று பல முறை கண்களைத் துடைத்துக்கொண்டு பார்த்தேன். சந்தேகமே கிடையாது. அது அறம்வளர்த்தான் தான்! அறத்தின் மனது எந்தத் திசையில் போனது என்று நானறிவேன். ஆனால் அவர் இப்படிக் கிளம்பினது எனக்கு ஆச்சரியமாக இருந்தது, அறத்தின் அருகில் ஒரு சேரில் ராம சுப்பன் அமர்ந்து இருந்தார். அவர் இருந்ததில் ஆச்சரியமில்லை. அவர் ஏன் தாமதப்படுத்தினார் என்பதுதான் ஆச்சரியம்.

க. சுப்ரமணியன்

அவருடன் வேறு யார் யார் இருக்கிறார்கள் என்று தேடினேன். ஏறக்குறைய எல்லா நிலச் சொந்தக்காரர்களும் இருந்தார்கள். நிலச்சட்டம் வந்தபோது அவ்வெதிர்ப்பில் இருந்த ஒற்றுமை மீண்டும் நிலவியது அவர்களுக்கு இடையில்.

தலைவர் பேச ஆரம்பித்தார். அவருடைய பேச்சில் துண்டுக் கடிதங்களில் இருந்ததைவிடப் பொருளோ செறிவோ இருக்கவில்லை. அவர் பேச்சை முடிக்குமுன் கூறினது என்னுடைய கவனத்தைக் கவர்ந்தது.

"............ எனக்கு மிக்க மகிழ்ச்சி தருவது நம்மிடையே திரு அறம்வளர்த்தான் இருப்பதுதான். அவர் பெரிய புலவர். சிறந்த பக்தர். தன் வாழ்நாளை வேளாண்மைத் தொழிலில் கழிக்கலாம் என்று தன்னுடைய பேராசிரியத் தொழிலையெல்லாம் விட்டு வந்தார். ஆனால் அரசாங்கம் அவருடைய ஆசையில் மண்ணைப்போடப் பார்க்கிறது. அவர் மனம் நொந்து நம் கட்சியில் சேர்ந்து அரசாங்கத்துக்கு சவால் விடுகிறார்" என்றார். ஜனங்கள் கூச்சலுடன் ஒருமனதாகக் கைதட்டி அதை ஆமோதித்தனர். அறம் மரியாதையுடன் நின்று அதை ஏற்றுக்கொண்டார். கூட்டம் என்றால் அவர் அறியாததல்லவே!

அறம் பேச ஆரம்பித்தார். அவருடைய வாக்குவன்மை எங்கிருந்தோ மீண்டுவிட்டது. அறம் போன்றவர்களை அறிவது அவ்வளவு கடினமல்ல. அறத்தின் அறிவு அதிக ஆழமோ, உயரமோ செல்லக்கூடியது அல்ல. அவர் போன்றவர்களின் மனப்போக்கு ஏதாவது அறியமுடியாத ஒன்றுடன் போராடவேண்டும். அப்போராட்டத்திற்கு வேண்டிய முழுத்திறமை அவர்களிடம் கிடையாது. அவருடைய 'பகுத்தறிவு' அம்மாதிரி உண்டானது. பகுத்தறிவுடன் அவரால் வாழ முடியவில்லை. அவருடைய 'தன்மை' ஒரு காரணம். அவர் தன்மையைத்தான் மிக முக்கியமாகக் கருதினார். தன்மையைவிட முக்கியமானது அவருடைய மனோ பலவீனம். டாக்டரைப் போன்ற வயிரம் வாய்ந்த மனமல்ல அவருடையது. தனது மகன் இறந்ததும் அவருடைய மனம் ஒடிந்தது. அவர் தெய்வத்தை நாடினார். தெய்வத்தைவிட அவரைக் கிராமத்தில் ஆழ்த்தினது அவர் தனது தந்தைக்கு செய்த துரோகத்தை நிவர்த்தி செய்ய வேண்டும் என்ற ஆசை. அந்த ஆசையில்

நில ஆசையும் ஆழ்ந்திருந்தது. அவருடைய ஆசை ஓரளவு பூர்த்தியாகிக் கொண்டிருந்தது. அவ்வாழ்வில் பெரிய தடையை அரசாங்கம் போட முயன்றது. மீண்டும் மனமொடிந்த அறம் போர்க்கோலத்தில் இறங்கிவிட்டார்.

அறம் பேசிக்கொண்டிருந்தார் "... ... சகோதரர்களே! நாம் அரசாங்கத்திடம் மாளிகை கேட்கவில்லை. பாலும் தேனும் கேட்கவில்லை. எங்களுடைய நிலம், எங்கள் மூதாதையருடைய நிலம். அதில் எங்களை உழைக்க விடுங்கள் என்று கேட்கிறோம்.... ஒரு...... ஒரு ஆங்கில ஆசிரியர் ஒரு நாவலில் ஒரு கதா நாயகனைச் சொல்ல வைக்கிறார். அதை நான் உங்களுக்காகச் சொல்கிறேன். கதாநாயகன் தன் பூமியிலிருந்து ஒரு பிடி மண்ணை எடுத்துக் கொண்டு 'இது வாழத் தகுதியுள்ளது, இது சண்டையிட்டுக் காப்பாற்றத் தகுதியுள்ளது, இதற்காக நாம் சாகத்தகுதியுள்ளது' என்கிறான். நம்முடைய குழுமணி மண்ணும் அதில் தாழ்ந்த தல்ல" என்று பிரசங்கத்தை முடித்தார். மக்கள் அசைய வில்லை. ஓரிருவர் கண்களில் நீர் சொரித்தனர். அறத்தின் மனம் எப்படி மாறினாலும் அவருடைய நாக்கு அவரை உயர்த்திவிடும்.

கூட்டம் கலைவதற்குள் நகர்ந்துவிடலாம் என்று வேகமாகப் போனேன். டாக்டரின் உருவம் என்னைப் பின் தொடர்வது தெரிந்தது.

"டாக்டர்! அறத்தின் வக்காலத்தைக் கேட்டீரா?"

"வாக்குவன்மை படைத்தவர். சந்தேகமில்லை."

"அவருடைய கதைதான் உங்களுக்குத் தெரியுமே. அவருடைய புது மாறுதலைப்பற்றி என்ன சொல்ல?"

"அன்றே சொல்லவில்லையா, அவர் உணர்ச்சி வேறு, அறிவு வேறு என்று சரியாக அறிந்து கொள்ளவில்லை என்று. இம்மாறுதலில் வியப்பில்லை."

"ஆனால் டாக்டர்! நீங்களே சொல்லுங்கள். மண்ணின் மேல் ஆசை என்பது உண்மையானதும் அழியாததும் தானே."

"ஒரு விதத்தில் உண்மையானது. அழியாதது என்று சொல்லமாட்டேன்."

"........................"

க. சுப்ரமணியன்

ஏழாண்டுகளுக்கு முன் குழுமணியில் காலரா வியாதி வந்ததே, உங்களுக்குத் தெரியுமா? இப்பொழுது நிலத்தின் மேல் ஆசை என்று கூட்டம் போடுகிறார்களே, அவர்கள் நிலத்தை விட்டு எங்கு மறைந்தார்கள்? கிராமத்திலே உங்கள் பெரியப்பா இருந்தார். ராமசாமி சாஸ்திரி கோவிலில் மணி அடித்துக் கொண்டிருந்தார். திக்கற்ற குடியானவர்கள் கிராமத்தில் கிடந்தார்கள். ராமசுப்பனும் அவருடைய நண்பர்களும் இருந்த இடம் தெரிய வில்லையே!"

டாக்டர் சொன்னவுடன் ஞாபகத்துக்கு வருகிறது. ஏழாண்டுகளுக்கு முன் திடீரென்று காலரா கிளம்பிவிட்டது. முதலில் யாரோ ஒருவர் இருவர் காய்ச்சலாய் விழுந்தார்கள். வாயிலெடுப்பு, பேதி, இரண்டாம் அல்லது மூன்றாம் நாள் சாவு. ஒரு வாரத்தில் கிராமம் முழுவதும் பரவிவிட்டது. தினமும் பத்து இருபது என்று ஜனங்கள் சாக ஆரம்பித்தார்கள். அரசாங்கம் தடுப்புக் காரியங்கள் எடுப்பதற்குள் நூற்றைம்பது ஆட்கள் இறந்திருக்கலாம். அரசாங்கம் வருவதற்குள் டாக்டர் தன்னுடைய செலவில் மருந்தை வரவழைத்து பல ஜனங்களுக்கு இஞ்சக்ஷன் செய்தார். நோயாளிகளின் வீட்டிற்குச் சென்று முடிந்தவரை காப்பாற்றினார். வடக்குத் தெரு டாக்டரை வரவேற்றது. மேலத் தெருவில் டாக்டர் விபசாரியின் தம்பி' என்று ஒதுக்கப்பட்டதால் இறந்தவர் பலர். பயத்தில் கிராமத்திலிருந்து ஜனங்கள் ஓடினார்கள். டாக்டரும் அரசாங்கமும் ஓடாதீர்கள். வியாதி மற்ற இடத்துக்கும் பரவி விடும்' என்று கெஞ்சியது யாருடைய காதிலும் விழவில்லை. செல்வம் படைத்த அத்தனை ஆட்களும் ஓடிவிட்டார்கள். அப்பொழுது நான் என் அப்பாவுடன் இருந்தேன். என் அப்பாவுக்கும் அம்மாவுக்கும் பெரியப்பா குழுமணியில் காலராவுக்கு நடுவில் இருப்பது மிகப் பயமாக இருந்தது. அவருக்குக் கடிதம் எழுதினார்கள். தந்திகள் பல கொடுத்தார்கள். பெரியப்பா எதற்கும் மசியவில்லை. காலரா என்னையும் அவளையும் ஒன்றும் செய்யாது' என்று பதில் எழுதினார். பல கடிதங்களுக்குப் பதிலே போடவில்லை. எல்லாம் முடிந்த பிறகு 'பேடித்தனமாகக் குழுமணியை விட என்னால் முடியாது' என்று அப்பாவிடம் சொல்லிச் சிரித்தார். அவருடன் ராமசாமி சாஸ்திரி இருந்ததும் எனக்குத் தெரியும்.

"டாக்டர்! நீங்கள் மிகவும் பொல்லாதவர்" என்றேன் மீண்டும் பேச்சை ஆரம்பித்து.

"பொல்லாத்தனம் என்ன இருக்கிறது? நீங்களே சொல்லுங்கள். என் கண்ணெதிரில் மக்கள் கொசுக்களைப் போல் இறந்தார்கள். அவர்களைக் காப்பது எனது கடமை. அவர்களை விட்டு ஓடினபோது அந்தக் குழுமணியின் பாசம், நிலத்தின் பந்தம் எங்கே போயிற்று? இன்னொன்று சொல்லட்டுமா? என்னுடன் நெருங்கிப் பழகின ஓரிரு நண்பர்கள் சிலரும் இறந்தார்கள். அவர்களுக்கு நான் முன் கூட்டியே பாதுகாப்பு எடுத்திருந்தேன். அது போதவில்லை. முதல் நாள் என்னுடன் சந்தோஷமாகப் பேசி வீடு சென்ற வர்கள் மூன்றாம் நாள் மடிந்தார்கள். என் மருத்துவம் ஒன்றும் செய்ய முடியவில்லை.......

"............................."

"........... கஷ்டகாலத்தில் ஓடினார்கள். அவர்களுடைய நிலத்தைக் காலரா கொல்லாது என்ற தைரியம் அவர்களுக்கு இருந்தது. நிலத்திற்கு ஆபத்து வந்தால் குழு மணியை சாட்சியாகக் கூப்பிடுகிறார்கள்."

டாக்டரை அவர் வீட்டில் விட்டுவிட்டு வீடு சென்றேன். கோவிலிலிருந்து பஜனை சப்தம் வந்தது. அறத்தின் குரலைக் கேட்காமல் எப்படியோ இருந்தது. அதன் பிறகு பல நாட்கள் அறத்தை பஜனையில் காணவில்லை. அவர் வெளியூர்களிலும் கிராமத்தைப் பாதுகாக்கும் விஷயமாகப் பிரசங்கம் செய்கிறார் என்று தெரிந்தது. அறத்தின் பிரசங்கம் தினப் பத்திரிகைகளில் வர ஆரம்பித்தது. குழுமணி பற்றிய செய்தி தினப்பத்திரிகையில் வரத்தொடங்கியது. அது உள்ளூர் பிரச்னையாக இருந்தது போக, மாகாண பிரச்னை ஆகி விட்டது. 'அரசாங்கம் நூறு கிராமங்களுக்கு மேல் நீரில் ஆழ்த்தத் துணிந்தது நியாயமா?' என்ற கேள்வி பெரிய எழுத்தில் போடப்பட்டது. பல பத்திரிகைகளில் அதை எதிர்த்தும் ஆமோதித்தும் கடிதங்கள் பிரசுரமாயின. அரசியல் கட்சிகள் விஷயத்தை அலச ஆரம்பித்தன. பகுத் தறிவுக் கட்சி 'நாட்டின் நலனுக்கு சில கிராமங்கள் போனால் நல்லது' என்றது. நிலக்கட்சி 'எங்களுடைய செல்வாக்கைக் குறைக்க ஆளும் கட்சியின் சூழ்ச்சி' என்றது.

தொழிலாளர் கட்சி 'குடியானவர்களுக்கு வேறு இடத்தில் நிலம் கொடுத்துவிட்டு கிராமத்தை ஆழ்த்தவும்' என்றது. சில தனிப்பட்டவர்கள் "சில சமயங்களில் செய்யலாம், சில சமயங்களில் கூடாது. ஆனால் அரசாங்கம் முழுச் செய்திகளையும் திட்டமாகக் கொடுக்கவில்லையே" என்றனர். ஆளும் கட்சியைச் சேர்ந்தவர்கள் ஒன்றும் பேசவில்லை. கட்சிகள் பேச ஆரம்பித்தவுடன் மந்திரி 'இனிமேல் தாமதிக்க முடியாது. சீக்கிரத்திலேயே அறிவித்து விடவேண்டும்' என்று தனக்குள் சொல்லிக் கொண்டார். அதற்குத் தயாராக அவர் முதல் மந்திரி எழுதிய புத்தகத்திலிருந்து வாக்கியங்களை மனப்பாடம் செய்யலானார்.

13

பெரியம்மாவின் உடம்பு திடீரென்று மோசமாகி விட்டது. நான் குழுமணிக்கு வந்ததிலிருந்தே அவள் பாயும் படுக்கையுமாக இருந்தாள். ஏதோ பலவீனம் என்று பெரியப்பா சும்மா விட்டிருந்தார். கொஞ்சம் இருமஆரம் பித்ததும் டாக்டர் சோமு அவளைக் கவனிக்க ஆரம்பித்தார். பெரியப்பாவுக்கு எதிரில் அவர் "ஒன்றுமில்லை. பலவீனம், வயது" என்று சொன்னாலும் என்னிடம் தனியாக "பெரியம்மாவுக்கு உடம்பு ஆடிவிட்டது. இனிமேல் பிழைப்பது அரிது" என்று சொல்லிவிட்டார். "சிறு வயதில் உடம்பை அநியாயமாகக் கவனிக்காமல் கஷ்டப்படுத்தி யிருக்க வேண்டும்" என்றும் கூறினார்.

'சிறு வயதில் உடம்பை அநியாயமாகக் கவனிக்காமல் கஷ்டப்படுத்தியிருக்க வேண்டும்!' எனக்கு நினைவு தெரிந்து பெரியம்மா காய்ச்சலாக விழுந்தது கிடையாது. பெரியப்பா அவளுக்குக் காலணா மருந்துக்காகச் செலவழித்தது கிடையாது. கிராமம் முழுவதும் சாவு நாட்டியமாடிய காலரா கூட அவளைத் தொட முடியவில்லை.

நாற்பத்தைந்து வருஷங்களுக்கு முன்னால் குழுமணியில் அவ்வீட்டில் அவள் கால் வைத்தாள். திவானின் வீட்டில் வாழ்க்கைப்பட்ட அவளை எல்லோரும் 'அதிர்ஷ்டக்காரி' என்றனர். அவளுக்கு வயது பத்தோ பதினொன்றோ அப்பொழுது. என் பாட்டி கொடியவள் என்றல்ல. ஆனால் அவள் தன்னுடைய நாட்டுப்பெண் எந்த விதத்திலும் குறையக்கூடாது என்ற ஆர்வம் படைத்தவள். அதிலும் முதல்

நாட்டுப் பெண்! பெரியம்மா இராப் பகலாக உழைத்தாள். பெரிய குடும்பம். என் பெரியப்பா, அப்பா, அவர்களின் சகோதரர் நான்கு பேர், இரண்டு தங்கைகள், பெரிய தாத்தாவின் பையன்கள் மூன்று பேர். ஊரோடு இருக்கும் உறவினர் ஒன்றிரண்டு. வீடே எப்பொழுதும் திருவிழாவாக இருக்கும். பாட்டியும் பெரியம்மாவும் தான் அத்தனை காரியமும். பாட்டியைப் பேச்சுக்காகச் சேர்க்கலாம். பாட்டி தவறி விட்டாள். பாரம் பெரியம்மாளின் தலையில் விழுந்தது. வீட்டில் கடன் ஏறியது. சொத்து விஷயமான பூசலில் நிலம் விற்கப்பட்டது. உறவினர்கள் எங்கோ மறைந்தனர். பெரியப்பா கிராம வாத்தியாராக வேலை பார்த்தார். அவருடைய சம்பளத்தில் ஏழு உயிர்கள் வாழவேண்டி வந்தது. பெரியம்மா அந்த வாழ்வுக்குத் தூணாக இருந்தாள். அக்காலத்தில் கோபத்தில் பெரியப்பா அவளை அடிப்பதும் உண்டு என்று கேள்விப்பட்டிருக்கிறேன். நாளடைவில் அப்பழக்கம் ஒழிந்தது. வீட்டில் மீந்தது, திவானாக இருந்தார் பெரிய தாத்தா என்ற மதிப்பு ஒன்றுதான். அம்மாதிரி கஷ்டமான தசையில் என் அப்பாவை அவர் காலேஜ் படிப்புக்கு அனுப்பவேண்டும் என்று ஒரு காலால் நின்று அனுப்பினார். பெரியம்மாவின் நகைகள் அதில் ஒழிந்தன.

சகோதரர்கள் முன்னுக்கு வரவர பெரியப்பாவின் கஷ்டம் ஒழிய ஆரம்பித்தது. எல்லோரும் ஒருவர்பின் ஒரு வராகக் குழுமணியை விட்டனர். பெரியப்பா குழுமணியில் தனித்துவிட்டார். அவருடைய ஆசைதீர இழந்த நிலத்தை அவரால் வாங்க முடிந்தது. குடும்பம் முன்னேறுவதில் ஏதாவது காசு கொடுக்கப்பட்டதானால் அது பெரியம்மாவின் உடல் நலம்தான். உழைப்பிலேயே ஆழ்ந்த உடல் எவ்வளவு இடுங்கி விடுகிறது? பெரியம்மாவை நினைத்தால் குங்குமம் அணிந்த மஞ் சளடைந்த முகம் தோன்றுகிறது. அம்முகத்தில் சந்தோஷமோ துக்கமோ பேச்சுக்குக் கூடத் தெரிவதில்லை. சிலையின் முகம்போல இருக்கிறது.

உழைப்புதான் போதாது என்றால் அவளுக்குப் பிறந்த ஒரே மகனையும் ஆறு கொண்டுபோனது. சந்திரன் துடி துடிப்பான பையன். அவன் உயிரோடு இருந்தால் அதிகம் முன்னே றியிருப்பான் என்பதில் சந்தேகம் கிடையாது. பெரியப்பாவும்

பெரியம்மாவும் அவனை அதிக ஆசையாக வளர்த்தார்கள். ஆனால் சந்திரனின் துடிதுடிப்பு அவனை ஆற்றில் விட்டது. அவன் இறந்தபிறகு அவர்கள் பழைய ஆட்களாக இல்லை. பெரியம்மா பேசுவது குறைந்துவிட்டது. என்னைக் கண்டால் அவள் 'சந்திரனைப் பார்ப்பது போல இருக்கிறது' என்று சொல்லத் தவறியதே கிடையாது.

பெரியம்மா ஒவ்வொரு நாளாகத் தன்னுடைய முடிவை அடைந்ததை என் கண்களால் கண்டேன். என்றைக்கும் உட்கார்ந்து கூட அறியாதவள் படுக்கை வசமானாள். படுக்கையில் முதலில் பேச்சு இருந்தது. அதன்பின் முனகல். முனகலற்றால் உறக்கம். முனகலுடன் இருமல் கிளம்பியது. உடம்பு கொதிக்க ஆரம்பித்தது. உணவு சென்று கொண்டிருந்தது நின்றது. நடு நடுவில் உளறல். உளறல் வந்தவுடன் தூக்கம் குறைய ஆரம்பித்தது. டாக்டர் அவளுக்குத் தூக்கம் வருவதற்காக இஞ்செக்ஷன் கொடுத்தார் பல இரவுகள்.

அன்று திடீரென்று அவளுடைய நிலை மிக மோசமாகி விட்டது. டாக்டர் நீண்ட நேரம் பரிசோதனை செய்துவிட்டு "இருதயத்துடிப்பு இன்னும் இருக்கிறது. ஆனால் அது இன்னும் எத்தனை மணி நேரம் இருக்கும் என்று சொல்ல முடியாது. நீங்கள் வேண்டியவருக்குத் தந்தி கொடுக்கலாம்" என்றார்.

பெரியப்பாவும் நானும் பெரியம்மா படிப்படியாக சாவின் கதவை அடைவதைப் பார்த்தோம். உடல் சலனமின்றி இருக்கிறது. ஒருவேளை இறந்திருக்கலாம். ஆனால் இன்னும் விழிகள் நிலைகொட்டவில்லை. உயிர் இருக்கிறது. நெஞ்சும், வயிறும் மேலும் கீழும் அசைகின்றன. பெரு மூச்சு வருகிறது. ஒருவேளை பிழைத்துவிடலாம். கையும் காலும் திடீரென்று அடித்துக் கொள்கின்றன. எங்கிருந்தோ சக்தி உண்டாகிறது. நிச்சயம் பிழைத்துவிடலாம். உடல் கொதிக்கிறது. இன்னும் உயிர் இருக்கிறது. ஐயோ! ஏன் திடீரென்று வேர்வை? அது நல்லதா கெட்டதா? உடல் குளிர்கிறது. அது வேர்வையால் இருக்கலாம். இல்லை, மிகவும் குளிர்ந்து விட்டது. சாவு அண்டிவிட்டதா?......... ஆமாம். வாய் பிளந்து பல் கெட்டியாகிவிட்டது. கண் விழியில் ஒளியைக் காணவில்லை. பெரியம்மா இறந்தே விட்டாள். உன்னைப்போல் தன்னையே

க. சுப்ரமணியன்

குடும்பத்துக்கு ஈந்த பெரியம்மா மறைந்துவிட்டாள். பரலீ! உன்னை மணலில் புதைத்துக்கொண்டு அழு.

பெரியம்மா இறந்தபோது மணி மூன்று இருக்கும். காலையிலேயே தந்தி கொடுத்ததால் என் தகப்பனாரும் அவருடைய மற்ற இரு சகோதரர்களும் தம்பதி சமேதராக வந்துவிட்டனர். இரண்டு சகோதரிகள் நாலரை மணி வரையில் வரவில்லை. அவர்களுக்காகக் காத்திருப்பதா அல்லது பெரியம்மாவைக் கொண்டுபோய் விடுவதா? என்ற கேள்வி வந்தது. தீர்மானமாகப் பெரியப்பா "வீடு கோவிலுக்கு அருகில் இருக்கிறது. ஐந்தரைமணிக்குப் பூஜை நடக்கவேண்டும். காலை வரை பிணத்தை வீட்டில் வைத்துக்கொள்ள முடியாது" என்று சொல்லிவிட்டார். வீதியிலே வறட்டி புகைந்து கொண்டிருந்தது. மூங்கிலும் கயிறும் கிடந்தன.

எங்கள் தாத்தாவின் சாவு அதே வீட்டில் நடந்தது. அப்பொழுது எனக்கு ஆறு வயது இருக்கலாம். என்னுடைய ஞாபகத்தில் முதல் சாவு அது. சாவு என்றால் விசேஷமாக ஏதாவது நடக்கும் என்று எதிர்பார்த்தேன். படுக்கையில் இருந்தவர் மெதுவாக மறைந்துவிட்டார். கூச்சல், சப்தம் என்ற மாதிரி ஒன்றும் கிளம்பவில்லை. கூச்சலும் அழுகையும் சாவுக்குப் பின் துவங்கின. ஆனால் ஊரே வீட்டில் கூடி விட்டது. பெரியப்பாவுடன் அழுதார்கள் சிலர்; பெரியம்மாவுடன் பலர். ஸ்மசானத்திற்கு ஊரே தொடர்ந்திருக்கலாம். அடுத்த நாள் தாத்தாவைக் காணாமல் இருந்தது கஷ்டமாக இருந்தது. அதைத் தவிர சாவைப்பற்றி அதிகமாக அறிய முடியவில்லை.

பெரியம்மாவின் சாவுக்கு ஆட்கள் வரவே இல்லை என்று சொல்லலாம். ஊரில் நான்கு பாட்டிகள். அவர்களில் ஒருத்தி சாமிநாதனின் அம்மா ஊரைவிட்டுப் போய் விட்டாள். மீதி மூவரும் வந்திருந்தார்கள். அவர்கள் என் அம்மாவுடன் அழுதார்கள். மனிதன் அழுதுதான் தீரவேண்டும். ஆனால் மற்றவருடன் சேர்ந்து அழுவதைக் காணமுடிவதில்லை. ஆண்கள் யாருமே வரவில்லை. பாடையைக் கொண்டு போவது எப்படி என்று நினைக்கலானோம். முன்பெல்லாம் அதற்காகவே ஆட்கள் ஓடிவருவார்கள். கடைசியில் முடிவு செய்து டாக்டரும் நானும் பின்புறமும், என் இரண்டு சித்தப்பாக்கள் முன்புறமும்

சுமந்து தூக்கிச்சென்றோம். பெரியப்பா புகையும் சட்டியைக் கையில் எடுத்துக்கொண்டு சாஸ்திரிகளுடன் முன்சென்றார். மௌனமாகச் சென்றோம்.

ஸ்மசானத்தில் காரியம் முடிவதற்குள் சாஸ்திரிகள் தனக்கு அவசர காரியம் இருக்கிறது, வருகிறேன் என்று கிளம்பிவிட்டார். சாயங்கால பூஜையாக இருக்கலாம் என்று பெரியப்பா விடை கொடுத்தார். சாஸ்திரிகள் ஸ்தூல சரீரத்துடன் அவருடைய சக்தியையும் மீறி வேகமாக ஓடினார்.

என் அப்பாவும் சித்தப்பாக்களும் பல வருஷங்கள் கழித்து குழுமணி வருகிறார்கள். என் அப்பா என்னிடம் "பெரியம்மா போனதுக்காக வருத்தப்படுவதா? அல்லது கிராமத்தின் நிலைக்காக அழுவதா? என்று தெரியவில்லை" என்று சொன்னார். அவர் என்னைப்போல அல்ல. சிறுவயதிலிருந்து கல்லூரிப்படிப்பு முடியும் வரை குழுமணி யிலேயே இருந்தவர். அவருடைய தொழில் அவரை வேறு இடத்திற்குக் கொண்டுசென்றது. நகரத்திலே வாழ்ந்தாலும் ஓய்வு நேரத்திலே நகரத்துக்கு அருகே உள்ளே கிராமங்களுக்குச் சென்று தனது குழந்தைப்பருவ நினைவுகளை மீண்டும் வரவழைத்துக் கொள்வார். தொழிலிலிருந்து ரிடையர் ஆனால், குழுமணியிலோ அதுபோன்ற கிராமத்திலோ குடியமர்ந்துவிட வேண்டும் என்ற கருத்தை உடையவர். குழுமணியிலே உள்ள ஒவ்வொரு கல்லுக்கும், மண்ணுக்கும், மரத்துக்கும் அவரால் அதைக் கூற முடியும். குழுமணியிலிருந்து ஆறு மைலில் இருந்த கல்லூரிக்கு அவர் நடந்துசென்றதை அவர் ஏக்கமாகச் சொல்லமுடியும். நடந்தது பணமில்லாத கொடுமையால். ஆனால் அனுபவித்த கொடுமையில் ஆனந்தம் காணமுடிகிறதல்லவா, காலம் கழிந்தால்?

என் தந்தையிடம் "குழுமணி இன்னும் ஒரு ஆண்டில் மூழ்கப்போகிறது. அவரை எப்படியாவது நம்மூருக்கு அழைத்துக்கொண்டு போங்கள்" என்றேன்.

"அப்படித்தான் செய்யவேண்டும்" என்றார் அப்பா. அடுத்த நாள் எல்லோரும் உள்ளே அமர்ந்திருந்தோம். பெரியம்மாவின் இருமல் சப்தம் கேட்காமல் எப்படியோ இருந்தது. பெரியப்பா இடுங்கிப்போய் மௌனமாக இருந்தார்.

க. சுப்ரமணியன்

“அண்ணா! எல்லாம் ஆனது ஆகிவிட்டது. இனிமேல் உங்கள் உத்தேசம் என்ன?” – அப்பா.

“.................” – பெரியப்பா.

“உங்களுக்கோ வயதாகிறது. உடம்பை ஜாக்ரதையாகப் பார்த்துக்கொள்ள வேண்டும். இங்கே தனியாக என்ன செய்ய முடியும்? எங்களுடன் வந்துவிடுங்கள் டௌனுக்கு, நான் ரிடையராகும்வரை. அதன்பின் இங்கே என்னுடன் வந்துவிடுங்கள்.”

“குழுமணியை எப்படிடா நான் விடறது?”

“நாங்கள் விடவில்லையா? அதுவும் இரண்டு மூன்று வருஷம் தானே!”

“நீங்கள் சிறுவயதிலேயே விட்டுவிட்டீர்கள். நான் வாழ்நாளையே கழித்திருக்கிறேன். என் வேர் ஆழமாக ஊன்றியிருக்கிறது..........”

“திரும்ப வந்துவிடலாமே.”

“எப்படி நம்பறது? என்னவெல்லாமோ பேசுகிறார்களே!”

அப்பாவின் முயற்சி பலிக்கவில்லை. இரண்டு வாரத்தில் அப்பாவும் மற்றோரும் ஊர் திரும்பினார்கள். அந்த இரண்டு வாரத்திற்குள் பெரியப்பா சாஸ்திரிகள் விஷயமாகச் செய்த காரியம் எங்களை பிரமிக்க வைத்தது.

14

தலைமுறை தலைமுறையாகப் புரோகிதம் செய்துவந்த குடும்பத்தைச் சேர்ந்தவர் சாஸ்திரிகள். அவருடைய தாத்தாவின் தாத்தா சரபோஜியின் சபையில் புரோகிதராக இருந்தார் என்ற பெருமை அக்குடும்பத்திற்கு உண்டு. ஜோசியத்தைப்பற்றி அவர் எழுதிய புத்தகத்தை சரபோஜி பிரசுரம் செய்தார். சாஸ்திரிகள் பழைய ஏட்டுப்ரதிகள் ஒன்றிரண்டை பொக்கிஷம்போலக் காத்துவந்தார். ராமசாமி சாஸ்திரிக்குத் தன்னுடைய தொழிலில் அவ்வளவு உற்சாகம் கிடையாது. ஆனால் தொழிலை சரியாகச் செய்யத் தவறினார் என்று யாரும் குறைகூற முடியாது. கோவிலுக்குப் பரம்பரையாக குருக்களாக இருந்துவந்தார்கள் அக்குடும்பத்தினர். ராமசாமிக்கு சிறுவயதில் புரோகிதத்தை விட்டு விட்டு ஏதாவது அரசாங்க உத்தியோகத்தில் சேர்ந்துவிட வேண்டும் என்ற ஆசை. அவருடன் படித்த அநேகம் நண்பர்கள் அப்படித்தான் செய்தார்கள். ராமசாமி ஒரே மகன். அவருடைய தந்தை நாராயணசாமி வேதத்தில் கரைகண்ட சீலர். அவர் கோவிலில் வேதகோஷம் செய்தால் மேலத்தெருவின் கோடியிலிருந்து கேட்கலாம். கேட்பவர் உள்ளம் போகமுடியாத சிகரத்தை அடைந்து விடும். நாராயணசாமி மகனைக் கெஞ்சிக் கூத்தாடி புரோகிதத்தையே ஏற்கும்படி செய்தார். 'நீ புரோகிதத்தை ஏற்காவிட்டால் அது குடும்பத்துக்கே அவமானம். நான் இன்றே பரலியில் விழுந்து உயிரை விடுகிறேன்' என்று சொல்லிவிட்டார். ராமசாமி சந்தர்ப்பவசத்தால் புரோகிதர் ஆனார். அதற்காகத் தனது கடமைகளை மறந்தார் என்று சொல்லமுடியாது. மழையானாலும் இடியானாலும் தினம் ஐந்து வேளை கோவிலில் பூஜை நடப்பதற்கு அத்தாட்சியாக

மணியோசையைக் கேட்கலாம். முதலில் பிடிக்காமல் கட்டாயத்துக்குக் கட்டுப்பட்டு செய்த காரியம் பழக்கமாகி விட்டது. அந்த அந்த பூஜை வேளையில் அவரையறியாமல் கால் இழுத்துச்சென்றது. ஓட்டமும் நடையுமாக அவர் செல்வதை எவரும் காணலாம்.

இருபது ஆண்டுகள் புரோகிதராக கிராமத்தில் கழித்தார். கோவில் குருக்களானதால் மானியமாக வருடச் செலவுக்கு நெல் வந்தது. கோவிலில் ஜனங்கள் அளித்த காணிக்கை. இவற்றைத்தவிர ஊரில் நடக்கும் கல்யாணம், பண்டிகை, சாவு இவைகளிலும் அவருக்கு வரும்படி. அவருடைய தேவைக்கு அதிகமாகவே வரும்படி வந்தது. அதனால் புரோகிதன் ஆனதைப்பற்றி அவர் வருந்த வேண்டியிருக்கவில்லை. பெரியப்பா கஷ்டப்பட்ட காலத்தில் பலதடவை சாஸ்திரிகள் நூறும் ஐம்பதும் கொடுத்து உதவினார். அதனால் பெரியப்பாவுக்கு அவர்மேல் அபிமானம் வெகுநாட்களாக. அது நன்றிசேர்ந்த அபிமானமாக இருந்தது.

அவர்களுக்குள் ஆழ்ந்த பந்தம் உண்டானது காலராவின்போது இருக்கலாம். ஊரே காலராவுக்குப் பயந்து ஓடியது. பெரியப்பா பின் தங்கிவிட்டார். ராமசாமி சாஸ்திரி களும் கிராமத்திலேயே இருந்தார். ஊர் குழுவதும் காலியானபோதும் விநாயகர் கோவில் மணி ஐந்துமுறை அடித்தது. தனியாக கிராமத்தில் உட்கார்ந்து அந்த மணியின் ஒலிக்காகக் காத்திருப்பதை பெரியப்பா சொல்லிக் கேட்கவேண்டும். அவர்களுக்குள் பந்தம் அப்பொழுதான் வந்திருக்கவேண்டும். அதற்கு முன்னாலும் இருக்கலாம். அதைப்பற்றி அவ்வளவாகக் கவலைப்படவேண்டாம். அவர்களுக்குள் பந்தம் இருந்தது என்பது பெரியம்மா இறந்த பிறகு நடந்த சம்பவத்தில் தெரிந்தது.

கிராமம் காலியாகக் காலியாக சாஸ்திரிகளின் வரும்படி குறைந்தது. கோவிலைவிட அவருக்கு வரும்படி கல்யாணம், பண்டிகை முதலியவைகளில். சில வருஷங்களாகவே கல்யாணம் நகரத்தில் நடக்க ஆரம்பித்தது. நகரத்தில் கல்யாணமானால் செலவு குறைவு என்று பேசிக்கொண்டார்கள். கல்யாண வரவு குறைந்தது. ஏதோ மாறுதலால் ஜனங்கள் புரோகிதருக்குக் காசு கொடுப்பது குறைந்து விட்டது பொதுவாக. நாஸ்திகப்

பிரசாரமாக இருக்கலாம். மக்களின் பேராசையாக இருக்கலாம், அல்லது அவர்களுடைய கவனமின்மையாக இருக்கலாம். இதற்கிடையில் சாஸ்திரிகள் தன் இரண்டாவது பெண்ணுக்குக் கல்யாணம் செய்துவைக்க வேண்டியதாயிற்று. அதில் அவருடைய கையில் இருந்த சேமிப்பு கரைந்தது. சாஸ்திரியின் முதல் பெண் நகரத்தில் வாழ்ந்தாள். அவள் பிள்ளை கலெக்டர் ஆபீஸில் வேலை பார்த்தான். ஆனாலும் அவர்களுடைய வரும்படி அவர்களுக்குச் சரியாக இருந்தது. அவள் சாஸ்திரிக்கு உதவி செய்ய முடியவில்லை. சாஸ்திரி அம்மாவுடன் கிராமத்தில் ஜீவனம் செய்துவந்தார்.

மேக்கூர் அணை ஆரம்பித்தபிறகு ஜனங்கள் கிராமத்தை விட்டு ஓட ஆரம்பித்தார்கள். சாஸ்திரிக்கு வெளிவரும்படி முழுவதும் நின்றது என்று சொல்லலாம். கோவில் வரும்படி ஒன்றுதான் இருந்தது. அவ்வரும்படியும் அலைபோல் ஏறி இறங்கிக் கொண்டிருந்தது. மூன்று மாதமாக பூஜ்யமாகி விட்டது. என்றைக்கும் ஸ்தூல சரீரத்தைப் படைத்த ராமசாமி இளைத்தமாதிரி தோன்றினார்.

பெரியம்மாவுக்குத் தகனக்கிரியைகள் முடிவதற்குள் மணி ஐந்துக்குமேல் ஆகிவிட்டது. ராமசாமி சாஸ்திரிகள் “போகவேண்டும் போக வேண்டும்” என்று அவசரப் பட்டார். பூஜைக்கு நேரமாகிறது என்று அவசரப்படுகிறார் என்று நினைத்தோம். பெரியப்பாவும் அவருக்கு விடை கெரடுத்தார். சாஸ்திரிகள் கோவிலுக்குச் சென்றார். பூஜையும் நடந்தது. ஆனால் அத்துடன் நிறுத்தவில்லை. நடந்த முழு விவரங்களும் இரண்டு வாரத்தில் தெரிந்தன.

பெரியம்மா இறந்த அடுத்த நாள் ‘கோவிலில் தங்க நகையைக் காணவில்லை’ என்ற பேச்சு ஆரம்பித்தது. இரண்டு பாட்டிகளில் ஒருத்தி கிளப்பினது அது. பயத்திலே ஆழ்ந்திருந்த ஜனங்களுக்கு அது பெரிய அபசகுனமான காரியமாகப்பட்டது. “சாமியின் நகை திருட்டுப்போனது. அழிவு நிச்சயம்” என்று தாழ்ந்த குரலில் பேசினார்கள். “கோவிலுக்கு யார் போகிறார்கள்? சாஸ்திரிகள்தான் திருடியிருக்க வேண்டும்” என்ற பேச்சும் கிளம்பியது. “அவர் எடுத்ததை என் கண்ணால் பார்த்தேன்” என்றான் ஒருவன். ராமசுப்பன் கோவில் டிரஸ்டிகளில் ஒருவர்.

அவர் கோவிலுக்குள் சென்று நகைகளைக் கணக்கெடுத்துப் பார்த்தார். நிஜமாகவே ஒரு தங்கநகை குறைந்தது.

"சாஸ்திரிகளே! ஒரு நகை குறைகிறது. சொல்கிறீர்?" – என்ன ராமசுப்பன்.

"எனக்குத் தெரியாது."

"எல்லாரும் நீர் எடுத்ததாகச் சொல்கிறார்கள். நகை இரண்டு நாளில் வராவிட்டால் போலீஸுக்கு ரிபோர்ட் கொடுப்பேன்.'

சாஸ்திரி பதில் பேசவில்லை.

இரண்டு நாள் முடிந்தது. நகை மீளவில்லை. கேஸ் போலீஸாரிடம் சென்றது. போலீஸ் புலன் விசாரித்து சாஸ்திரியிடம் குற்றப்பத்திரிகை கொடுத்தார்கள். '........... திரு சாஸ்திரியவர்கள்............ .... தேதி நகையைத் திருடினார் என்று கூறுவதற்கு சாட்சி இருக்கிறது. அவர் தான் குற்றவாளியல்ல என்று நிரூபிக்க முடியாவிட்டால் ஏன் செக்ஷன்................ படி தண்டிக்கப்படக்கூடாது என்று கேட்கப் படுகிறார்.' குற்றப்பத்திரிகையில் கண்ட நாள் என் பெரியம்மா மறைந்த நாள். அதில் சொல்லியிருந்த செக்ஷனின் படி தண்டனை ஒருவருடம் சிறைவாசம்.

முன்சீப் கோர்ட்டில் கேஸ் நடந்தது. கூட்டம் அதிகமாக இருக்கவில்லை. உள்ளூரிலே நடந்த முக்யமான கேஸைக் கேட்க சிவராமகிருஷ்ணன் கூட வராதது ஆச்சரியமாக இருந்தது.

போலீஸ் தரப்பு வக்கீல் ஊரில் புதிதாகக் குடியேறியிருந்தவரில் ஒருவர். சாஸ்திரியின் வக்கீலும் அப்படிப்பட்டவரே. குற்றப்பத்திரிகை வாசிக்கப்பட்டது. முதலில் ராமசுப்பன் சாட்சிக்கூண்டு ஏறினார்.

"நீங்கள் கோவில்நகை அத்தனையையும் கவனமாக எண்ணிக் கணக்கு எடுத்தீர்களா?"

"எடுத்தேன். சாஸ்திரியும் இருந்தார்."

"ஏதாவது நகை குறைவாக இருந்ததா?"

"ஒன்றே ஒன்று.

"அதன் விலை மதிப்பு?"

ஆயிரம் ரூபாய் இருக்கலாம்.

"அதை நீர் சாஸ்திரிகள் எடுத்திருக்க முடியும் என்று நம்புகிறீர்களா?"

ராமசுப்பன் மௌனம் சாதித்தார். அதற்குள் இந்தக் கேள்வியை முன் சீப் கேட்கத்தகாதது என்று சொல்லி விட்டார்.

அதற்கடுத்து சாஸ்திரியின் வக்கீல் ராமசுப்பனைச் சில கேள்விகள் கேட்டார்.

"உங்களுக்கு எத்தனை எத்தனை வருடமாக சாஸ்திரியைத் தெரியும்?"

"அவருடைய பால்ய வயதிலிருந்து."

"அவர் எத்தனை வருடமாகக் கோவிலில் வேலை பார்க்கிறார்?"

இருபது.

இதற்கு முன் அவர் ஒரு குண்டூசியையாவது எடுத்திருக்கிறார் என்று நீங்கள் கேட்டதுண்டா?

"இல்லை."

"மிக்க வந்தனம்."

அடுத்து வந்த சாட்சி ஒரு குடியானவன். போலீஸார் அவனை மிக முக்கிய சாட்சியாகக் கருதினர்.

"நீ சாஸ்திரியை...... தேதி எங்கே பார்த்தாய்?"

"கோவிலுக்கு வெளியே வந்து கொண்டிருந்தார்."

"நீ பார்த்ததை ஒரு தகவலையும் விடாமல் கோர்ட் டுக்குச் சொல்."

குடியானவன் தான் ஆறு மணிக்கு வயலிலிருந்து வந்து கொண்டிருந்தபோது அவரைப் பார்த்ததாகவும், அவர் கையில் ஏதோ மின்னியதாகவும், அவர் அவனைக் கண்டதும் மடியில் மறைத்துக் கொண்டதாகவும் சொன்னான். கோர்ட்டில் இருந்தவர்கள் சாஸ்திரியைப் பரிதாபமாகப் பார்த்தார்கள்.

க. சுப்ரமணியன் ● 197

சாஸ்திரியின் வக்கீல் குடியானவனை இரண்டு மூன்று கேள்விகள் கேட்டு விட்டுவிட்டார்.

"மின்னியது என்கிறாயே, அது நகை என்று எப்படித் தெரியும்?"

"என்னுடைய யூகம்."

"சாஸ்திரிகள் தனது மடியில்தான் எப்பொழுதும் காசு, வெற்றிலை, தட்சணை இவற்றை முடிந்துகொள்வது உனக்குத் தெரியுமா?"

"தெரியாது."

"வந்தனம்."

போலீஸ் வக்கீல் தனது கட்சியை ஒருங்குபடுத்திக் கூறினார். "சாஸ்திரிகளுக்கு வரும்படி மிகவும் குறைந்து போய் கஷ்ட தசையில் இருப்பதனால் அவர் திருடுவதற்குப் போதிய மனப்பான்மை உண்டாகியிருக்கலாம். அவர் நகையை எடுத்ததைக் கண்ணால் பார்த்த சாட்சி இருக்கிறான் என்ற சாராம்சம் அவருடைய கட்சி.

சாஸ்திரியின் வக்கீல் பேச ஆரம்பித்தார். அவர் ஒரே ஒரு சாட்சிதான் தனக்கு உண்டு என்று கூறினார். அந்த சாட்சி என் பெரியப்பா என்று அவருடைய பெயரைச் சொன்னவுடன் கோர்ட்டில் இருந்தவர் திடுக்கிட்டனர்.

பெரியப்பா கூண்டில் ஏறினார்.

"...... அன்று மூன்று மணிக்கு என் மனைவி இறந்து போனாள். நாலேகால் அல்லது நாலரை மணிக்குப் பிணம் கிளம்பியது. சாஸ்திரிகள் என்னுடன் வந்தார். கிரியை முடிய ஐந்தரை மணி ஆயிற்று. அது முடிந்தவுடன் சாஸ்திரி என்னுடன் வீட்டுக்கு வந்தார். இரவு வெகு நேரம் எங்களுடன் இருந்தார்...... என்றார்.

பெரியப்பா பேசும்போது சாஸ்திரி அவரையே பார்த்துக் கொண்டிருந்தார்.

பெரியப்பா முடித்ததும் சாஸ்திரியின் வக்கீல்

"அவநம்பிக்கையால் அபாண்டத்தை ஒருவர் மேல் போடக் கூடாது" என்றும், என்றும், "சாஸ்திரிகள் ஒரு பெரிய வைதிகக் குடும்பத்தில் பிறந்தவர்; அவர் பிறந்ததிலிருந்து ஒரு சிறு சாமானைக் கூடத் திருடாதவர்; ஏழ்மையால் தருமம் தவறி விடுவார் என்று சொல்வது மனிதனுடைய மனப் போக்கை அறியாத பேச்சு" என்றும் கூறி அமர்ந்தார்.

சாஸ்திரிகள் குற்றவாளியல்ல என்று தீர்ப்பளிக்கப் பட்டது.

பெரியப்பா பொய்சாட்சி சொன்னது என் மனத்தை சொல்லொணாதபடி நோக வைத்தது. ஐந்துமணிக்கு மேல் அவ்வளவு வேகமாக ஓடினாரே அவர்! அதுவும் பெரியம்மாவின் சாவு தினத்தன்று! அவரை ஏன் காப்பாற்றுகிறார் பெரியப்பா? என்று புதிராக இருந்தது.

அன்று இரவு ஆபீஸிலிருந்து வீட்டுக்குப்போக நேரமாயிற்று. இரவு பத்து மணிக்கு வீட்டை அடைந்தேன். இடைகழியில் ஏறினவுடன் கூடத்தில் பேச்சுக்குரல் கேட்டது. பெரியப்பாவும் சாஸ்திரியும்.

"அண்ணா! என் மானத்தையும் குடும்பத்தையும் காப்பாற்றினதற்கு நான் என்ன செய்ய?" சாஸ்திரி அழு குரலில் பேசினார்.

"சீ! சீ! நீ எங்கள் வீட்டு வாத்தியார். என் காலை நீ தொடக்கூடாது. நான்தான் உன் காலை அலம்பி மரியாதை செய்யவேண்டும்."

"அண்ணா! ஏதோ மனதில் தோன்றி மஹாபாபம் செய்து விட்டேன்"

"தவறு நடப்பது சகஜம். பெரிதாக நினைத்துக் கொள்ளாதே!"

மௌனம்.

"சாஸ்திரிவாள்! ஞாபகம் இருக்கா? காலராவில் ஊரே ஓடினதே. நீரும் நானும்தானே மிச்சம். உங்கள் பூஜையும் மணியும்தான் என்னைக் காப்பாற்றியது. ஊரைக் காப்பாற்றியது...."

"......................"

"இப்போதும் என்னவெல்லாமோ பேசறாளே! நீர் தான் எனக்குத் துணை. நான்தான் உங்களுக்கு."

"என்னால் முடிந்தது அண்ணா!"

மூன்றாம் பாகம்

காலத்தின் சின்னம் கட்டை. அது காலமற்ற நதியில் ஆழ்ந்திருந்தது. இப்பொழுது அவை பேசவில்லை. பேச்சைத் தாண்டிவிட்டன, சங்கமத்தின் மயக்கத்தில். பேச்சென்ன செய்யும்?

1

பொன்குன்றிலிருந்து பார்த்தால் கண்ணுக்கெட்டிய வரையில் நீர்த்தேக்கம். அகன்ற கண்ணாடி போன்ற நீர்ப் பரப்பில் சூரியனும் சந்திரனும் அழகுபார்த்துக் கொள்கின்றன. கிளிகளின் கூட்டம் மறைந்துவிட்டது. வித விதமான நீர்ப்பறவைகள் கூட்டம் கூட்டமாகக் குடை விரிப்பது போல் பறக்கின்றன. அவை பறப்பதில் எத்தனை அமைதி! தேக்கம் சலனமற்று நிற்கிறது. மெதுவாக அடிக்கும் காற்று தேக்கத்தைப் புல்லரிக்கச் செய்தது. இல்லாவிடில் ஏன் இளம் அலைகள் மனிதன் மயிர்க்கூச்செறிவதைப் போல் கிளம்பிப்புன் முறுவலிட்டு மறைய வேண்டும்? குழுமணி இருந்த இடத்தை நோக்கினால் மூன்று கலசங்கள் தெரிகின்றன. தேக்கம் சற்றே குறைந்து விட்டால் கோபுரம் கூடத் தெரிகிறதாம். தண்ணீர் குறைந்த மூன்று மாதங்களில் அதைக் கவனிக்கலாமாம். விநாயகர் கோவில் இன்னும் அழியவில்லை. ஒரு வேளை பெரியப்பாவும் சாஸ்திரிகளும்கூட அதன் அடியிலே கிடக்கலாம். அவர்களைக் கடைசி வரையில் கண்டுபிடிக்க முடியவில்லை. ஒரு வேளை

அவர்கள் கோபுரத்திற்குள் புகுந்து கொண்டிருக்கலாம். கோவில் மணியோசை கிளம்புவது போலத் தோன்றுகிறது. அது என்னுடைய சித்தப் பிரமையாக இருக்கலாம். 'அபைட் வித்மீயில் உண்டாகும் மணியோசைக்கும், ஜோன் ஆப் ஆர்க் கேட்ட வெங்கல நாதத்திற்கும், இந்தக் குழுமணியோசைக்கும் ஏதாவது தொடர்பு இருக்கிறதா? குழுமணி அழிந்துவிட்டது என்று உலகமே பேசிவிடுகிறது. ரயில் அட்டவணையில் குழுமணி என்ற நிலையம் கிடையாது. ஏன், பூகோளப் புத்தகங்களில் உள்ள படங்களில் குழுமணி இருந்த இடம் ஒரு நீலப் புள்ளி. அரசாங்க ரிஜிஸ்டர்களிலும், தஸ்தாவேஜுகளிலும் குழுமணி என்ற பெயர் அகற்றப்பட்டு விட்டது. ஆனால் குழு மணி அழிந்துவிட்டதா? என்ற கேள்விக்குத் திட்டமான பதில் எனக்குக் கிடைக்கவில்லை. ஆனால் முதலில் சொன்னேனே, அதைப்போல நான் இந்தக் கேள்விக்கான பதிலுக்காகக் காத்திருக்கவில்லை.

2

மராமத்து மந்திரி சட்டசபையில் திட்டத்தை நிறை வேற்றுவது கடினமாக இருக்கலாம் என்று நினைத்தார். ஆனால் அது அவர் நினைத்தது போல அவ்வளவு கடினமானதாக இருக்கவில்லை. சட்டசபையில் இடையிடையில் மேக்கூர் அணையின் அணையின் முழுத்தகவல்களையும் அரசாங்கம் வெளியிடும்படி கேள்விகள் போடப்பட்டன. அவற்றிற்கெல்லாம் "திட்டம் அரசாங்கத்தின் கவனத்தில் உள்ளதால் முழுத் தகவல்களை வெளியிடுவது பொதுநலத்திற்கு இடையூறாக இருக்கலாம்" என்ற பதில்தான் கிடைத்தது. புதிதாகக் கூடிய சபையில் அந்த ஆண்டிற்கான பட்ஜட் பிரேரணைகள் சமர்ப்பிக்கப்பட்டன. நிலவரியொன்று அவைகளில். ஒரே ஒரு எதிர்கட்சி. அது பெரும்பாலும் நிலம் படைத்த வகுப்பினருடைய செல்வாக்கில் பிழைத்தது. எதிர்க்கட்சியினர் நிலவரியைக் காரசாரமாக எதிர்ப்பதில் ஈடுபட்டார்கள்.

அன்றைய விவாதத்தில் மேக்கூர் அணையைப் பற்றி மந்திரி அவர்கள் கவனத்திற்குக் கொண்டுவரப்பட்ட ஒரு பிரச்னையும் இருந்தது. கேள்விமணி முடிந்தவுடன் சட்ட சபையில் ஒரு அமைதி தோன்றியது. என்றும் அப்படித்தான். சூறாவளிக்கு முன்னால் உண்டாகும் அமைதி அது.

ஒரு முக்கியமான விஷயத்தைப் பற்றி அறிவிப்பு என்று மராமத்து மந்திரி எழுந்தார். அவருடைய பேச்சை முழுவதையும் சொல்லத் தேவையில்லை. ஆனால் சில முக்கியமான பகுதிகளைச் சொல்லாமல் இருக்க முடியவில்லை.

"...... நம்முடைய மூதாதையர்கள் சரித்திர காலத்திற்கு முன்பே கட்டாத அணை கிடையாது. நம்முடைய கவனத்தில் நாட்டின் சுபிட்சமே முதற்கண்ணாக இருக்க வேண்டும். ஒரு சில பகுதிகளின் நலத்தை மட்டும் கவனிப்பது தவறு.... இங்கிலாந்தில்..... அமெரிக்காவில்...... இரஷியாவில் என்ன செய்தார்கள் தெரியுமா?..... உணர்ச்சிவசப்பட்டு இந்தத் திட்டத்தை ஒதுக்கிவிடக் கூடாது. நதியில் சில கிராமங்கள் ஆழ்ந்துவிடும். நதியின் போக்குமாற்றத்தினால் அவை பல முறை அழிந்து, ஜனங்களுக்கும் சொல்லொணா இன்னல்கள் விளைந்துள்ளன...... 1914–ல்...... 1930–ல்... 1945–ல்... அணைக்குப் பிறகு அம்மாதிரி விபத்து நிகழாது சில கிராமங்கள் திட்டத்தில் அழிவது ஒரு நாட்டின் வரலாற்றில் புள்ளி விவரமே. சில நாடுகளில் செய்வது போல நாம் மனிதர்களைக் கும்பல், கும்பலாகச் சிறைக்கு அனுப்பிக் கொல்லத் துணியவில்லை...... நாட்டில் விளைச்சல் பெருகவேண்டும். உணவுப் பற்றாக்குறை உங்களுக்குத் தெரியாததல்ல. வங்கப் பஞ்சம் போல ஒரு கொடுமை நம் நாட்டில் மீண்டும் தலை விரித்தாடக் கூடாது என்ற எண்ணம் இருந்தால், நீங்கள் எல்லோரும் ஒருமிக்க இத்திட்டத்தை ஆதிரித்தாக வேண்டும்....... இத்திட்டத்தைப்பற்றி நம்முடைய கண்ணிய முதலமைச்சர் தனது... என்ற புத்தகத்தில் சொல்கிறார்...."

மந்திரி தன்னுடைய பேச்சை முடிப்பதற்குள் எதிர் கட்சித் தலைவரின் முகம் மாறிவிட்டது. சில முறை அவருடைய உதடுகள் எதையோ சொல்லத் துடித்தன. மந்திரியின் அறிவிப்பு முடிந்தவுடன் எதிர்க்கட்சித் தலைவர் பொரியலானார்.

"கிராமத்தில் ஆழும் நிலங்களுக்கு என்ன வகை? ஜனங்கள் என்னாவது?"

"........ அதற்கு மெதுவாக வருகிறேன்........ பொன் குன்றின் மேற்கில் நவீன முறையில் ஆயிரம் வீடுகள் உருவாகின்றன. அவ்வீடுகளைக் கண்டால் ஐரோப்பியரின் ஓய்வு நாள் விளையாட்டு விடுதி என்று எண்ணத் துணிவீர்கள்...... நிலத்தை இழப்போருக்கு நிலத்திற்குத் தகுந்த ஈடு கிடைக்கும். அரசாங்கம் தன்னுடைய கடமையில் தவறாது. இதற்காக ஜில்லா கலெக்டர்,

மாவட்ட நீதிபதி, உள்ளூர் சபை அங்கத்தினர் கொண்ட கமிட்டி ஏற்படுத்தப் படுகிறது."

மந்திரி கரகோஷத்திற்கிடையில் அமர்ந்தார்.

பல நாட்கள் எதிர்க்கட்சியினரின் பேச்சு வளர்ந்தது. பெரும்பாலும் அவர்கள் அழியப்போகும் நிலத்திற்கான காம்பென்சேஷனைப் பற்றியே பேசினர். கடைசியில் குறைந்தது மூன்று மடங்காவது – அதாவது நிலச்சட்டம் அமுலான நாளில் இருந்த மதிப்பை விட – ஏக்கருக்குக் கொடுக்கவேண்டும் என்று நிர்ணயமானது. அரசாங்கம் நிலவரி உயர்வையும் ரத்து செய்தது. கமிட்டியின் சிபாரிசு உண்டானாலும் மேலும் கூடிய ஈடுமானம் கொடுக்கவும் முயலும் என்றும் உறுதி அளித்தது.

ஓரிரு அங்கத்தினர் சில கவிதைகளின் வரிகளை எடுத்துக் காட்டி, ஒரு மனிதக் கூட்டம் வாழும் கிராமத்தை அழிக்க யாருக்கும் உரிமை கிடையாது என்று உணர்ச்சியுடன் பேசினார்கள். பல அங்கத்தினர்கள் அவர்களுடைய பேச்சில் குறுக்கிட்டுச் சிரித்தார்கள்.

இரண்டு வாரத்திற்குள் சபை திட்டத்தை நிறைவேற்றியது. அரசாங்கத்திற்கு வழக்கத்தைவிட அதிகமான மெஜாரிடி வோட்டுகள் கிடைத்தன. திட்டம் நிறைவேறிய அடுத்த நாள் தினப்பத்திரிகைகள் கடைசித்தாளில் ஒரு சிறு கட்டத்திற்குள் தகவலையளித்தன.

'...... நேற்று சட்டசபை மேக்கூர் திட்டத்தை ஆமோ தித்தது. பரலியாற்றின் மேல் ஏற்படும் இந்த அணையின் செலவு மூன்று கோடி. ஐந்து லட்சம் ஏக்கர் அதிகமான சாகுபடி என்று அரசாங்கம் நம்புகிறது. நாட்டின் முன் னேற்றத்திற்குத் திட்டம் அவசியம் என்று மராமத்து மந்திரியின் அறைகூவல்.'

சில பத்திரிகைகள் தகவலை வெளியிடவே இல்லை.

3

*ச*ட்டசபையில் மந்திரி அறிவிப்பு ஆனவுடன் மேக்கூரில் வேலை அதிகமானது. என்னை மீண்டும் மேக்கூருக்கு மாற்றிவிட்டார்கள். குழுமணியில் தொடர்ந்து என்ன நடந்தது என்று என்னால் கவனிக்க முடியாமல் போனது. ஓரிரு ஆண்டுகள் கழிந்து மேக்கூர் ஊராட்சியினர் அலுவலகத்தில் சில அரசாங்க பைல்களைக் காண நேர்ந்தது. பல கிராமப்பஞ்சாயத்துகளிலிருந்து பழைய குப்பைகள் அவ்வளவும் அங்கு மாற்றப்பட்டிருந்தன. குழுமணி பஞ்சாயத்துக் கட்டுக்களுக்கிடையே ஒரு குமாஸ்தாவின் பழைய டயரி ஒன்றைப் பார்க்க நேர்ந்தது. அரசாங்க நியதிக்காக எழுதின டயரியல்ல அது. ஏதோ தனது சொந்த மனசாந்திக்காக எழுதியதுபோலத் தோன்றியது. ஒரு அரசாங்க அலுவலகத்தில் பழைய காகிதக் குப்பைகளை அழித்துவிட யாருக்குத்தான் நேரமாவது, தைரியமாவது இருக்கிறது. அந்தடயரியைப் படித்தது எனக்கு ஓரளவு உண்மையைப் புரிந்துகொள்ள உதவியது. அதனிலிருந்து சில முக்கியமான பகுதிகளை நீங்களும் படிக்கலாம்.

'அக்டோபர் 11: அரசாங்கம் மேக்கூர் திட்டத்தை சட்ட சபையில் நிறைவேற்றியது இன்று.'

'அக்டோபர் 15: கலெக்டர் துரை அவர்கள் பஞ்சாயத்துகளின் மேல் மிகப்பெரிய பொறுப்பு விழுந்திருக்கிறது என்றும், ஒரு வருடமாவது இரவு பகலாகக் கஷ்டத்தைப் பொருட்படுத்தாமல் உழைக்க வேண்டும் என்றும் எழுதி யிருக்கிறார்……'

‘அக்டோபர் 21: கலெக்டர் ஆபீஸிலிருந்து ஒரு கட்டுக் கடிதங்கள். ஒவ்வொன்றும் ஒவ்வொரு விஷயத்தை எப்படி நிறைவேற்றவேண்டும் என்ற முழுத் தகவல்களைத் தருகின்றன. ஜனங்களை கிராமத்திலிருந்து எப்படிப் போகச் செய்வது, நிலச்சுவான்தார்களிடமிருந்து எந்தவிதத்தில் மனுக்களைப் பெற்று எப்படிக் கமிட்டிக்கு அனுப்புவது... எத்தனையோ விஷயங்கள்! ஆபீஸில் உள்ள ஆட்களால் அத்தனை வேலைகளையும் ராப்பகலாக உழைத்தாலும் செய்ய முடியாது. அதிக ஆட்களுக்குக் கலெக்டரிடம் சாங்ஷன் கேட்கவேண்டும்.’

‘அக்டோபர் 22: கிராமம் முழுவதும் தண்டோரா போடப்பட்டது. தண்டோராக்காரன் என்ன அறிவிக்க வேண்டும் என்று கலெக்டர் ஆபீஸிலிருந்து எழுதி அனுப்பியிருக்கிறார்கள். நாம் முட்டாள். நம்மால் தக்க அறிவிப்பைக் கூட எழுத முடியாது என்ற எண்ணமா?

“இதனால் சகல ஜனங்களுக்கும் அறிவிப்பது என்னவென்றால் பரலியாற்றின்மேல் மேக்கூர் அருகில் அணை கட்ட திட்டம் இடப்பட்டுள்ளது. இத் திட்டத்தினால் உண்டாகும் நீர்த்தேக்கத்தில் ஏனைய கிராமங்கள் மூழ்க நேரிடுகின்றன. பொன்குன்றின் மேற்கே புது ஊர் கட்டப்படுகிறது. வீடுகள் வேண்டுவோர் பஞ்சாயத்திடம் நவம்பர் கடைசித் தேதிக்குள் கொள்ளப்படுகிறார்கள். விண்ணப்பத்தைக் கொடுக்கும்படி கேட்டு, அதற்குமேல் வரும் விண்ணப்பங்கள் செல்லுபடியாகாது. நிலத்துக்குச் சொந்தமானவர்களும் நிலத்தின் முழு விவரத்தையும் தக்க பத்திரங்களுடன் கொடுக்கும்படி கோரப்படுகிறார்கள். பஞ்சாயத்து அவற்றை கமிட்டிக்கு அனுப்பும். கமிட்டியின் முடிவு சொந்தக்காரர்களுக்கு நேரிடையே தெரிவிக்கப்படும். பஞ்சாயத்து அதற்குப் பொறுப்பல்ல.’

தண்டோராக்காரனைச் சுற்றிலும் ஆட்கள் அதிகமாக வரவில்லை என்கிறான். வழியில் அவனை ஓரிருவர் அடிக்கத் துணிந்தார்களாம். அவனுக்குப் போலீஸ் துணை கொடுத்தால் நல்லது..

‘அக்டோபர் 23: இன்று கலெக்டர் துரை திடீரென்று விஜயம் செய்தார். எந்த கலெக்டரும் என் ஞாபகத்தில் இந்தமாதிரி திடீர் விஜயம் செய்தது கிடையாது. அவர் கிராமத்தில் உள்ள

முக்கியமான மிராசுதார்களைச் சந்திக்கப் பிரியப்பட்டார். பலர் அவரைக் கண்டனர். கூட்டம் முடிந்தவுடன் அவர்கள் சந்தோஷத்துடன் சென்றனர். கலெக்டர்போகும் வழியில் சிலர் கல்லெறிந்தனர். நான்கு ஆட்கள் கைது.'

'அக்டோபர் 30: வீட்டிற்கான விண்ணப்பங்கள் அதிகமாக வரவில்லை. சில ஏழைக்குடும்பங்கள் முந்திக்கொண்டிருக்கின்றன. இவற்றைப் பொன்குன்று புது நகரக் கமிட்டிக்கு அனுப்பவேண்டும். நில விண்ணப்பங்கள் குவிகின்றன. கலெக்டர் ஆபீஸிலிருந்து இன்னும் ஆயிரம் பார்ம்களைப் பெறவேண்டும். குழுமணியில் உள்ளவர்தான் பஞ்சாயத்திடம் விண்ணப்பம் கொடுக்கலாமா? அல்லது நிலமுடையவர் வெளியூர்களில் இருந்தாலும் அவற்றை நம் பஞ்சாயத்திடம் கொடுக்கலாமா? கெலெக்டரிடம் உத்தரவு வாங்கவேண்டும். அதிகமான விண்ணப்பங்கள் தகுந்த பத்திரங்களுடன் வருவது கிடையாது. இம்மாதிரி பத்திர விஷயங்களை முன்சீப்பிடம் ஒப்படைத்தால் நல்லது. இதையும் கலெக்டருக்கு எழுதிவிடவேண்டும்.'

"அக்டோபர் 31 : வீட்டு விண்ணப்பங்கள் அதிகமாக வில்லை. நில விண்ணப்பங்கள் மலைபோல் சேருகின்றன. புதிதாக வந்த குமாஸ்தாக்களுக்கு வேலை தெரிவதே கிடையாது. அவர்கள் தாற்காலிக குமாஸ்தாக்கள்தானே. எதற்காகக் கவலைப்படவேண்டும்? கலெக்டர் இன்னும் பதில் போடவில்லை. அவர் உத்திரவு இல்லாமல் விண்ணப்பங்களைத் தொட முடியாது.'

'கிராமத்திலிருந்து ஸ்பெஷல் டிரெய்ன்கள் போயின இன்று. ஜனங்கள் கிடைத்த சாமான்களை எடுத்துக்கொண்டு ஓடுகிறார்கள். இந்த வெறியில் பஞ்சாயத்தின் உடமைகளை பத்திரமாகக் கவனித்துக்கொள்வது நல்லது.'

'நவம்பர் 1: வீட்டு விண்ணப்பங்கள் கொஞ்சம் சேர்ந்து விட்டன. நில விண்ணப்பங்களைப்பற்றி கலெக்டரிடமிருந்து தகவல் வரவில்லை. விண்ணப்பங்களை சீக்கிரமாகக் கமிட்டிக்கு அனுப்புமாறு திரு. ராமசுப்பனும் அவருடன் வந்த வேறு சிலரும் 'தலைவரை'க் கேட்டுக்கொண்டார்கள். தலைவர் 'கலெக்டரிடமிருந்து பதில் வரவில்லையே என்ன

செய்வது?' என்று கேட்டார். அவர்களில் ஒருவர் கலெக்டரை நேரிடையாகக் காண நகரத்துக்குப் போகலாம்.'

'நவம்பர் 5: ஊரில் ஒரு திருட்டுக்கும்பல் தோன்றியிருக்கிறது. அது பல கிராமங்களிலும் வேலை செய்கிறது என்று நம்பப்படுகிறது. போலீஸ் சூப்ரண்ட் ஒரு தனி பாராப்படை ஏற்படுத்துவதாகக் கேள்வி.'

'நவம்பர் 10: கலெக்டர் பதில் அனுப்பிவிட்டார். குழு மணியில் நிலம் உடையவர் எங்கிருந்தாலும் பஞ்சாயத்திடம் விண்ணப்பம் கொடுக்கலாம். இந்த முடிவு அவ்வளவு சரியானதாகத் தோன்றவில்லை. ஆனாலும் கலெக்டரின் உத்தரவு. சந்தேகமான பத்திரங்களுடன் வரும் விண்ணப்பங்களை பஞ்சாயத்தே நிராகரித்துவிடலாம். அதற்கு எதிராகப் புதிதாக ஏற்படுத்தியுள்ள நிலக்கோர்ட்டுக்கு அப்பீல் செய்து கொள்ளலாம்.'

நவம்பர் 15: பஞ்சாயத்தில் கூட்டம் அதிகமாகி விட்டது. அவர்கள் போடும் சப்தத்தில் வேலை செய்ய முடிவதில்லை. நில விண்ணப்பதார் போக மறுக்கிறார்கள். சிலருடன் விவாதம் செய்வதே கஷ்டமாக இருக்கிறது.

'ஊரில் பேய் தாண்டவமாடுகிறது என்று சில ஜனங்கள் புகார் கொடுத்தார்கள். போலீஸ் இன்ஸ்பெக்டர் ஊரைச் சுற்றிவிட்டுத் தான் பேய் ஒன்றையும் காணமுடியவில்லை என்றார். அது பிரமையாக இருக்கலாம். பத்து வருஷத்திற்குமுன் ஒருவன் திருவிழாவுக்கு நடுவில் சாமியைக் காண்கிறேன் என்று கீழே விழுந்துவிட்டான். அதைப்போல இதுவும் பிரமையாக இருக்கலாம்.'

'நவம்பர் 20: வீட்டு, நில விண்ணப்பங்களுக்குக் கடைசித்தேதி நவம்பர் 30. மீண்டும் தண்டோரா போடப் பட்டது. கிராமம் காலியாகிவிட்டது என்று தண்டோராக் காரன் சொல்கிறான். அது நம்புவதற்கில்லை.

தகுந்த பத்திரங்கள் இல்லாத நூறு விண்ணப்பங்களுக்கு மேல் இருக்கலாம் – நிராகரிக்கப்பட்டன. நேற்று இரவு பஞ்சாயத்துத் தலைவரை அவருடைய வீட்டில் தாக்கத் துணிந்தனர் சிலர். அக்கூட்டத்தில் மீசையுடன் ஒருவன் தென்பட்டான்.

க. சுப்ரமணியன்

அவன் பல கண்டன மீட்டிங்குகளை நடத்தியவன் என்று போலீஸ் தகவல்.

வயலில் ஒரு இளைஞனின் உடல் காணப்பட்டது. இறந்து இரண்டு நாள் ஆகியிருக்கலாம். விசாரணையில் அது தற்செயலாக நடந்திருக்கலாம் என்று தெரியவருகிறது. அவன் பெயர் குஞ்சன். புத்தி சுவாதீனம் அற்றவன் என்று கேள்வி. மிராசுதார் ராமசுப்பனின் பேரனாம். அவர் ஊரை விட்டு நான்கு நாட்கள் ஆகிறது. அவர் போகுமுன் எத்தனை தேடியும் குஞ்சன் அகப்படவில்லையாம். கவலையுடன் ஊரை விட்டாராம். அவருடைய நில விண்ணப்பம் கமிட்டிக்குப் போய்விட்டது. அவருக்கு சுமார் இரண்டு லட்சம் ரூபாய் காம்பென்சேஷன் கிடைக்கலாம்.'

'நவம்பர் 22: ஸ்பெஷல் டிரெய்ன்கள் ஓடுவது சகஜமாகிவிட்டது. நீளமான கூட்ஸ் வண்டிகள் செல்கின்றன.'

'டிசம்பர் 1 : வீட்டு விண்ணப்பங்கள் மொத்தம் 150. இனிமேல் எதிர்பார்க்க முடியாது. அப்படியே வந்தாலும் வருத்தத்துடன் திருப்பி அனுப்பிவிட வேண்டும். விண்ணப்பம் கொடுக்காதவர் ஒருவேளை நகரத்திற்கோ அல்லது வேறு உறவினர் ஊருக்கோ சென்றிருக்கலாம்.

'நில விண்ணப்பங்கள் எல்லாம் வந்துவிட்டன எனலாம். இனிமேல் எப்படியும் வரமுடியாது.'

'பஞ்சாயத்துத் தலைவர் இன்று கலெக்டரின் உத்தரவின் படி கிராமத்தை சுற்றிவிட்டு வந்தார். சுற்றிவிட்டு கிராமம், ஒரு சர்க்கஸ் கம்பெனி மாதக்கணக்காக ஆட்டம் போட்டுவிட்டுக் காலிசெய்த மைதானம்போல் இருக்கிறது என்று எழுதினார். கலெக்டருக்கு எழுதுவதானால் தலைவர் என்ன அருமையாக எழுதுகிறார்!

'வழியில் கோவிலருகில் அவர் இரண்டு ஆசாமிகளைக் கண்டாராம். ஒருவர் புரோகிதர்; மற்றவர் வாத்தியார். தலைவரின் கேள்விக்கு 'மெதுவாகப் போகலாம்' என்று பதில் கூறினார்களாம்.'

டிசம்பர் 5: ரயில் விஷயமாகக் கொஞ்சம் தகராறு. ரயில் பஞ்சாயத்தின் பொறுப்பாக இல்லாவிட்டாலும் ஜனங்களின்

நன்மைக்காக அவர்களை ஒத்துழைக்கும்படி கேட்க வேண்டிய நியதி உண்டாகிறது. ஸ்டேஷன் மாஸ்டர் கிருஷ்ணராவ் வயதானவர். பலவீன உடல் படைத்தவர். சிலநாட்கள் கண்விழிக்க நேர்ந்ததால் அவர் மயங்கி விழுந்துவிட்டார். காலை வண்டிகள் அதனால் தாமதமாகி விட்டன. தலைவர் கலெக்டருக்கு செய்தி கொடுத்து, கலெக்டர் ரயில் உயர் அதிகாரியுடன் பேசினாராம். பகல் நேரத்தில் ஒரு இளம் ஸ்டேஷன் மாஸ்டர் வந்திருக்கிறார். திரு. ராயர் மூன்று மாதம் மெடிகல் லீவில் செல்லலாம். அவரை அப்புறம் வேறு எங்காவது மாற்றிவிடலாம்.

கிராமத்தில் ஜனங்களைவிட வற்றின மாடுகளும் தெரு நாய்களுமே அதிகமாக நடமாடுகின்றன என்று பாராக்காரன் சொல்கிறான். எப்பொழுதும் எதையும் அவன் மிகைப் படுத்துவது வழக்கம்.'

'டிசம்பர் 15: நில விண்ணப்பதார் பலருக்குப் பணம் கிடைத்துவிட்டது. அவர்கள் ஊரை விட்டுக் கிளம்புகிறார்கள். பத்திரமில்லாதவர் கூட்டம் குறையவில்லை. அவர்களில் பலர் பஞ்சாயத்து சகபாடிகளை லஞ்சத்தில் ஆழ்த்துவதாகப் பேச்சு. தலைவர் அதை நம்ப மறுக்கிறார்.'

'ஜனவரி 1: லஞ்சம் வாங்குவோர் ஓரிரு ஆசாமிகள் கையும் களவுமாகப் பிடிபட்டார்கள். தலைவர் மிக மனம் வருந்துகிறார். அந்த லஞ்ச குமாஸ்தாக்களை வேலையிலிருந்து உடனே டிஸ்மிஸ் செய்யவேண்டும் என்று கலெக்டருக்கு எழுதுகிறார். தலைவருக்கு என்ன கோபம்!'

'பிப்ரவரி 1: மத்திய அரசாங்க புதைபொருள் இலாகா அதிகாரி ஒருவரின் விஜயம் இன்று. சரித்திர சம்பந்தமான கட்டிடங்களையும் பொருட்களையும் எப்படிக் காப்பது என்பது அவர்கள் கவலையாம். ஊரைச் சுற்றிவிட்டு அவர் சில கல்வெட்டுகளைச் சேகரித்திருக்கிறார். பொதுவாகக் குழுமணி சரித்திர சம்பந்தமாக அவ்வளவாக சுவாரசியமற்ற இடம் என்பது அவருடைய எண்ணம். மனிதன் அரை நாளில் எப்படி அந்த முடிவுக்கு வந்தாரோ தெரியவில்லை. அவர் ஒரு பெரிய அதிகாரி. நமக்கு இது ஒன்றும் புரிவதில்லை. அவர் விநாயகர் கோவிலைப் பார்த்துவிட்டு இது மிகவும் சமீப

காலத்தைச் சேர்ந்தது. அவ்வளவு முக்கியமான தல்ல' என்று சொல்லிவிட்டார். வயலுக்கு முன்னால் மாடு கட்டும் கற்கள் சரித்திரம் வாய்ந்தவையாம். அவற்றைக் கையோடு கொண்டு செல்கிறார். என்ன சரித்திரமோ! கோவிலுக்கு அருகில் அவர் புரோகிதரையும் வாத்தியாரையும் கண்டாராம். அவர்கள் கிராமத்தில் இன்னும் ஏன் இருக்கிறார்கள்?'

'மார்ச் 1: பஞ்சாயத்து குமாஸ்தாக்களும் அதிகாரிகளும் சாப்பிடுவது கஷ்டமாகி விட்டது. ஊரில் ஜனங்கள் இல்லாததால் சாப்பிட ஒன்றுமே கிடைப்பது கிடையாது. பஞ்சாயத்திலே சமையல் செய்ய ஏற்பாடாகிறது.'

'மார்ச் 15: மேலத் தெருவில் ஒரு சாமி மாடு செத்துக் கிடந்தது. அது காலில் அடிபட்டு நடக்க முடியாமல் கிடந்தது. ஊரில் ஜனங்கள் இருந்தவரை அதற்கு இலவசத் தீனி கிடைத்தது. ஜனக் குறைவில் அதைக் கவனிக்க ஆளற்று இறந்திருக்கிறது. ஒரு பஞ்சாயத்து எத்தனை விஷயங்களைத்தான் கவனிக்க முடியும்!'

'ஏப்ரல் 1: டிரெய்ன்களின் போக்குவரத்து குறைந்து விட்டது. ஜூன் மாதம் ஒன்றாம் தேதியிலிருந்து டிரெய்ன் ஓட்டம் முற்றிலும் நின்றுவிடும் என்று ரயில் அதிகாரிகள் அறிவிப்பு. அதன்பின் தண்டவாளங்களைப் பிடுங்கி விடுவார்களாம்.'

'மே 10: கிராமத்தில் சேர்க்கவேண்டிய எல்லா பொருட்களையும் சேகரித்து ஸ்டாக் ரிஜிஸ்தரில் பதிவு செய்து கலெக்டர் ஆபீஸுக்கு அனுப்பி விட வேண்டுமாம். ரிஜிஸ்தரை அனுப்பி விடலாம். ஆனால் பொருட்களை எங்கே சேர்க்க வேண்டும்? ஏன் சில சமயம் கலெக்டர் ஆபீஸ் கூட இம்மாதிரி விஷயங்களை முன்யோசனையுடன் செய்வதில்லை?'

'ஒரு ஆச்சரியம்! தந்திக்கம்பங்களைப் பிடுங்கமாட்டார்களாம். அவற்றை சிமின்ட்டுடன் வேறு எதையோ சேர்த்துப் பலப்படுத்துகிறார்கள். தேக்கத்தில் அவை நீரில் ஆழ்ந்தாலும் ஸ்திரமாக இருக்குமாம்; செய்தி அனுப்பலாமாம். தேக்கத்தின் உயரம் கம்பத்தைத் தாண்டாது போலும்!

'வாத்தியாரின் மகன் (?) இன்று வந்தார். அவர் அணை எஞ்சினீயர். சிறுவராகத் தோன்றினாலும் புத்தி நுட்பத்தில்

வயது வந்தவர் போல நடந்து கொண்டார். தலைவர் அவரை 'நான் உங்களை எப்பொழுதோ பார்த்த ஞாபகம் இருக்கிறது' என்றார்.

'இருக்கலாம்' என்று எஞ்சினீயர் சிரித்தார். தலைவருக்கு வயதாகிறது. அவர் யாரைக் கண்டாலும் அதைத்தான் சொல்கிறார்.

'எஞ்சினீயர் வந்தது வாத்தியாரை அழைத்துப் போக. வாத்தியார் அதிக நேரம் பேசிக்கொண்டிருந்தாராம். ஸ்டேஷனில் ரயில் கிளம்புமுன் வாத்தியார் எங்கோ மறைந்துவிட்டார். எஞ்சினீயர் தனியாகப்போக நேர்ந்தது. வாத்தியாரின் எண்ணம் என்ன?

'மே 15: அடுத்த மாதம் முதல் தேதியிலிருந்து பஞ்சாயத்து மேக்கூருக்கு மாற்றப்படும். பாக்கி வேலைகள் முடிந்தால் பஞ்சாயத்தை என்ன செய்வார்கள்? தாற்காலிக குமாஸ்தாக்கள் வேலையிலிருந்து நீக்கப்படலாம். பர்மெனன்ட் ஆசாமிகள் கலெக்டர் ஆபீஸுக்குக்கூட மாற்றப்படலாம். எப்படியாவது தலைவரின் சிபார்சில் கலெக்டர் ஆபீஸ் சேர்ந்துவிட வேண்டும். பஞ்சாயத்தில் எல்லோரும் அதிகமாக வேலை செய்ததால் கலெக்டர் பாராட்டினாராம். குமாஸ்தாக்களுக்கு போனஸ் கொடுக்கலாம் என்ற வதந்தி.

'எஞ்சினீயரும் அவருடைய சுற்றமும் வாத்தியாரையும், புரோகிதரையும் தேடும்படி தினமும் தந்தி கொடுக்கிறார்கள். அவர்கள் குற்றவாளிகள். ஆனால் கைது செய்து லாக்கப்பில் வைக்கலாம். அவர்களை எந்த சட்டத்தில் பிடித்து எப்படி எந்த ஊருக்கு அனுப்புவது?'

'மே 31 : நாளையிலிருந்து வரும் கடிதங்கள் கீழ்க் கண்ட விலாசத்துக்கு அனுப்பப்பட வேண்டும்.

தலைவர்,

பஞ்சாயத்து போர்ட் (குழுமணி),

மேக்கூர்.'